RA KHƠI

TẬP 1

RA KHƠI

TẬP 1 - 2019

Nhiều tác giả

NHÀ XUẤT BẢN
NHÂN ẢNH
2020

LỜI NÓI ĐẦU

Theo dòng chảy, văn học Việt Nam qua những biến động của thời cuộc đã chia thành nhiều nhánh gồm văn học miền Bắc, văn học miền Nam, văn học hải ngoại… Mỗi nhánh đều có những nhà văn, nhà thơ kỳ tài; tác phẩm văn học qua mỗi giai đoạn đều phản ánh được những diễn biến của thời cuộc mang tính lịch sử và tái hiện một xã hội với những trăn trở về tình yêu quê hương, gia đình cùng những mối tình lãng mạn nam nữ trong chiến tranh và khi đất nước thống nhất hòa bình… được thể hiện bằng tâm trạng tích cực lẫn tiêu cực.

Những người nặng tình với văn học luôn trăn trở với ước mong hợp nhất những nhánh sông cùng chảy về biển mẹ Việt Nam rồi vươn ra đại dương. Đây là vấn đề lớn mà các nhà nghiên cứu văn học trong và ngoài nước đang đi tìm tiếng nói chung, thời gian đã khá dài nhưng vẫn còn lấn cấn về hệ tư tưởng. Trong thời đại số 4.0, mọi giao lưu văn học trong nước và hải ngoại đã trở nên dễ dàng hơn, cởi mở hơn và có phần thấu hiểu , thông cảm nhau hơn. Tất nhiên chưa trọn vẹn và tất cả người cầm viết đang chờ đợi một sự đột phá mới…

“Nghệ thuật vị nhân sinh” với người theo nghiệp viết là một trách nhiệm lớn để đóng góp vào nền văn học nước nhà những tác phẩm giá trị vị nhân sinh đề cao lòng yêu nước, yêu quê hương, gia đình, tình yêu thương và trách nhiệm giữa người với người để ngày càng hoàn thiện xã hội mình đang sống và làm việc, giữ gìn những giá trị chuẩn mực đạo đức, nâng cao ý thức nhằm xây dựng một cuộc sống tốt đẹp trong gia đình cũng như ngoài xã hội…

Trong tinh thần đó Văn học Unescom khởi động thực hiện ấn phẩm RA KHƠI nhằm tạo cầu nối văn chương giữa mọi miền đất nước và hải ngoại. Rất may mắn, ấn phẩm được nhiều anh chị là nhà thơ, nhà văn đã thành danh trong ngoài nước góp mặt, nhiệt tình ủng hộ giúp cho ấn phẩm có nội dung phong phú, có chiều sâu với nhiều chủ đề qua những bài nghiên cứu, nhận định phê bình văn học, truyện ngắn, tản văn, bút ký, thơ…. Song song đó là sự giao thoa giữa các thế hệ cầm viết, mở cửa ra một chân trời văn chương để cho những người còn lạ lẫm ngụp lặn thỏa thích trong dòng sông chữ nghĩa…

Văn học Unescom cũng như những diễn đàn thơ, văn tự phát đang hoạt động trên mạng xã hội Facebook mong muốn tạo sân chơi tinh thần cho các thi văn hữu có cùng sở thích đam mê văn chương được dịp trải lòng qua những tâm trạng, suy nghĩ và cảm xúc của mình. Văn học Unescom không dám với tay quá sức nhưng chấp nhận thử thách nhằm học hỏi thêm từ các anh chị những kinh nghiệm quý báu qua những thành tựu văn chương nhằm góp một phần nhỏ nhoi trong việc phát triển nền văn học nước nhà.

Ấn phẩm RA KHƠI ngay trong tập khởi đầu đã có tín hiệu tốt, ban chủ trương sẽ cố gắng nhiều hơn nữa trong những tập sau để nội dung ngày càng chất lượng hơn, nhằm tạo một sân chơi văn chương đúng nghĩa và không phụ lòng quý thi văn hữu.

Sài Gòn, tháng 5/2019
Nguyễn Thành.

Mục lục

DU TỬ LÊ

- Tên thật: **Lê Cự Phách.**
- Bút hiệu: Du Tử Lê, Hồ Huấn Cao…
- Sinh năm 1942 tại Hà Nam.
- Tác giả của hơn 70 tác phẩm gồm thơ, văn xuôi, hội họa.
- Hiện cư ngụ tại Garden Grove, Nam California (Hoa Kỳ).

ĐÊM, TREO NGƯỢC TÔI: DẤU CHẤM THAN!

mưa chưa đi khuất, ngày chưa tới
đêm, treo ngược tôi: dấu chấm than!
mùa hoen đôi mắt, như vừa khóc
gọi hết tàn phai, gõ một lần.

trời đem mây xuống neo chân sóng
gió hú đường bay ngang ngọn cây.
tử / sinh vốn dĩ như hình / bóng.
linh hồn nào còn quẩn quanh đây?

nến tôi cháy đỏ mùa chia, biệt
người ghé qua rồi, cũng bỏ đi
những con dế sớm khan, khô tiếng:
cũng tự chôn mình theo tiếng ve.

sương nhìn tôi xa dần sớm mai.

(Garden Grove, Oct. 2018)

PLEIKU, THÁNG CHẠP, CŨ

ký ức tôi, một trưa nào nắng: sốt!
vàng ngang vai, hạt nhớ vịn hiên ngoài
ai trước bảng, còn e rừng thảng thốt:
gọi tên người, buốt một góc chia phôi.

ký ức tôi, những ngày mưa tháng chạp
và, con đường lát gió, lá đưa chân
môi thơm thảo nỗi buồn nêm bất trắc
sân trường xưa, treo ngấn lệ thương thân.

ký ức tôi, vẽ hình ai rạng rỡ
để hôm nay, tôi vẫn biết ơn người.
ngày qua vội. tôi ngồi đây tự nói:
- quỹ thời gian tôi sắp hết theo đời.

dù người nhớ hay quên thì, cũng vậy
chúng ta đà chạm đến đáy thương yêu.

(Calif., Dec. 2018)
Attachments area

KỊP RƠI CÙNG TIẾNG NẤC

ta, phế phẩm của đêm?
ai ẩn mình kén, cũ?
vắng, xa đem cuồng điên
dội xuống ta héo, quắt

ta, phế phẩm của mưa?
mong người về theo nắng
dù những bậc thang cao
đã quên ta: chiếc bóng.

ta, phế phẩm của sông?
buồn sâu hơn đáy biển
núi neo chân đầu nguồn
xót chim chiều lẻ bạn.

ta, phế phẩm tai ương?
lậm căn phần tao loạn.
đội-nón-rách-non-sông
mẹ còm nhom: mụn nấm.

ta, phế phẩm nhân gian?
dập vùi giông, bão, mới
tìm nhau trong nghiệt oan
hoài công thôi. lá rụng!

về đi, để bước chân
kịp rơi cùng tiếng nấc.

(Calif. Nov. 2018)

Du Tử Lê

DUNG THỊ VÂN

- Tác giả: Dung Thị Vân
- Bút danh: Lan Chi, Dung Vân
- Sinh ngày 29 tháng 10 năm 1955
- Cử nhân Kinh tế (ngành kế toán kiểm toán)
- Công việc đã qua: 20 năm công tác kế toán thuộc Sở Giao thông Vận tải Lâm Đồng và 16 năm làm thu ngân tại VP.Bank (Ngân hàng Việt Nam Thịnh Vượng Thành phố Hồ Chí Minh).
- Hội viên Hội Nhà văn Thành phố Hồ Chí Minh
- Hiện sống tại: Thành phố Hồ Chí Minh và Hoa Kỳ

TÁC PHẨM:
- Như giấc mơ (Thơ) NXB Trẻ - 2007
- Nắng đổ về đâu (Thơ) NXB Hội Nhà văn 2007
- Miền gió ngược (Thơ) NXB Thanh Niên – 2010
- Tìm em gội giấc mơ vàng (Lục bát Dung Thị Vân) NXB Thanh Niên – 2012
- Tình như sương khói (Thơ) NXB Hội Nhà văn – 2014
- Miên trầm (Thơ) NXB Hội Nhà văn - 2015
- Mặc nhiên (thơ) NXB Hội Nhà văn - 2017

- CÁC BÁO TỪ TRUNG ƯƠNG ĐẾN ĐỊA PHƯƠNG TRONG VÀ NGOÀI NƯỚC:

TẶNG THƯỞNG:
Giải B về thơ (THƠ - KÝ - NHẠC của Tập đoàn Công nghiệp Cao Su Việt Nam - năm 2013).

CUỐI TRÙNG THẮC SUY

Tháng Tư hoa tím - tím bầm
Bên hiu hắt nắng - bên gầm đổ mưa
Biển đưa người đã về chưa
Mà sao nỗi nhớ như vừa mới đây

Tháng Tư chỉ có một ngày
Mà sao kỷ vật đọa đày thế nhân
Một vòng trời đất trầm luân
Người đi kẻ ở bần thần bi ai

Tháng Tư ta lặng gót hài
Ngẫm phân ly ấy kéo dài thắc suy
Cuối trùng ngọn gió tà huy
Hết rồi tuổi đợi non vì xanh xao

Tháng Tư ngọn gió chênh chao
Ai đem xô lệch rét bào nam tao
Tình ơi ví gởi ngàn sao
Hết rồi tuổi ngọc cấu vào cổ năm.

KHÚC TRÙNG KHÂU

1.
Sớm mai sao thấy tình khinh bạc
Sao thấy đời là những nhánh phù du
Dang tay vói những chiều thừa thiếu
Chỉ thấy hằn - vết xước hư hao

2.
Tay năm ngón
- Vàng hoa trầy dĩ vãng
Này em
- Rồi cũng đẫm tàn phai

3.
Ta hỏi mây mưa - chiều khuyết nhật
Hỏi trùng khâu em lặng lẽ gom chiều
Mùa hoàng lá đã thắp ngày trở cách
Ngọn đèn nào khêu nỗi nhớ hoài thiêu.

BẦM BIỆT BÓNG

Một lần đi- là một lần cách trở
Là một lần mãi mãi biệt tình nhau
Phượng thắm chẳng phai màu nhung nhớ
Mà luyến thương đã rụng tự bao giờ

Ngày hạ cháy cách chia tình muôn nẻo
Bao nhiêu năm kỷ niệm mãi trùng đeo
Tuổi thơ ngây đã chết đã không còn
Sao vẫn thấy xôn xao chảy tràn ký ức

Bao nhiêu năm xót xa còn rưng rức
Đâu con đường lời cuối hoá hoang mang
Mấy mươi năm mà bóng ai bầm biệt
Bao cồn đau nhỏ xuống nỗi đau vàng.

Dung Thị Vân

HỒ CHÍ BỬU

Sinh năm: 1947
Bút hiệu: Hồ Chí Bửu
Hiện ngụ tại 85/9 đường Huỳnh Tấn Phát- thành phố Tây Ninh - Việt Nam
Email: hochibuuhuely@yahoo.com
ĐT: 0909.790932- 0937.084132-

Những tập thơ đã xuất bản:
- Những cái nhìn qua khung kính – NXB QĐ-1969
- Con gái - NXB Động Đất-1970
- Mê khúc cho cuộc tình buồn - NXB Động Đất- 1971.
- Tình khúc cho em - NXB Động Đất - 1972
- Nếu ngày mai giải ngũ - NXB Động Đất - 1972
- Trên nhánh tình hồng - NXB Động Đất -1975
- Xuống Núi - NXB Văn Nghệ - 2005
- Tự mình đưa tay cho em trói - NXB Văn Nghệ - 2006
- Cho tình-cho đời và cho ta - NXB Hội Nhà Văn - 2008
- Gởi người chưa một lần diện kiến - NXB Văn Nghệ - 2009
- Thơ tình Hồ Chí Bửu 1 - NXB Văn Nghệ - 2009
- Thơ tình Hồ Chí Bửu 2 - NXB Hội Nhà Văn - 2014.
- Thơ tình Hồ Chí Bửu 3 - NXB Hội Nhà Văn - 2015
- Thơ tình Hồ Chí Bửu 4 - NXB Hội Nhà Văn - 2016
- Thơ tình Hồ Chí Bửu 5 - NXB Hội Nhà Văn - 2017
- Thơ tình Hồ Chí Bửu 6 - NXB Hội Nhà Văn - 2018
- Thơ tình Hồ Chí Bửu 7 - NXB Hội Nhà Văn - 2019

Và có mặt trong các tuyển tập:
- Phía trước - nhiều tác giả 1979
- Hạnh ngộ 1 - nhiều tác giả - 2006
- Phù sa của gió - nhiều tác giả - 2007
- Thơ Miền Nam trong thời chiến tập 2 - nhiều tác giả - 2007.
- Lời ngắn tình dài - nhiều tác giả - 2008
- Người đồng hành quanh tôi - nhiều tác giả - 2008
- Lộc phát Tân Mão - nhiều tác giả - 2011

- Tuyển thơ Văn Thơ Việt 2 - nhiều tác giả - 2011
- Tuyển thơ Văn Thơ Việt 3 - nhiều tác giả - 2012
- Thơ Việt Đương Đại - nhiều tác giả - 2012
- Gặp gỡ nhau - nhiều tác giả - 2014.
- Âm sắc thời gian - nhiều tác giả - 2014.
- Chân dung văn nghệ sĩ qua góc nhìn Ngô Nguyên Nghiễm - 2016.
- Tác giả Việt Nam – NXB Nhân Ảnh - 2016 - USA
- Theo gót thơ – NXB Nhân Ảnh - 2017 - USA
- Hư ảo tôi.. - NXB Tương tri - 2018 - USA.
- Tâm Chân Dung - NXB Nhân Ảnh - 2018 - USA
- Thơ Việt đầu thế kỷ 21 – NXB Nhân Ảnh - 2018 - USA

TẶNG CÔ GÁI MIỀN TRUNG
VÀO SÀI GÒN BÁN VÉ SỐ DẠO

Quê hương em - khỉ ho cò gáy
Đất cằn khô bão lụt liên miên
Em bứt ruột xa đàn con dại
Vào Sài Gòn lao động kiếm tiền

Em chắt chiu từng đồng bạc lẻ
Gởi về quê cho con học hành
Đến ngày kỵ - không về giỗ mẹ
Đau xé lòng. Nước mắt chảy quanh

Ta mua hộ em - sẻ chia tình cố xứ
Em xa quê. Còn ta mất quê rồi!
Sẽ có ngày em trở về đoàn tụ
Còn ta. Đâu con quê nữa. Em ơi…

GỞI NGƯỜI
CHƯA MỘT LẦN DIỆN KIẾN

đời lắm ngả nên người đi dễ lạc
ta yêu em là đã lạc đường rồi
muốn quay lại nhưng đường xưa đã xóa
ta một mình trên thuyền nhỏ ra khơi

đời lắm nẻo - ta theo đường vô tận
mịt mùng xa trên trận tuyến rã rời
con thuyền nhỏ - ta làm người lỡ vận
em đâu rồi - xa xa tít mù khơi

chung kết lại ta tìm về vô cực
một u mê cho hết trọn kiếp người
em chợt hiện đỉnh cao hay đáy vực
dù nơi nào thì ta vẫn yêu thôi..

ta mơ mộng một đời tên thủy thủ
bọt biển khơi nên tan vỡ triền miên
em chợt đến chợt đi như hung thủ
xé tim ta cho quên hết ưu phiền

ta lỡ bộ tên nhà quê dốt nát
em về quê ta trải chiếu gọi mời
em cười mỉm: về quê như đi chợ
mà đi chợ thì... khác một cuộc chơi!

em chút xíu cũng như ta nhỏ bé
kênh kiệu chi dù thương muốn xé lòng
những đêm mơ ta một mình đơn lẻ
dẫu yêu rồi thì thương cũng như không!

em vật lộn với đồng tiền xương máu
ta chu du trên mây trắng mây hồng
ôi thương quá một loài chim hải đảo
tàn cuộc rồi cũng về biển mênh mông!

em bản lĩnh, biết rồi, em thứ dữ!
ta cu li, ta lỡ vận làm quan
em rất muốn nhưng hình như do dự
ta ngây thơ xin vào cuộc muộn màng...

TÌNH QUA MẠNG...

tự nhiên sao ta chui đầu vào facebook
quen em thương em rồi yêu luôn
tình yêu sao giống như thòng lọng
ta treo mình như thể treo chuông

chuông ngân còn có người sùng bái
ta ngân chỉ đồng vọng hư không
ta vốn dĩ là tên si dại
khi yêu ai là yêu đến tận lòng

và cứ thế mỗi đêm lên mạng
không nghe tiếng em là ta muốn nhảy lầu
em vốn biết ta tên liều mạng
nên dịu dàng: em chả dám đâu!

em Quy Nhơn nắng về trên biển gió
ta Tây Ninh mưa ướt núi Bà Đen
sao ngớ ngẩn với một người chưa rõ
vội thương ai qua phố nhỏ không đèn

vào facebook như thăm khu vườn lạ
có hoa chanh hoa bưởi hoa hồng
có chim phượng chim oanh và chim cú
có kỳ đà cắc ké lẫn kỳ nhông!

ta rất muốn sửa mình cho đứng đắn
nhưng sao thơ cứ mai mỉa bất cần
trong trận tuyến ta chưa hề chiến thắng
chùa khép rồi còn vọng tiếng chuông ngân

gẫm lại ta yêu nhau như bồ tát
yêu chúng sinh lục dục thất tình
những lời thơ ta xem như hạt cát
trả về em với biển rộng lung linh

kết thúc - thôi, xin em đừng khóc
giống như lần em khóc để ru ta
hãy tiếp tục comment cho bạn đọc
chuyện chúng mình - rồi sẽ phôi pha…

NGẠO MẠN

em đọc thơ – bảo thơ ta ngạo mạn
ừ, một chút thôi – chỉ một chút thôi
ta đấm ngực thơ tuôn ra lai láng
nhìn xa đi – thơ ướt một góc đời

là thế đó – thơ ta luôn có ớt
một chút tiêu pha trộn một chút gừng
ớt thì đẹp tiêu thơm gừng nồng ấm
nhưng ăn nhiều coi chừng nhảy cà tưng

em lại bảo thơ ta có nhiều người dị ứng
cũng đúng thôi - thơ hảo hán giang hồ
hào sảng – ngông nghênh – thẳng thừng – tưng tửng
đọc tối ngày không thấy chữ nam mô

ta xuống núi chẻ chữ thiền đứt nghiến
rẽ mây đen bước nhẹ xuống trần
không thấy gì chỉ thấy toàn lũ kiến
đang tranh giành hai hạt lợi danh

quá chán nản ta đi luồn vô núi
định lên non cao sống với thú cầm
bỗng gặp một nàng mặc áo vàng hoa cúc
thôi trở về làm thơ tiếp - tự ngâm…

Hồ Chí Bửu

LÊ HÂN

Tên thật Lê Hân, sinh ngày 02 tháng 02 năm 1947 tại Hội An, Quảng
Nam. Từng sống qua các nơi Tiên Phước, Hòa Vang, Đà Nẵng, Sài Gòn.
Du học tại Hoa Kỳ năm 1967, sống làm việc tại Montréal, Toronto, Mis-
sissauga.
Hiện hưu trí, định cư tại San Jose, USA.
Khởi viết trên báo *Tuổi Xanh* Sài Gòn thập niên 1960. Ngưng một thời
gian dài, trở lại sinh hoạt văn học, xã hội từ năm 1997. Hiện chủ trang
www.saigonocean.com và điều hành nhà xuất bản Nhân Ảnh.

Tác phẩm đã xuất bản:
- Tình thơm mấy nhánh (thơ, Nhân Ảnh, Hoa Kỳ, 2003).
- Ngọn tình lục bát (thơ, Nhân Ảnh, Hoa Kỳ, 2016).

EM TỪ LỤC BÁT

Em từ lục bát bước ra
bốn bề hơi thở Nguyên Sa dịu dàng
giường đầy hoa đã ngấm sang
thịt da khi đổi y trang mỗi ngày
trái tim đồng lõa ngón tay
nở thơm trên thỏi sáp bày bên hông
máu không trở lại chính tâm
mà bên ngực trái bềnh bồng mùi hoa

em từ lục bát bước ra
cõng ông Bùi Giáng xuề xòa ngả nghiêng
thả mình xuống cỏ, điềm nhiên
vẽ hình, vẽ ảnh, triền miên vẽ tình
em từ ca sĩ, minh tinh
từ cô thôn nữ bên đình viễn mơ
từ Kiều, từ cả Mông Rô
hiện thân là một nàng thơ mượt mà

em từ lục bát bước ra
ai sau lưng giống như là Viên Linh
bỏ cà sa để theo tình
mấy hồi chuông động tâm linh niết bàn
cúc hoa nở lạnh hiên vàng
dâng lời chúc biệt nồng nàn níu chân
em đi hồn bóng phân thân
dáng thơ rụng xuống cõi trần mọc hoa

em từ lục bát bước ra
bàn chân Nguyễn Bính lân la theo cùng
hương đồng phấn nội về chung
váy lảnh quần nái gió lồng tỏa hương
chiếc tằm em rớt bên vườn
bướm vàng tha gởi vào nguồn ca dao
tương tư là bệnh thanh cao
một đời yêu đủ thành sao sáng lòa

em từ lục bát bước ra
tay hương vén tóc liếc qua mái đời
tôi ngồi trong chiếu thơ tôi
những câu sáu tám ngút hơi yêu đời
vịn Cung Trầm Tưởng dạo chơi
theo Huy Cận ghé vào nôi nắng sầu
cùng Hoài Khanh ngồi bên cầu
nhìn mây vuốt ngực lắc đầu trốn em
cùng Luân Hoán nằm trùm mền
sợ rơi giấc nhớ mất em bất ngờ

cùng trăm ngàn vạn nhà thơ
đón em từ lục bát vào thế gian.

TỰ DƯNG

tự dưng hương rớt vào tay
nở từng con chữ dưới mày liếc ngang
em đi, bước rối ngàn trang
thơ kim, cổ sống tâm, nhan tuyệt vời

tự dưng tơ dính vào môi
buộc tôi vào giữa tiếng cười, thở ra
em đi đỏng đảnh qua nhà
trang giấy trắng mới mọc ra điệu vần

tự dưng gió vương gót chân
chao nghiêng tà lụa bâng khuâng nét nhìn
ngón tay chợt trổ ra hình
em gieo từng bước xuân tình vào thơ

tự dưng mưa bão tình cờ
từ khi em ngó hững hờ sang tôi
tự dưng tóc chợt rối bời
tình mê man cũng rối lời nhớ nhung

tự dưng lạc giữa mịt mùng
thấy tôi, em vốn là chung một người
tôi là em, em là tôi
từ trong tiền kiếp có đời sống nhau

tự dưng em lẩn vào đâu
không có, chợt có nỗi đau thình lình
tự dưng tôi thấy chính mình
đẹp ra từ thuở thất tình đầu tiên

tự dưng tay viết quàng xiên
đọc đi đọc lại bỗng ghiền chính tôi
em là thơ, đã hẳn rồi
tôi là người thở vô đời sống thơ.

THƠ TÌNH RIÊNG TÔI

một đời
tôi chưa thất tình
yêu người
là để yêu mình rõ hơn
nhớ nhung
lãng mạn
giận hờn...
bao nhiêu chiêu giúp tâm hồn trẻ luôn

một đời
tôi chưa biết buồn
nợ
duyên
vốn rất bình thường, tự nhiên
được
không
chẳng thể ưu tiên
người nào không có trái tim si tình?

một đời
tôi sống hiển vinh
bởi nhờ làm được thơ tình vu vơ
yêu thương chẳng để tôn thờ
là cho
là nhận
tóc tơ tôi, người
thơ tình tôi ấm niềm vui
từng dòng thánh thót tiếng cười nói em.

Lê Hân

LÊ VĂN TUẤN

Tên thật là **Lê Văn Tuấn** (còn gọi là Lê Tuấn)
Nguyên quán: Đức Thọ, Hà Tĩnh.
Năm sinh: 1952 (trong CMND, tạo hóa cho trẻ hơn 1 tuổi - 1953)
Nơi sinh: Hà Nội.
Kỹ sư năng lượng (tốt nghiệp tại đại học Belarus - Liên xô cũ)
Hiện sống và làm việc tại TPHCM
Điện thoại & fax: (08) 3840 9689
Website: matmatruongsinh.com
E-mail: unescocror@gmail.com

8 tập thơ, các DVD thơ và các chương trình phát thanh và truyền hình về thơ:
- 8 tập thơ:
* Chảy trong mạch đất (NXB Hội Nhà văn - 2007)
* Mùa hoa bưởi nở trên sa mạc (NXB Văn học - 2007)
* Giấu hoa mộc niên nở trong tim (NXB Văn học - 2007)
* Sương mai còn ướt trên mặt sóng (NXB Văn học - 2007)
* Bài ca chim cắt (NXB Văn hóa Sài Gòn - 2007)
* Mật mã trường sinh (NXB Văn nghệ - 2007)
* Hoà bình trên đỉnh văn minh (NXB Thanh niên - 2007)
* Ân tình non nước (NXB Văn học - 2007)

- DVD thơ và các chương trình phát thanh, truyền hình thơ:

* Mùa xuân mới trên đỉnh thi ca (HTV9 - 2009)

* Tình non nước (DVD - 2009)

* Kingkong và nhà thơ (DVD - 2009)

* Hồn trong thơ (DVD - 2009) -1

* Hồn trong thơ (DVD - 2009)- 2

* Hồn trong thơ (DVD - 2009)- 3

* Bài ca chim cắt (Đài phát thanh tiếng nói Việt Nam 58 Quán Sứ, Hà Nội)

- Các tác phẩm văn học:

* Bài ca con linh dương (NXB Văn học - 2010)

* Mr. Beo (NXB Văn học - 2011)

* Quà tặng từ trái tim (Tập I) (NXB Văn học - 2011)

* Quà tặng từ trái tim (Tập II) (NXB Văn học - 2011)

* Quà tặng từ trái tim (Tập III)

* Quà tặng từ trái tim (Tập IV)

* Quà tặng từ trái tim (Tập V)

* Sao chổi bay về

* Hai anh em rắn và chú bé Tan (NXB Văn học - 2011)

* Lời cầu hôn của quỷ (NXB Dân Trí)

* Giọt nước mắt của đấng tạo hóa và học thuyết vũ trụ

* Giọt nước mắt cho đại dương và âm nhạc CROR.

----

* Trích từ nguồn:

http://vietnamnhanvan.org/?unesco=chi-tiet&id=18&gioi-thieu-ve-tong-giam-doc-ts-le-van-tuan.html

NỬA PHẦN NHẤP NHÁY

Tôi muốn cho em nửa bầu trời
Nửa phần nhấp nháy, nửa phần trăng lên
Tiếc rằng trời chẳng làm đêm
Cho em dẫu một cánh sao trên trời

Lối em đi nắng mưa dông gió
Bóng em bồng bềnh trên bùn đất chân quê
Trăng đi trong tiếng chuông ngân
Nhìn lên tôi ước một lần cho em

Tôi muốn cả cho em tất cả
Cả bầu trời và cả vạn tình thương
Cả những con đường không đợi người đi mới có
Cả những mảng đời ướt sũng gió mưa…

ĐƠN LẺ

Có thể người cô đơn là lẻ
Dặm đường dài chênh chếch bóng chim bay
Hãy nhìn xem
Những người rách nát
mỏi mòn và khao khát
quay cuồng đơn chiếc trong cuộc vật
với bốn mùa dông bão xô nghiêng.

Và hãy thử coi
những người gầy guộc
Lầm lũi loi nhoi
                bóng lẻ mái chèo
Giữa những bến bờ bèo giạt mây trôi
Mênh mang trong
                cuộn tràn đau khổ…

Rồi những kẻ chung tình như thế
Cũng chìm dần vào vực sâu bể thắm tình đời.
Không chỉ cứ số đơn là lẻ
Mà ngay cả đêm dài
                … cũng lẻ bóng cô đơn

Và sau nữa
Người anh hùng
                chết ngạt trong bùn đất

Xanh thắm hồn
Lồng trong lồng lộng
                bóng quê hương.

RU SÔNG

Ai qua bến ấy ai ơi
Ai qua rồi có đi về nữa không?
Đò ngang một chuyến là qua.
Con người năm ấy bôn ba đâu rồi?

Đêm dài
      mênh mang con gió
Ơi những cánh đồng để ngỏ… tiếng à… ơi…
Và những dòng sông e ấp tiếng ru hời
Tiếng chim chiền chiện lưng trời
Mái chèo em đẩy
Mảng đời qua sông

Đêm lặng lẽ về bến sông uống nước
Nước nghiêng thuyền em thả bóng xuống dòng sông
    Con cá quẫy
        Vô tình trăng vỡ
Trải dưới thuyền
    … lấp lánh vạn vì sao

Hôm qua con nước đi ra
Hôm nay con nước lại ào dâng lên
Sóng thần cuốn lấy hồn em
Đưa người con gái đi vào trong trăng

À… ơi…!
Dòng sông vẫn thế - người xuôi ngược
Tình đời bạc bẽo, biết không em
Ơi!
        Những mái chèo lơ lửng…
Ơi những cánh đồng để ngỏ…
        tiếng à… ơi…

Và những dòng sông… e ấp
        Tiếng ru hời…

Lê Văn Tuấn

NGUYỄN HẢI THẢO

- Sinh năm 1954 tại Sài Gòn.
- Tốt nghiệp sư phạm năm 1974.
- Nguyên trưởng nhóm Văn nghệ Mây Trắng 1972-1974.
- Nguyên Chủ nhiệm CLB Sáng tác thơ Nhà Văn hóa Lao Động TPHCM 1990-1995.
- Có thơ, truyện đăng trên các báo, các tạp chí, các tuyển thơ trong nước từ năm 1969.
- Thành viên Ban chủ biên Tuyển tập Hương Thiền.
- Email: nguyenhaithao54@gmail.com

Tác phẩm in riêng đã xuất bản:
- Nỗi đau thời gian (Thơ, NXB Văn Nghệ - 1992)
- Đừng gọi anh bằng chú (Tập truyện ngắn - NXB Văn Nghệ - 1997)
- Âm vang của sóng (Thơ - NXB Văn Nghệ - 2006)
- Thả sầu theo gió bay đi (Thơ - NXB Nhân Ảnh - 2018)

Tác phẩm in chung:
Lục bát tình (Thơ 501 tác giả, NXB Đồng Nai, 1997); Diễm xưa (Thơ 111 tác giả - NXB Đồng Nai - 1996); Ngày xưa Hoàng Thị (Thơ 109 tác giả - NXB Văn Nghê - 1995); Thơ ơi, cùng chảy nhé (Thơ 262 tác giả - NXB Văn Nghệ - 2009); Người đồng hành quanh tôi (Tuyển tập 31 Tác giả-tác phẩm - NXB Thanh Niên - 2013); Thơ TP.HCM 1975-2005 (Thơ 128 tác giả - NXB Hội Nhà Văn - 2005); Thơ TP.HCM (102 tác giả - NXB Hội Nhà Văn - 2008)…

NGHIÊNG

Em nghiêng
chiều xuống thật gần
Tôi nghiêng xuống ngắm
tôi - trần - trụi - tôi

Nghiêng tình
trăng gió lên khơi
Nghiêng đêm lơi lả
gọi mời gối chăn

Nghiêng thơm hương
chỗ em nằm
Nghiêng tôi
ru lại giấc trầm
miên du

Nghiêng ban mai
đón ý thơ
Nghiêng hoa cỏ
dệt mộng mơ
xanh đời…

THỨ BẢY RỖNG

Giật mình tỉnh giấc
sau cơn mục ruỗng đêm
tôi đi tìm mặt trời

Nhàm đến tận cổ
những gã đàn ông lắm mồm
phá vỡ sự bình yên buổi sáng

Cô chủ quán
vẫn mở bài hát cũ rích
nhàm tận mang tai!

Cỏ vẫn tươi
Hoa vẫn thắm
hiên ngang cợt người

Tôi túm gọn nỗi buồn
ném vào thứ bảy rỗng
khai quật niềm vui…

BAN MAI XANH

Khi tiếng gà ò ó o phá tan sự tĩnh lặng của đêm
Khi những ngọn đèn đường đã đến giờ buộc tắt
Sài Gòn còn sáng, tối nhập nhòe
và trên phố đông dần những người đi bộ, tập thể dục...
Tôi rửa mặt, cạo râu, thay áo...
dong xe đến quán cóc quen thuộc
nhâm nhi vị ngọt đắng
ngắm màn đêm khoan thai cởi bỏ áo choàng
Phía xa xa đã thấp thoáng ánh dương
tưới dần những hạt nắng trinh nguyên trên hoa cỏ
Tôi hít thở đầy vòm ngực
mùi ban mai tinh khôi trong nắng, trong gió
Ngày bắt đầu lên…

Nguyễn Hải Thảo

PHAN VĂN HI

* Tên họ và nick Facebook: Phan Văn Hi
* Bút danh: VN Phan Văn Hi
* Thành viên Văn Học Unescom & Tủ Sách Thi Văn Việt
* Địa chỉ: Hóc Môn, TP. Hồ Chí Minh
* Email: phanvanhi47@gmai.com
* Điện thoại: 081 891 1745

- Đã có thơ in chung trong 30 ấn phẩm của 13 văn thi đàn trong nước.
- Tác phẩm in riêng: Cho nhau cho người

   + Nhà xuất bản Văn hóa - Văn nghệ ấn hành và phát hành tại TP. Hồ Chí Minh.

   + Nhà xuất bản Nhân Ảnh ấn hành tại California (USA), phát hành toàn cầu theo hệ thống Amazon.

RA KHƠI

Chiếc thuyền nhỏ dọc ngang sông nước
tự tin. thoăn thoắt. lướt phăng phăng
chút sóng chút gió cào bằng
gặp con nước ngược đằng đẳng rướn lên

Ra sông lớn lền khên con sóng
ngụp xuống trồi lên lóng ngóng bơi
hụt hơi vượt sóng ra khơi
Ngoài kia biển lớn bời bời sóng xô

Ra biển lớn sóng vồ gió dập
thuyền lom com lập bập chao nghiêng
thuyền to lái dở đảo điên
hướng gió hướng sóng đi liền an nguy

Giàu ý chí thường khi chưa đủ
Tầm không thông thua ụ nước nông
Biển đời át cả biển Đông
nhập nhằng chua ngọt lạnh nồng đắng cay

Sống riêng lẻ cầu may, tâm cạn
Sống muôn người bầu bạn cận lân
Ra khơi trải nghiệm ân cần
giao hòa tương tác tương thân tương tồn.

TRƯỚC SÓNG

Ngoài khơi sóng gió đâu cũng có
động rồi yên đâu đó bất kỳ
liệu lường thuận nghịch mà đi
thuyền to thuyền nhỏ thích nghi mới bền

Thuyền thuận gió thuyền lên theo gió
Gặp bão dông gian khó không sờn
bình tâm xem xét giả chơn
tự tin. bản lãnh. thiệt hơn tỏ tường

Vững tay lái nhu-cương tích hợp
Bão lớn không hốp tốp tách bờ
Sóng to mà lỡ xa bờ
lái sao cho sóng lệch trờ mạn bên

Thuyền theo lái trườn lên. sóng trượt
hướng mũi thuyền gió sượt gió chao
Ra khơi nếm trải ba đào
thân tâm vươn dậy tự hào thành nhân

Biển đời rộng tương cần cộng hợp
nghiệp khởi trùng trùng lớp lớp duyên
thượng vàng hạ cám mọi miền
ra khơi trăm ngả hữu duyên hội thuyền

Ngoài khơi lắm dữ hiền hư thiệt
dậy mà đi cho biết vàng thau
biết ta nên đứng chỗ nào
tâm-tầm hun đúc CHO NHAU CHO NGƯỜI.

TƯƠNG CẦN NGHĨA TRỌNG

Đó tranh được mong người đừng được
Kia ăn trên ngồi trước lận lường
Lòng tham không đáy bất lương
bạt ngàn khẩu hiệu yêu thương. cơ cầu

Bồ cắt với bồ câu giống quá
nghe nhìn qua nhấp nhá hao hao
biết làm sao, hiểu làm sao
cái cột biển báo trên cao tối mò

Nhìn biển báo khom co lựng chựng
hướng nào đây hỡi những con đường?
đường nào tránh được nhiễu nhương?
Tình tự dân tộc soi đường mà đi!

Thấy cho hết man di tà mị
Sẵn lòng buông hiềm tị. bao dung
Nhắc nhau một mẹ bọc chung
cùng nhau cỡi sóng tương tùng tương sinh

Này mấy kẻ bình sinh lừa bịp
sớm nhận ra. sửa kịp sai lầm
đừng chờ tù ngục giam cầm
tu tâm dưỡng tánh ươm mầm thiện nhân

Cùng hành xử tương cần nghĩa trọng
để không ai là ác mộng của ai
để hạnh phúc bất cứ ai
không là bất hạnh của ai trong đời

THÁP NGÀ

Nhà cửa đóng cao tường kín cổng
tường cách âm mị mộng tháp ngà
Ánh mặt trời vẫn lân la
không sao có chỗ vào ra chia nguồn

Trong nội thất một khuôn một bếp
khéo bày như nhiều nếp đa năng
ngồi trong tháp chẳng ai bằng
bước ra khỏi tháp thành thằng. hết ông

Ngồi trong tháp qua song cửa sổ
thấy lõm lồi lỗ chỗ nhỏ nhoi
tưởng rằng tháp lớn hơn voi
cái gương xám xịt không soi được mình

Ra khỏi tháp rõ mình nhỏ bé
biết vậy thôi, không hé nửa lời
ra công thêm thắt vẽ vời
tô son trát phấn che đời vấp va

Cánh cửa tháp vào ra khép hở
Ánh mặt trời tở mở rọi vào
nội thất chộn rộn xôn xao
chỗ hư chỗ lỗi nhìn nhau vỡ òa

Nền cát lún tháp ngà tự hoại
khép lại thời tự đại tự cao
biết mình đứng ở chỗ nào
nhận ra tứ hải anh hào muôn phương

Tìm cho được con đường tương cận
Tìm điểm chung cùng vận bình sinh
Có nhau cống hiến chí tình
Có nhau tương tác tương sinh tương tồn.

HÃY TỪ CHÍNH TA

Nghĩ cho đúng đã là chuyện khó
Nói đúng cần phải có ngôn từ
Nghĩ đúng nói đúng mới cừ
Không làm cho đúng mấy cừ cũng hư

Trước sinh chúng mượn từ nói đúng
nói thật hay. lòe chúng. không hành
giọng thật thanh lời thật lành
trong sâu góc khuất sỏi sành gươm đao

Quen gian dối thao thao che dối
dùng dối nay đậy dối hôm qua
dối che dối dối sa đà
loạn màu hoa mắt nhà nhà thương đau

Hành không đúng. tam sao thất bổn
Thấy sai liền từ tốn sửa sai
bằng không, sai sẽ chồng sai
sai lớn sai nhỏ đan cài rối đanh

Phanh sai quấy. ta phanh ta trước
đến người nhà, lần lượt bạn ta
giúp nhau những lúc vấp va
sai thì cùng sửa. giao hòa đi lên.

SÁNG NGỜI GƯƠNG LÀNH

Gió không thổi mây ngừng khí đọng
thú, người, cây, cỏ sống không xong
Gió không tự chế hóa dông
sinh linh khốn khổ ruộng đồng tan hoang

Lá sen vốn không màng ngậm nước
nước đổ lên trườn trượt tuột tuôn
khi trầy sướt ướt tuồng luông
Thấm, hoại, thối, rữa ăn ruồng lá sen

Sống trong sạch kẻ khen người quý
Một phút thôi. cạn nghĩ dây bùn
nhanh tay rửa ráy đến cùng
dây dưa thêm bẩn thêm bùn châu thân

Năng nhìn lại tâm, thân với ý
giữ tâm cho sáng, ý cho trong
sống cho thật tốt. mở lòng
bớt một việc xấu góp thông dòng đời

Then mở-đóng cả đời không rỉ
Nước giữa dòng không bí không hôi
Tấm gương trau chuốt từng hồi
bụi không bám nổi sáng ngời gương lành.

Phan Văn Hi

SONG LINH

Tên: Vu Long
Bút hiệu: Song Linh
Quê quán: Bắc Ninh
Cư trú: San Jose, CaLi, Hoa Kỳ

Tác phẩm thơ đã ra mắt:
- Thân phận và tình yêu
- Nửa đời còn đó
- Hỏi tình trăm năm
- Nhặt bóng em về

Thơ in chung nhiều tác giả
- Một phía trời thơ 4, thi phẩm do Thi đàn Lạc Việt ấn hành.
- Tạp chí văn học Cội Nguồn, 4 cuốn
- Cụm hoa tình yêu, 8 thi phẩm - cơ sở VTLV, 3 thi phẩm.
- Tạp chí Hoa Tiên, 2 thi phẩm

- Cộng tác với Đài Phát thanh San Jose 1430 và 1500 AM
- Cộng tác với một số nhật báo, tuần báo, bán nguyệt san.

- Đã trình làng: 1 DVD - 2 VCD - 3 CD thơ phổ nhạc bởi các nhạc sĩ: Phạm Đức Huyến - Vũ Đinh Ân - Kiều Tấn Minh - Lê Quốc Tấn - Lynh Phương.

LỆ TRỜI

Ta về bật cúc chào đêm
Thả câu lục bát cho thèm lưỡi ngon

Lệ trời rơi chút cỏn con
Bên ni bên nớ héo mòn nụ hôn

Tình ơi ôm xiết linh hồn
Còn nhau trong ánh hoàng hôn đỉnh trời.

THÁNG BA EM VÀ TA

Tháng Ba em và ta
Hương ngây ngất đàn bà
Trong đêm dài khánh tận
Em lột xác kiêu xa

Bàn tay em đàn bà
Cho sóng dậy phong ba
Cho mù lòa ân ái
Cho lệ đẫm xót xa

Tháng Ba không có hoa
Lại thêm không có quà
Ta mừng em buổi tối
Nụ hôn cuồng thịt da

Tháng Ba em và ta
Trời đất sẽ khóc òa
Gối chăn nhàu nước mắt
Khóc cho tình cách xa.

Saigon 2019

MANG BÓNG EM VỀ

Xuân đến nồng nàn nhung nhớ em
Làn da hoa sứ khát khao thèm
Nụ em áo tím thơm chiều gió
Đôi mắt Điêu Thuyền hoa bướm ghen

Ta mê đến độ say cuồng nhớ...
Em bước lên ngai đủ sắc màu
Thôi thì cứ để ta làm lính
Được ngắm dung nhan đến bạc đầu

Ta đem trăng xuống thơ làm nũng
Ai giắt ta vào bến mộng mơ
Ai giấu hồn ta nơi góc phố
Cho đời uống cạn chén bơ vơ

Ta sẽ ôm tròn trái đất quay
Yêu em chưa có một vòng tay
Rồi mai mốt nọ bên trời tuyết...
Mang bóng em về... thỏa đắm say.

CHO ANH CÒN YÊU EM

Thơ anh về tháng Giêng
Mang theo chút nắng thiền
Mùa xuân về gõ cửa
Hồn anh nằm cõi riêng

Ta gặp nhau buổi sáng
Giọt đời thơm ngất ngây
Mắt em hiền đức mẹ
Tóc em buồn theo mây

Tình anh ngày tháng hạ
Tình em đóa sương mù
Lòng em buồn ốc đảo
Bên góc đời gần như...

Chiều nay trong quán vắng
Mời em ngồi xuống đây
Quên đi hết ưu phiền
Cho anh còn yêu em
Cho anh mềm môi say…

Song Linh

BÙI THANH MINH

Tên & nick FB: Bùi Thanh Minh
Hội viên Hội Nhà văn Việt Nam
Hiện đang công tác tại Hà Nội.

Tác phẩm đã xuất bản:
- Kể về một mối tình *(tập truyện)*
- Quà bất tử *(tập truyện)*
- Trên bến sông Trà *(tập truyện)*
- Đêm nổi bão *(tập truyện)*
- Bên sông Trà Lý *(tập truyện)*
- Biển cạn *(tập truyện)*
- Cõi đời hư thực *(tiểu thuyết)*
- Giời cao đất dày *(tiểu thuyết)*
- Truyện ngắn chọn lọc *(tập truyện)*
- Sào huyệt cuối cùng *(tiểu thuyết)*
- Gió đưa cây cải *(truyện ký)*
- Và đàn bà *(tản văn)*

Giải thưởng:
- Giải thưởng Lê Quý Đôn *(lần thứ 3)*
- Giải thưởng Truyện ngắn của Trung ương
  Đoàn Thanh niên và Tuần báo Văn nghệ
- Giải thưởng Truyện ngắn Tuần báo Người Hà Nội
- Giải thưởng tiểu thuyết Bộ Quốc phòng *(2001 - 2005)*
- Giải thưởng tiểu thuyết Bộ Quốc phòng *(2006 - 2010)*

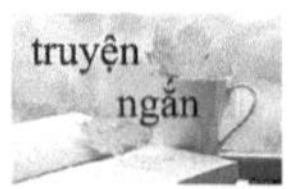

CHANH ƠI, EM Ở ĐÂU?

Ngày đó, đơn vị chúng tôi làm nhiệm vụ huấn luyện quân tăng cường, bổ sung cho chiến trường miền Nam - nghĩa là nhận tân binh rồi tổ chức huấn luyện kỹ chiến thuật và nghiệp vụ, khi đã tương đối "đủ lông, đủ cánh" thì giao quân cho chiến trường. Đợt ấy, tiểu đoàn được trên giao nhiệm vụ huấn luyện chiến sỹ gái. Thằng Chiến - trung đội phó - nheo đôi mắt dê cụ " phen này... thì trúng quả rồi". Trúng đâu chả biết, cứ cái kiểu cà chớn thì có ngày trúng gió chứ chả... Tôi đe hắn thế.

Rồi một ngày thu, trung đội tôi nhận về 36 a-mi xinh tươi - những cô gái Thái Bình độ tuổi trăng tròn mơn mởn như cây lúa đang thì. Thằng Xuyên trung đội phó lúc nào cũng ri rỉ: *"Cô gái Thái Bình, cô gái Việt Nam - Duyên... i... rất duyên, làm lại... i... chăm làm... gió biển mặn i... nước da bánh mật i... gãy cả đòn càn, phang vào đầu Tây, mà i... gãy cả đòn càn".*

Tôi là trung đội trưởng, nhưng thực ra chỉ nhỉnh hơn các nàng hai đến ba tuổi. Tôi nhập ngũ đầu năm trước, thì cuối năm sau các nàng nhập ngũ. Trước hàng quân lúc nào tôi cũng tỏ ra nghiêm khắc và bị các nàng phong cho là "Trung đội trưởng hắc xì dầu", nhưng tối về năm vắt tay lên trán suy nghĩ, mường tượng từng khuôn mặt tròn trịa, xinh tươi, những nụ cười e ấp, những đôi mắt rợp mi thăm sâu, đắm đuối đến mê hồn, tự dưng lòng mình nhìu nhịu lại.

Ấy rồi một hôm tôi đi kiểm tra nội vụ (hồi đó chúng tôi còn ở nhờ nhà dân), vào một nhà có bốn cô tiểu đội Ba ở. Chu cha... tôi hết hồn vì nhìn thấy bao nhiêu thứ "xích líp, phụ tùng"... trắng đỏ đen hồng của các cô treo lủng lẳng từng hàng từng dãy trên dây thép trước sân nhà chủ. Ôí giời, tôi mới lộn tiết làm sao. Vừa mới tối hôm qua tôi nói ra rả về tác phong nội vụ, về ý thức ăn ở của quân nhân mọi lúc mọi nơi, nhất là ở trong nhà dân. Đúng là đàn bà con gái ở cái thời dân chủ này thật quá lắm. Cái thứ mà các cụ xưa dạy phải giấu nó đi, ém nó đi, thì nay các cô lại trưng ra như cửa hàng công nghệ phẩm trên huyện. Tôi nói cho các đồng chí biết nhớ (tôi đã dùng đến từ đồng chí là biết đấy) các cụ xưa dạy, đàn bà con gái cười là không được há to cái mồm, đánh rơi cái gì phải ngồi xuống mà nhặt, quét nhà thì ngồi xuống mà quét, đứng thì không được đứng trước cửa. Trời ạ, đằng này... cười thì nhìn thốc được vào tận cổ họng. Đang đi, đánh rơi cái lược như cô Thiêm hôm nọ, chả nhìn trước nhìn sau gì cúi chổng mông nhặt, tôi đi sau tý nữa là chồm lên lưng như con gà trống trên lưng con gà mái. Ở nhà dân có đàn ông đàn ang, sáng dậy quét nhà cứ cong lưng chổng mông như cái gương cong, quần lại sa tanh bóng loáng, thằng đàn ông nào chả muốn đi tù. Chủ nhà, khách khứa ngồi trong nhà uống nước, con gái phây phây mặc quần phíp mỏng, lại cứ đứng ở cửa cứ như là triển lãm, đùi bé, đùi to, mỏng dầy cứ rõ mồn một. Khách ngượng một, người nhà ngượng mười. Nói đến thế mà cứ như nước đổ đầu vịt. Các cô có biết đầu vịt là thế nào không? không hử. Để tôi nói cho các đồng chí biết... Tôi lấy chiếc sào chọc vào một chiếc quần con đo đỏ đầu dây phơi rồi đẩy một vệt, tất cả xích líp, phụ tùng chun lại một đống cuối dây.

Hả giận, tôi đứng thở như vừa xong một việc quan trọng. Ở trong nhà một bóng hồng mặc áo lót trắng, quần đen, bộ ngực chổng ngược, nhọn hoắt hừng hực phóng ra sân, miệng nói, tay làm:

- Này sợ...

Cô ta chụp lấy một đôi xu chiêng trên dây khoác vào cổ tôi. Bị bất ngờ, tôi lúng túng giật cái của nợ ném đi, nhưng càng giật nó càng ngoắc vào cổ. Để giữ cho oai phong, tôi đứng nghiêm, mặt như đâm lê:

- Đồng chí Hồng! Tôi cảnh cáo đồng chí.

Lúc đó, qua khe cửa sổ có một đôi mắt huyền dìu dịu nhìn ra, với một nụ cười e ấp. Bỗng dưng cơn nóng trong người tôi triệt tiêu hết. Hồng nhẹ nhàng gỡ đôi "quang" khỏi cổ tôi, tủm tỉm cười đi vào trong nhà: "Tinh tướng, rồi có lúc mê chả được".

Thế rồi không hiểu sao, đôi mắt huyền qua khe cửa cái hôm giời vật ấy cứ ám ảnh tôi hoài. Lúc ăn, lúc ngủ, khi sinh hoạt, tập tành… không lúc nào là không có đôi mắt bên cạnh. Chết nữa là hàng ngày lại cứ phải đối mặt với đôi mắt huyền đó mới khổ cái thân thằng mục này chứ. Cái biệt danh "hắc xì dầu" lặn biến mất tăm. Tôi trở thành một cán bộ dễ tính và được các nàng khen là lành như cục đất sét. Ấy rồi có một đêm, chả hiểu cái tâm tính mình ra làm sao nữa, trong một giấc mơ tôi ôm ghì thằng Chiến, miệng không ngớt: "Chanh, Chanh". Sáng dậy, thằng Chiến chỉ vào mặt tôi: "Ông khai mau! Có phải con Chanh mắt huyền tiểu đội Ba phải không?" Tôi thực sự lúng túng khi bị Chiến bắt quả tang, mặt đỏ rựng như gấc chín, nằm vật ra giường, nhắm mắt: "Chiến ơi… tao… sắp chết". Chiến hoảng hồn, rút chiếc còi, báo động toàn trung đội có cấp cứu. May mà chiếc còi rơi mất… cái hột ở trong bụng, nên nó chỉ huýt như người huýt sáo.

Cái thằng mục da nâu, lông mày như chiếc sao chổi, ngón chân cái tòe sắp chết thật khi phát hiện ra đôi mắt huyền có cái eo lưng thon - cái eo lưng mà cho đến bây giờ nhớ lại tôi vẫn không thể nào tả nổi thành lời, ngay cả cảm giác run rẩy nao nao lúc đó cũng không thể mô tả được mới lạ chứ. Tôi cam đoan tất cả phái mày râu nếu ai được nhìn thấy cái eo lưng của Chanh một lần chắc chắn là mất ngủ, ít nhất một đêm, kể cả người trống đánh mang tai vẫn lăn ra là ngủ. Chính vì không tả nổi thành lời mà suốt bao nhiêu năm nay, phòng làm việc của tôi có một chiếc bình sứ, thỉnh thoảng mùa hoa chanh nở tôi tỉa một cành đưa vào lọ, còn ra chiếc lọ để không, bản thân nó mãi mãi là một biểu tượng của vòng eo số 2.

Sáu tháng huấn luyện qua mau, ngày chia tay nhau đã đến, vậy mà tôi chưa thể tỏ tình với Chanh được. Cũng có vài lần Chanh biếu tôi một nụ cười, một cái liếc tình, một câu nói "anh ơi" mềm mại. Nhưng mà khốn nỗi cho cái thằng mục như tôi, nụ cười của Chanh chỉ làm tôi thêm lúng túng, mê muội và càng… run rẩy. Cái đẹp thật… dễ sợ.

Cái thời chúng tôi là thế. Dù biết chiến tranh nên không chắc có lấy được nhau, nhưng cứ tỏ được lòng mình cho người mình yêu là đã sướng lắm rồi. Nhất là khi đối phương nghe mình tỏ tình mà không phản ứng, lại có vẻ cảm động là coi như thành công, mặc dù chưa nhận lời yêu.

Ngày chia tay đã đến. Cả đơn vị lên ô tô hành quân vào Thanh Hóa để bàn giao tân binh cho đơn vị bạn, số cán bộ khung chúng tôi lại trở về huấn luyện khóa mới. Tôi ngồi chung xe với tiểu đội 3 của Chanh. Lẽ ra trung đội trưởng phải ngồi ở ca bin, còn lại đều trải bạt ngồi ở thùng xe (hồi đó chúng tôi thường phải hành quân bằng ô tô tải), nhưng tôi quyết định ngồi cùng với chiến sỹ với lý do "một số cùng" để nắm chiến sỹ mà chỉ huy. Thực ra tôi muốn gần Chanh thêm một chút nữa, và nếu có điều kiện thì chớp cơ hội tỏ tình.

Trời rét, tất cả chúng tôi lấy chăn ra trùm kín ngang ngực. Chuyện trò nổ tung trời quên cả bịn rịn, nhớ nhung, miễn sao làm cho tư tưởng của mọi người khi ra trận cứ "nhẹ như lông hồng" - đấy là theo lời chính trị viên đại đội - nhưng mà lông hồng là một loại lông gì chúng em chả biết - cái Hồng bảo thế - chứ còn em Hồng đây… thì chả làm gì có.

Ngoài đôi mắt, cái miệng và nói chung là cả khuôn mặt tất cả chúng tôi thì vẫn nhìn nhau, nói chuyện với nhau, còn lại từ vai trở xuống đều giấu kín trong chăn. Tôi ngồi đối diện với Chanh và Hồng, có lúc xe xóc chân tay đụng chạm vào nhau. Ngoài những khi nói chuyện, hoặc nhắc nhở mọi người cần phải thế này, cần phải thế kia ở cương vị trung đội trưởng, thỉnh thoảng tôi cũng bí mật liếc mắt ngầm đánh tín hiệu với Chanh. Cũng đành liều vậy thôi vì chả còn cơ hội nào nữa. Những lúc ấy Chanh cũng nhìn tôi có vẻ tình tứ. Tôi nhận thấy trong đôi mắt đen của nàng có gì chao đảo, có gì nhắn gửi và hình như còn có chút gì lãng mạn. Vậy chứ, chả lẽ suốt sáu tháng trời nàng không nhận ra tình cảm của tôi sao? Phụ nữ họ nhạy cảm lắm. Tôi tự trách mình, lẽ ra cần phải viết một bức thư, cùng lắm thì dúi vào túi cóc của nàng trước khi chia tay. Sao mà tẩm thế không biết. Học hành, tập tành… thì ranh ma vậy, mà có mỗi tí việc này lại đần thế không biết. Tôi kể một chuyện gì đó vui vui. Kể xong, cả tiểu đội cười, Chanh cũng cười. Có lẽ đó là tín hiệu nàng muốn chuyển cho tôi rằng nàng thích tôi chăng? Tôi quyết định thả câu một lần nữa. Giờ nghỉ trưa ăn cơm, tôi cố tình ngồi cùng mâm với Chanh. Trong bữa ăn tôi gắp thức ăn cho Chanh hai lần, cả hai lần em đều tiếp nhận ăn ngon lành. Xong bữa em còn lấy ở đâu hai điếu thuốc lá Tam đảo đưa cho tôi. Chao ôi, cử chỉ đó suýt nữa làm tôi chết ngất. Đích thị là nàng thích tôi rồi. Phụ nữ có cử chỉ chăm sóc như thế là họ đã cảm tình.

Chiều hành quân, tôi vẫn ngồi cùng các em tiểu đội Ba. Lợi dụng xe xóc, tôi đẩy người gần về phía Chanh. Có một bàn chân con gái để gần sát tay tôi. Chiếu thẳng thì đích thị là chân Chanh rồi. Tôi hồi hộp quá. Bàn tay tôi đã chạm vào bàn chân nàng, bàn chân thon nhỏ, gót đỏ hồng hào, bắp chân thon dài trắng như trứng gà bóc. Bàn chân mà bấy lâu tôi ao ước được một lần ve vuốt, thì nay đã kề bên.

Chiếc xe chồm lên một lần nữa vì vấp phải một vật gì đó. Tôi cố tình để bàn tay tôi tung lên trong chăn, khi rơi xuống dĩ nhiên là trúng bàn chân nàng. Không thấy nàng phản ứng, không rút chân lại. Nhìn khuôn mặt nàng vẫn dìu dịu đắm đuối, không có mảy may biểu hiện khó chịu. Tôi đi đến một quyết định. Nhưng mà sao run quá. Tim như loạn nhịp. Rồi tình yêu nàng của tôi đã thắng. Chính tình yêu làm cho con người dũng cảm lên nhiều. Tôi khẽ khàng đặt ba ngón tay của mình lên đầu ngón chân cái của nàng rồi chờ phản ứng. Không thấy nàng rụt chân lại. Chờ một lúc, tôi bắt đầu vân vê ngón chân cái của nàng. Chao ơi! Toàn thân như có luồng điện làm tê liệt. Chưa bao giờ tôi có được cảm giác sung sướng thế, kể cả sau này tôi đã có thêm một vài cuộc tình sướt mướt, rồi có vợ, nhưng tôi cam đoan rằng cái cảm giác vuốt ve ngón chân nàng hôm đó là tuyệt vời nhất. Điều còn sung sướng hơn là nàng có vẻ hưởng ứng. Đắm nhìn ánh mắt của nàng lúc đó tôi như muốn trượt vào chết đuối luôn. Tôi đê mê tận hưởng cái giây phút hiếm hoi được tiếp nhận da thịt ngón chân nàng.

Sau này vì điều kiện chiến tranh, chúng tôi đi hết chiến trường này đến chiến trường khác, xẻ nghé tan đàn, ai còn ai mất, ai bị thương; rồi hòa bình, ai thành quan chức, ai là mệnh phụ phu nhân... chỉ còn trong tưởng tượng của nhau. Tôi đã có một người vợ xinh đẹp, đảm đang cùng hai "hoàng tử đái ngồi" học giỏi. Nhưng chiếc bình sứ mãi vẫn được đặt trang trọng góc bàn làm việc. Mỗi lần nhớ đến cái buổi chiều hành quân trên xe và cảm giác lần đầu tiên tiếp xúc với da thịt con gái như vẫn còn trinh sơ, trong sáng. Nó như tiếp thêm năng lượng thắp sáng ngọn lửa tình yêu của mình trong cuộc sống. Chắc ở một nơi nào đó, nếu nàng còn sống sau cuộc chiến và lại có thể là một mệnh phụ phu nhân (tôi chắc thế vì nàng rất xinh đẹp và thông minh) nàng vẫn không thể nào quên được những ngày đầy kỷ niệm của đời lính.

Một hôm, đang làm việc, đồng chí bảo vệ cơ quan thông báo tôi có khách. Mở cửa bước ra, ôi chu cha… Hồng! đúng Hồng không? Một thiếu phụ xinh đẹp, lịch sự mỉm cười bước vào. Chúng tôi mừng rơi nước mắt. Cả buổi trưa hôm đó, chúng tôi thông báo tin tức đồng đội cho nhau, ăn với nhau bữa cơm và cho đến khi đã thông cảm, bỗ bã với nhau trong nhiều chuyện, Hồng cười nói:

- Anh Thanh còn nhớ buổi chiều, hôm các anh đưa bọn em đi "Bê" cách nay 20 năm không?... Em thì em nhớ mãi... Ở trong chăn anh cấu ngón chân em...

Trời ơi! Hóa ra cái buổi chiều hôm đó trên thùng xe, ở trong chăn tôi đã cấu nhầm vào chân Hồng. Khổ cho tôi cái đời thằng mục. Hèn chi mà hai chục năm nay Chanh của tôi vẫn biệt tăm?

Bùi Thanh Minh

ĐẶNG CHÂU LONG

Nhà văn. Tên thật Đặng Châu Long, sinh ngày 7 tháng 10 năm 1950 tại Bình Trước Biên Hòa. Cựu sĩ quan VNCH (khóa 2/70TĐ - phục vụ ngành Pháo binh), phụ trách phân đoàn Hồng Thập Tự Khánh Hòa (1968-1969). Có bài trên nhiều tạp chí, đặc biệt *Thủ Đức, Thần Pháo...* Hiện cộng tác cùng tạp chí *Quán Văn* (Sài Gòn) và nhiều trang báo mạng trong và ngoài Việt Nam. Định cư tại Sài Gòn.

Tác phẩm đã xuất bản:

- Trắng (thơ, 1968)
- Đóa hoa hương sắc ngày thơ (tập truyện ký, 2013)
- Giọt xanh ký ức (ký, 2013)
- Viết để nhớ 1 và 2 (đoản văn, 2014)
- Sắc màu theo mảng tang thương (hồi ký, 2014)
- Níu đời dịu phai (thơ, 2014)
- Chân trần bên gai lửa (hồi ký 2, 2015).

ĐÊM DƯỜNG NHƯ BÌNH YÊN

Tôi đứng im đối diện cửa sổ trên tầng mười một trong đêm thật sâu. Cơn gió hiu nhẹ mơn man thổi lên thịt da chút gai góc lạnh. Đêm dung chứa những tạp âm, thầm thì, rền rỉ cùng nhau, như bài tập phối âm vụng về từ những nốt trầm lạc điệu. Giữa thinh không chỉ còn một màu hư vô, chán ngắt. Và tôi, cứ đăm nhìn vào vô thức, hờ hững ngắm từng thời khắc lặng lẽ trườn qua cõi nhân gian hời hợt thâm u. Vọng về từ đâu đó xa xa âm vang tiếng còi hụ của một xe cấp cứu, xe chữa cháy, hay xe chở tù nào đó. Tiếng lạc lõng trên cung đường thanh vắng giữa đêm như một sự hợm hĩnh khó bỏ, dù đang thênh thang chạy một mình giữa phố vắng đêm khuya.

Và đâu đó trong khung cửa khuất trong đêm của tầng cao bên cạnh bỗng lóe lên tia lửa. Tia lửa sáng vội và cũng vội vàng tắt ngóm trong đêm không lưu hình tích nào khoảnh khắc vừa qua, một sự bừng tỉnh trong đêm của ai đó dẫn tôi bước vào thời mông muội hồng hoang. Và Zeus, và Poseidon, và Hades, và Hera, và Aphrodite, và Ares, và Athena, và Prometeus đã lừng lững hiện về đúng lúc ánh sáng khai hóa văn minh con người một lần được lóe lên. Định mệnh đã đặt tên cho Prometheus với ý nghĩa là vị thần *"hiểu quá khứ, nắm được hiện tại và thấu rõ tương lai"*, và chính Prometheus phải mang ánh lửa về cho nhân loại. Chỉ có thể thế thôi. Prometheus không thể bước thêm một bước nào khác, dù có tuyên chiến với Zeus rằng: *"Cứ việc phóng lửa sét thiêu hủy, cho cảnh tuyết cánh trắng tung hoành, cho sấm từ lòng đất cứ gầm lên và đảo lộn cả đất trời! Tất cả đều không làm cho lòng ta nao núng"*. Thế giới mông muội của thần thánh vẫn duy lý và toàn trị và Prometheus bất tử kia phải nhận bản án xiềng xích chân tay, đóng đinh xuyên ngực vào đỉnh núi Caucase và vẫn bị chim ưng móc gan ruột hàng ngày. Cái thời kỳ mông muội kia dường như vẫn còn nguyên giá trị mãi tận bây giờ, giữa thời kỳ khai phóng, văn minh. Chẳng ai muốn tước đi quyền lực mình khi cờ đã trong tay.

Từ bấy đến thế kỷ thứ 5 trước Công nguyên là bao nhiêu năm tháng? Thần thánh đang qua đi giao lại quyền lực cho con người dường như chẳng tốt hơn là bao. Có chăng là một số ít con người sẵn mang ngọn lửa Prometheus trong tim, nổi trội lên như một hiện tượng, hiện tượng phản kháng. Diogenes nổi tiếng với chủ nghĩa khắc kỷ, mang biểu tượng ngọn đuốc đi tìm con người trung thực giữa ban ngày. Chính cái danh của ông còn lưu truyền mãi hơn hai ngàn năm sau đã minh chứng sự thất bại của con người tự do trung thực mà ông mãi hoài mong.

Và Aeschylus, một chiến binh có mặt trong đạo quân thần thánh của người anh hùng dân tộc Hy Lạp Themistocles - người đại thắng quân Ba Tư trong trận thủy chiến Salamis: không đầy ba trăm thuyền chiến nhẹ của Athènes tiêu diệt hơn một ngàn hai trăm thuyền chiến hạng nặng của địch. Trở về sau cuộc chiến, Aeschylus thành một nhà viết bi kịch sử thi. Kịch Prometheus bị xiềng nằm trong bộ ba bi kịch: *Prometheus lấy cắp lửa – Prometheus bị xiềng – Prometheus được giải phóng*. Tiếc thay, đến nay chỉ còn một tập *Prometheus bị xiềng*. Nhưng có lẽ không có tư tưởng gì xa hơn ngoài tôn vinh Prometheus đã vì con người sẵn sàng chịu đọa đày đến khi Heracles giương cung bắn chết con diều hâu và trả tự do cho Prometheus.

Kể từ ngày lửa được truyền về đời, đến nay, mấy ai còn hiểu chân giá trị của lửa. Đóm lửa đã nâng loài người thành chúa tể đất trời, để từ đó đưa hiểm họa chiến tranh lên tầm cao mới từ những hậu hoạn mới của lửa. Con người có thể bắt tia sáng phục vụ thay cho sấm sét, bắt hạt nhân bùng ra những cơn thịnh nộ giết người, chẳng còn nhớ gì đến tia lửa bí mật nhỏ nhoi thời thần thánh tranh giành quyền lực thuở hồng hoang. Ngay cả những tia sáng từ tâm cũng dần cạn, chung quanh chỉ còn bao trùm những hiểm họa và âm mưu tóm thâu quyền lực mà con người là nạn nhân của thời kỳ nô lệ mới.

Cuối thế kỷ 19, năm 1899, thêm một nối điêu huyền thoại Prometheus. Lần này là của André Gide, quyển *Le Prométhée mal enchainé, (Prométhée lỏng xiềng)* Prometheus cùng chim ưng đáp xuống một quán cà phê gần Place Vendôme, chim ưng, thân thể bốc lửa, móc con mắt của một người ngồi bàn bên cạnh; Prometheus mở nút áo cho chim ưng ăn gan mình… Trước đó 2 năm, André Gide đã gây sóng gió bằng quyển *Les nourritures terrestres* trong giới tăng lữ. Bùi Giáng từng viết mấy lời nhận định về André Gide: *"Cuốn sách nào của Gide cũng mang chất hàm hỗn dị thường... Ông trích dẫn lơ thơ một câu trong Kinh Thánh, một câu của Saint Paul - nhưng ông 'rút một dây' mà chấn động cả một rừng...".* Và đúng là với André Gide, Prometheus đã mang diện mạo khác. Prometheus đã lỏng xiềng xuống núi để uống café cùng con chim ưng vốn hàng ngày có nhiệm vụ ăn gan ruột mình. Lâu ngày kẻ thù cũng thành bạn tâm giao, và dù có lỏng xiềng nhưng Prometheus vẫn không quên thực thi bản án muôn đời dành cho thần bất tử. Hình tượng chim ưng móc mắt người khách như một hệ lụy mà trước đây chưa từng có. Zeus chưa từng trừng phạt con người thông qua lần cho lửa của Prometheus. Tôi bỗng buồn cho Prometheus vì không cất cánh bay nổi lên cao xanh dù xiềng xích chẳng còn. Và Prometheus đã đủ già để chấp nhận làm người bàng quan cam chịu kiếp tuẫn nạn thiên thu. Nghe buồn sao…

Phải chăng ánh lửa soi đêm ngày nào đã bước vào ánh sáng, nên tác dụng dẫn đường đã như một Diogenes mỗi sáng soi tìm. Thiên hạ mang mang nhưng đã lạ nhau rồi. Ngọn đèn trong đêm đã tắt dù đang thoi thóp cháy giữa ngày hoang mang.

Tôi vẫn đứng chìm trong đêm lan man bất định, ánh sáng một lần lóe lên bên kia cao ốc đã chìm khuất từ lâu, chẳng còn có nổi một tù mù ánh sáng nhạt nhòa. Mọi người đang ngủ quên trong những căn nhà nhỏ bình yên giữa lộng đời gió chướng. Ngủ quên chẳng còn có được ngọn đèn nhỏ dù đèn thắp thì mờ….

"Và mặt trời đã mọc lên cao để đến viếng thăm chúng ta, để chiếu sáng trên những kẻ sống trong đêm tối và trong bóng sự chết". (Lc 1 78-79)

Đặng Châu Long

ĐẶNG THỊ BẢO TÂM

- Bút hiệu: Tịnh Nhiên, タム, Metok Zay (Mỹ Hoa), Nguyên Bảo, Bạch Quỳnh, Cổ Nguyệt…
- Quê quán: Nha Trang, Khánh Hòa.
- Địa chỉ thường trú: 152/38/3B đường Trần Quý Cáp, phường Phương Sài, thành phố Nha Trang, tỉnh Khánh Hòa.
- Cellphone: 0706172056.
- Bài hát yêu thích: Algeria – Cirque du Soleil.

- Tự bạch:

"Ánh sáng không tỵ nạnh,
Không hiềm ghét điều chi.
Ôm anh, tặng đôi cánh,
Hóa thiên thần bay đi…"

- Email: tam.tinhnhien@gmail.com

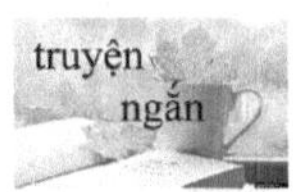

HOA CÁT ĐẰNG

Khuất lối rẽ bên phải của con đường đi vào ngõ hẻm số 37 đường Trần Nhân Tông, bỗng vắng xe đi lại hẳn. Có lẽ vì tầm trưa, cho nên chẳng ai lưu thông ở đấy nhộn nhịp như đầu giờ sáng hoặc đầu giờ chiều tan tầm. Ấy thế mà, đôi lúc, ngõ hẻm ấy bỗng rất đông người, cứ tưởng như đấy là ngõ hẻm ngoài mặt tiền, chứ không phải là một cái ngõ xềnh xoàng đơn giản.

Lớp học mỹ thuật của thầy giáo Lê Huỳnh ở gần đấy, chính xác hơn là số nhà 37/4A, cái nhà vuông vuông, ba tầng lầu và có giàn hoa cát đằng tím xuyến đẹp như mộng rải đầy trên ban công lầu ba kéo dài lài lài gần xuống mặt đất. Vô hình trung, cái màu tím xuyến dị thường và huyền ảo ấy làm nét biểu trưng cho lớp học của thầy. Học sinh lạc đường, chỉ cần tìm cái nhà nào có giàn hoa cát đằng bên cạnh tường nhà quét màu đỏ gạch là ra. Chẳng cần gọi điện kêu réo thầy chỉ đường làm gì, phiền.

Như mọi khi, lớp học đang đông đúc học sinh, thầy Lê Huỳnh đang cho cả lớp thực tập bài vẽ chì trong hội họa. Cao giọng, thầy giảng cho cả lớp nghe về các đặc trưng của tô bóng.

"Tô bóng là sự chuyển dần cung bậc màu, hoặc là sự kết hợp của một sắc độ hoặc sắc thái này với một sắc độ, sắc thái khác. Có năm đặc trưng của tô bóng giúp tạo ra hiệu ứng ba chiều trong bức vẽ. Vùng sáng/tối…"

Đang nói say sưa, thầy im bặt. Cả lớp ngạc nhiên nhìn thầy thì thấy thầy nghiêng người, xoay qua trái quờ tay tìm viên phấn màu trên chiếc bàn gỗ thông màu nâu cao 80cm đặt bên cửa hông đi ra bên nhà. Sau đấy thầy nheo mắt và ném viên phấn vào phía cuối phòng, trúng ngay đầu của Tuấn Anh, mải ngủ gật mà không nghe thầy giảng.

Cả lớp cười khúc khích. Tuấn Anh mở mắt, vội chùi khóe mép còn dính nước dãi, vội vàng cầm lấy bảng vẽ và nghe thầy giảng cho cả lớp tiếp: - "Vùng sáng/tối: Các vùng sáng tối tạo ra phương hướng của bức tranh. Luôn có một đường ẩn tại nơi hai phía tối và phía sáng gặp nhau. Trên các thể dạng tròn, ta có thể nhận ra sự thay đổi dần các cường độ màu… - Vùng sáng nhất…"

Thầy dừng lại một chút, rồi mỉm cười, nhìn lũ học trò thân yêu của mình, tay phải thầy chỉ vào khối tròn thạch cao đặt trên bệ giảng, rồi quay người lại chỉ vào Quỳnh Anh, cô bé học trò có mái tóc tém tinh nghịch ngồi ngay bên trái thầy: - Quỳnh Anh có biết là vùng nào không? - Dạ thưa thầy, em biết… Chưa kịp trả lời thì Quỳnh Anh bỗng nghe tiếng vỡ cái choang của khối tròn thạch cao. Quá sững sờ, cô mới bàng hoàng nhận ra, người vừa ném một cục gạch rất to vào khối tròn thạch cao cho vỡ nát vừa rồi chính là cô Thùy Ly, vợ của thầy Lê Huỳnh. Cô bé lắp bắp: - Cô, cô Thùy Ly… - Phải, đúng tôi đây. Thùy Ly mặt đằng đằng sát khí, tiến đến từ cửa lớp rồi bước vào, nhìn thầy Lê Huỳnh trân trối rồi gằn giọng: - Còn anh, anh nói cho tôi hay, tối hôm qua anh đưa ai về nhà? Còn cho nó mượn bao nhiêu là tiền? Vậy mà sáng nay lại giở trò đạo đức giả, dạy học sinh vô cùng thanh cao? Anh, anh nói đi!- Lê Huỳnh tức tối, mặt mày đỏ ngay và quát lớn: - Cô im đi! Cô, cô… Cô đừng có mà làm càn! Đây là cái lớp học! Cô có biết… - Rồi anh định làm gì tôi? Tưởng tôi không phá được cái lớp học này à? Chính tôi xây cho anh dạy được, tôi phá được! Đừng có mà khinh thường tôi!

Lê Huỳnh đỏ bừng cả mặt rồi sống sượng im lặng. Anh vội lùi lại sau những bước chân tiến tới của Thùy Ly và hầu như, anh không có ý định chống trả. Cái vẻ mặt này, cái sự giận dữ đến kích động và bộc phát này của Thùy Ly, có lẽ là tức nước vỡ bờ và nếu như anh có ý định manh nha nào về phản kháng, chắc cô dám làm liều chứ chẳng chơi. Xung quanh, lũ học sinh ngây thơ của anh vẫn im phăng phắc và sợ sệt theo dõi tấn trò cười. Cuối cùng, hầu như không thể chịu nổi nữa, anh vội đi vào phòng trong, quơ vội chiếc mũ nồi màu đen trên bàn làm việc rồi chụp lên đầu, chạy ra ngoài sân lấy xe máy chạy thẳng.

Thế là thoát!

Nhưng thoát tạm thời, anh chẳng biết đi đâu, đành chạy xe máy vòng vòng ngoài biển. Nhưng khi nghe gió biển quất vào mặt tả tơi lạnh ngắt, anh mới thấy mình cũng ngu. Trước mặt học sinh, anh bị vợ quần một trận ra ngô ra khoai phải bỏ chạy có cờ. Anh thấy nhục. Cái nhục này cứ lan ra âm ỉ, vô chừng nếu như anh không cứng rắn, chắc nãy giờ anh đã khóc. Mà vợ anh thật quái, dở chứng đâm gàn, gàn ra hay sinh sự, cứ ghen vớ vẩn lung tung. Ngày nào cũng từ chuyện tiền bạc rồi đem cả vào ghen tuông mù quáng, chì chiết, đay nghiến giày xéo không để cho thân anh được yên.

Mà, cũng tại anh cơ!

Biết đâu chừng, Mai Hồng cứ đi luôn đi, đừng về hôm qua làm gì. Anh đã viết thư bảo khất qua tháng này, đừng đến nhà anh làm gì, nhà anh kẹt tiền lắm, con mụ vợ của anh đang lồng lộn nổi điên dằn vặt anh rất dữ. Ấy thế mà mối tình sinh viên thơm thảo của anh, kể từ khi anh giã từ quê hương đi vào thành phố học, sau khi đính ước với Thùy Ly, là Mai Hồng, với mái tóc dài đen nhánh, lời nói ngọt ngào và đôi mắt to tròn xinh như mộng, cứ than thở rằng mẹ em dạo này ốm thập tử nhất sinh, em không thể nào khác được, cậy anh, anh giúp em độ này.

Thế rồi nàng ta đánh bạo gặp anh tối qua, làm anh cũng bất ngờ, luống cuống. Ngặt nghèo quá, anh đành vào tủ buồng của Mai Hồng, lấy trộm tiền của vợ đưa cho Mai Hồng chạy thuốc men cho mẹ.

Thùy Ly không biết làm sao lại biết tin ấy ngay sáng nay thành ra điên lên đập phá lớp học của anh cũng đúng. Nhưng, giá gì, Thùy Ly hiểu cho anh. Đâu phải là anh không tròn lời hứa với Thùy Ly? Hồi đấy, phân vân giữa quay về lấy Thùy Ly theo hẹn ước và ở lại với thành phố cùng Mai Hồng lập nghiệp với chiếc bằng tốt nghiệp Đại học Mỹ thuật Hội họa trong tay, anh lựa chọn chữ tín. Khi anh quay về với Thùy Ly hôm ấy trên chuyến tàu hỏa chiều mưa xám mịt mùng, hình như Mai Hồng khóc suốt. Nước mắt nàng như tan ra và khuôn mặt đẹp diễm lệ của nàng cũng nhạt nhòa dần theo từng nhịp bánh xe tàu hỏa trập trùng. Khi trở về hẳn quê nhà, gặp Thùy Ly lạnh tanh ra đón, lần đầu tiên Huỳnh Lê biết được rằng, thời thanh xuân của anh vĩnh viễn sẽ không bao giờ trở lại.

Lúc trở về nhà, thời gian đầu, Lê Huỳnh luôn bị Thùy Ly kiểm soát làm cho anh cảm thấy nghẹt thở và anh chỉ biết vùi đầu vào thư viện của nhà đọc sách. Thùy Ly còn kiểm tra cả sách anh đọc, sau này thấy không có gì khả nghi, vì lâu lâu anh ngâm thơ của Musset, cô còn hỏi cả ý nghĩa, anh bèn đọc cho cô nghe:

Tristesse; J'ai perdu ma force et ma vie; Et mes amis et ma gaieté; J'ai perdu jusqu'à la fierté; Qui faisait croire à mon génie.

Quand j'ai connu la Vérité; J'ai cru que c'était une amie; Quand je l'ai comprise et sentie; J'en étais déjà dégoûté.

Et pourtant elle est éternelle; Et ceux qui se sont passés d'elle Ici-bas ont tout ignoré.

Dieu parle, il faut qu'on lui réponde. Le seul bien qui me reste au monde; Est d'avoir quelquefois pleuré.

Sau khi đọc tiếng Pháp toàn bài thơ *Nỗi buồn – Tristesse* cho Thùy Ly nghe, cô vặn hỏi cả nghĩa tiếng Việt, anh cũng đành đọc cho cô nghe:

Còn đâu cuộc đời, sức lực; Còn đâu thân hữu, niềm vui; Còn đâu lòng kiêu quá mức; Luôn luôn tưởng có thiên tài

Một thuở sáng ngời chân lý; Ta mừng gặp bạn đồng thanh; Đến lúc cảm tình, hiểu ý; Thì đà chán ghét, rẻ khinh

Chân lý dầu sao vĩnh cửu; Bỏ thì ngu muội, người ơi; Thượng đế đã cao tiếng nói

Bình tâm người hãy trả lời - Của riêng còn chút cõi đời; Ấy là ta đã một thời khóc than...

Thành thật là thế, nhưng không hiểu sao Thùy Ly vẫn cứ một mực cho rằng, trong đầu anh luôn nghĩ đến Mai Hồng. Cô cứ vặn hỏi, bóng hình vĩnh cửu mà anh đề cập trong thơ Afred de Musset là ai? Có phải Mai Hồng không? Anh chưa quên được cô ta ư? v.v. khiến cho anh thấy mệt, vô hình trung, cũng làm cho anh cảm thấy hai người càng ngày xa cách.

Chiều ngày, anh hay ra ngoài ban công lầu ba ngắm hoa cát đằng. Hoa tím thẹn thùng như lời người yêu xưa vẫy gọi. Dải hoa trải dài, ngây thơ như lời người con gái không bao giờ đa nghi, thật lòng chung thủy. Thế rồi, anh tự cười mình hay tưởng tượng. Mỗi màu tím như thật thà, chất phác, ngây ngô mặc do anh thêu dệt những ý nghĩ mộng tưởng mông lung.

Có vài lần, anh nghĩ đến Mai Hồng ngày xưa. Anh tưởng tượng rằng, nếu như anh chọn ở lại thành phố với Mai Hồng, chắc cuộc đời anh đã khác, anh và Mai Hồng sẽ có con cùng nhau, rồi cuộc đời nở hoa, mà chưa biết chừng, có lẽ sẽ gặp cay đắng hơn bây giờ. Bản tính e lệ và có phần kín đáo, khiến anh hay ngập ngừng trong suy tưởng. Nhưng những gì suy nghĩ thầm kín và đơn độc ấy, anh không bao giờ kể cho Thùy Ly lẫn Mai Hồng.

Cát đằng có mọc thêm vài búp non và rất nhiều nụ, kéo dài quấn quýt xuống dưới tầng một. Hồi đầu, anh tưởng cây sẽ không sống nổi, nhưng cuối cùng, bằng thứ tình thương kỳ diệu vô hình nào đấy, nó sống mãnh liệt và ra rất nhiều hoa.

Ngẫm nghĩ lại, màu tím cát đằng như thông cảm cho anh, không hề trách hờn, giận dỗi, bắt anh phải kiên quyết dứt khoát chọn lấy một con đường không khoan nhượng trong những ngày bão tố đen tối nhất của sóng gió gia đình.

Anh thở dài, lặng ngắm những bông hoa cát đằng tím đẹp run rẩy mới nở bên ban công.

Bởi một lần nhắm mắt; Nên anh trễ chuyến tàu. Tim vô chừng đau thắt; Chờ đợi ngày qua mau.

Chuyến tàu xưa, chờ đợi; Em ra đi đã lâu; Bởi một lần lỡ dở; Anh và em xa nhau.

Gió vẫn hát em nhỉ; Nắng vẫn nhạt tình thư; Anh và em, ngày đấy; Bây giờ, chỉ huyễn hư.

Một lần anh nhắm mắt; Mong trở lại ngày xưa; Ứa tình em ngày đấy; Sống lại tình xa đưa.

Bởi một lần nhắm mắt; Anh đã trễ chuyến tàu...

27/11/2018
Đặng Thị Bảo Tâm

ĐẶNG TƯỜNG VY

Tên thật: **Đặng Thị Lụa**
Sinh năm: 1976
Nguyên quán: Sài Gòn
Bút danh: Đặng Tường Vy
Bút danh cũ: Tường Vy
Email: luadang1976@yahoo.com.vn
Nghề nghiệp: Giáo viên thẩm mỹ
Hội viên Hội Nhà văn - TP. HCM

Tác phẩm đã xuất bản
- Giọt sương khuya (Nhà xuất bản Đồng Nai - 2015)
- Lá thu phai (Nhà xuất bản Văn hóa - Văn nghệ - 2016)
- Sóng tình (Nhà xuất bản Hội Nhà văn - 2017)
- Sóng ngầm (Nhà xuất bản Hội Nhà văn - 2017)
- Khói hôn mê (Nhà xuất bản Hội Nhà văn - 2018)
- Bóng câu chìm nổi (Nhà xuất bản Nhân Ảnh, USA - 2018)

TÌNH YÊU KHÔNG LỜI

Tường Linh vỡ nợ sau khi công việc làm ăn bị thất bại, nhà tan cửa nát, nợ chồng nợ. Tường Linh bơ vơ giữa lòng người thân và bạn bè. Thói đời "Bần cư trung thị vô nhân vấn, phú tại sơn lâm hữu khách tầm", sự vô cảm đã đẩy đôi chân trần Tường Linh bước vào ngõ hẹp.

Buồn, Tường Linh lang thang mòn cả chỉ tay trên cõi mạng. Như chim non lạc bầy, tập tễnh qua từng con phím, trải lòng vu vơ giữa bầu trời Internet. Đây là nơi ảo từ hình ảnh cho đến nhân cách con người.

Một ngày đẹp trời, vô tình Tường Linh làm quen được một anh chàng Việt kiều Mỹ, anh tên Trần Quân. Ngày dài tháng rộng, qua những tâm tình trao đổi, Quân động lòng trắc ẩn, làm bạn dài lâu. Quân biết Tường Linh đang ở hố sâu vực xoáy. Thế là Quân đã giúp đỡ Tường Linh không những về tinh thần mà luôn cả vật chất. Tường Linh dần dà trả bớt nợ nần, chia tay bóng tối.

Năm tháng dần trôi, Tường Linh nhận sự giúp đỡ từ Quân cũng đã ba năm. Sự cảm kích nuôi dưỡng tình yêu lớn dần. Một ngày tình yêu trổ bông, Tường Linh năn nỉ, khóc lóc, van xin Quân một lần bay về Việt Nam cho Tường Linh được gặp gỡ, cho thỏa nỗi khát khao mong đợi. Ban đầu Quân từ chối, Quân bảo:

- Anh vừa già vừa xấu, khi em nhìn thấy anh, em sẽ thất vọng.

Tường Linh vì quá yêu thương, không cần phải đoán già nghĩ non, trả lời ngay:

- Anh có già có xấu cỡ nào đi chăng nữa em vẫn yêu anh, em vẫn chấp nhận.

Quân thấy lòng ấm từng cơn, như tách trà thơm được rót trong mùa đông giá, thêm phần tự tin. Quân cảm được sự chân thành người mình yêu thương, Quân mềm lòng bởi tình yêu luôn thôi thúc từng nhịp. Và họ đã có cái hẹn cho ngày gặp gỡ.

Chuyện gì phải đến đã đến, ngày Tường Linh ra sân bay đón Quân. Tường Linh trang điểm tỉ mỉ, lộng lẫy, ăn mặc trang trọng. Trên tay cầm bó hoa tươi thắm, háo hức chờ đợi từng giây. Trong thời khắc ấy, từng phút trôi qua, sự chờ đợi tưởng chừng như nghẹt thở. Cuối cùng Quân cũng xuất hiện, Tường Linh đã nhìn thấy anh. Trống ngực đập thình thịch, tim chạy marathon, tay chân lẩy bẩy, cô vội vàng núp sau trụ cột giữa sân bay, để tìm lại sự bình tĩnh cho chính mình.

Chúa ơi, Tường Linh chưa bao giờ tưởng tượng ra được dung nhan người tình trong mộng của mình, cô tuyệt vọng, gào khóc như đứa trẻ lên ba. Bình tĩnh hơn chút, cô ngồi suy nghĩ, giờ mình không ra gặp ảnh thì ảnh biết đi đâu về đâu, khi người thân không có? Anh trở về đây chỉ vì lời van xin của cô.

Tường Linh quyết định bước ra gặp Quân, không hiểu sao hai chân cứ co quắp lại, dường như cô lết giữa sân bay. Khi anh và cô nhận ra nhau, anh hiểu trong lòng cô nghĩ gì. Anh có chút e ngại.

Không thể cứ đứng mãi giữa sân bay, cô gọi taxi đưa Quân về. Lên taxi, bác tài hỏi: "Xin lỗi, cô về đâu ạ?" Tường Linh trả lời như người mộng du: "Thôi bác cứ chạy quanh vòng Sài Gòn đi, tôi chưa biết mình phải về đâu?" Tường Linh thầm nghĩ: Về nhà thì không thể, vào khách sạn thì sao đây? Cũng không thể chạy quanh mãi, trong bối cảnh tiến thoái lưỡng nan, cuối cùng cô cũng chọn được khách sạn.

Họ vừa xuống xe, bước vào khách sạn đặt phòng, anh bảo vệ khách sạn nhìn Tường Linh như người từ hành tinh khác vừa mới đến. Anh hơi kém lịch sự, bỏ nhỏ một câu nghe lạnh tóc gáy: "Em à! Đàn ông nước mình chết hết rồi sao em?" Tường Linh nghe đời chín rụng, chết đứng giữa lòng Sài Gòn. Với tâm tính nhân từ, cô vẫn cố gắng giúp Quân ổn định chỗ ở.

Biết rằng rồi đá cũng nở hoa, ân tình phải trả, Tường Linh đành nhắm mắt đưa chân cùng Quân bước vào khung trời "già nhân ngãi, non vợ chồng". Một tình yêu mãnh liệt bị chết non sau khi gặp gỡ, một hình tượng sụp đổ, một giấc mơ tan tành. Suy cho cùng Tường Linh vẫn là người đàn bà tình nghĩa, vẫn ở cạnh Quân cho đến giây phút cuối cùng khi máy bay cất cánh.

Những tưởng một lần đi là một lần quên. Nhưng không, lại thêm ba năm nữa đã trôi qua. Mặc dù Quân không quay trở lại nhưng vẫn đều đặn cấp dưỡng cho Tường Linh hằng tháng như một người chồng thật sự, đầy trách nhiệm. Chén tình vẫn vẹn nguyên bởi nghĩa cử đẹp dành cho nhau. Nhưng một khía cạnh nào đó vẫn không có lời giải đáp, một rào cản vô hình đã khiến Trần Quân chỉ vẽ tình yêu của mình dừng lại ở hai đầu nỗi nhớ.

11/10/2017
Đặng Tường Vy

ELENA PUCILLO TRUONG

Người Ý- tiến sĩ ngôn ngữ và văn học nước ngoài (Đại học Milano Italia). Dạy tiếng Pháp và văn minh Pháp tại Milano từ năm 1982 đến 2010. Từng dạy tiếng Ý tại Nhạc Viện TP.HCM, tại phòng lãnh sự danh dự Ý; đang dạy tiếng Ý và văn hóa Pháp tại khoa Ngữ văn Pháp, Trường Đại học KHXH và Nhân Văn tại TP.HCM.

 (Rất yêu Việt Nam. Đã tổ chức nhiều hội thảo ở Ý về Việt Nam về các đề tài *"Vai trò phụ nữ và tầm quan trọng của họ trong gia đình Việt Nam"*, *"Tết Việt Nam, phong tục và truyền thống"*, *"Đổi mới, phát triển kinh tế Việt Nam sau khi chiến tranh chấm dứt"*...)

Viết và cộng tác với các báo La Compagnia dei viaggiatori (Ý), Mekong (Tập san của Trung tâm Nghiên cứu Việt Nam tại Torino, Ý), Tập san văn học Quán Văn (Sài Gòn), Tạp chí Văn hóa Phật giáo, Tạp chí Sông Hương, Tạp chí Văn nghệ HNVVN.

Có một số truyện ngắn đăng trên báo Thanh Niên, báo Tuổi Trẻ cuối tuần, báo Phụ Nữ, báo Bình Định,...

Tác phẩm đã xuất bản:

Bóng của ngày (Tập truyện ngắn & tản văn, Elena Pucillo Truong và Từ Sâm - Nxb Hội Nhà Văn (2012)

Một phút tự do (tập truyện, tùy bút, Nxb VH&VN, 2014) (Giải thưởng HNV TP.HCM-2015)

Vàng trên biển đá đen (tập truyện, tùy bút, Nxb Tổng hợp TP.HCM, 1-2018)

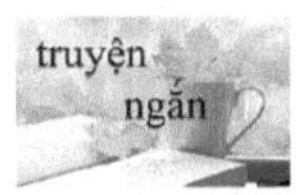

DẢI RUY-BĂNG MÀU TÍM

(Nguyên tác: il nastrino viola)

Bản dịch của Trương Văn Dân

Nút thắt vừa được mở. Chiếc ruy băng màu tím dùng để cột những bức thư mà tôi đã đọc đi đọc lại nhiều lần, lần nào cũng đầy cảm xúc. Tất cả bắt đầu từ mười năm trước, khi tôi rời quê hương để tìm việc làm ở phía bên kia trái đất. Thật chẳng dễ chút nào... nhưng thời đó đâu có nhiều chọn lựa: Chết hoặc sống bấp bênh với những cơn đói thường trực... Thế là phải nắm bắt cơ hội để có thể đổi đời... mà nào chỉ là cuộc đời của riêng tôi.

Đi, mà không biết điều gì sẽ xảy ra và thực tế là tôi đã phải trả một giá đắt đỏ. Ngay cả khi tìm được một công việc như rửa chén trong nhà hàng, tôi cũng chẳng bao giờ có thời giờ để suy tính. Chấm dứt công việc đó tôi tìm được một công việc khác, giữ chân bảo vệ ban đêm hay thay thế lão gác dan trong một khách sạn rẻ tiền. Ngày và đêm đều giống nhau, chỉ có trái tim tôi là luôn hướng về một nơi chốn xa vời hơn mười nghìn cây số.

Công việc bận bịu đến nỗi có nhiều lúc tôi chẳng có thời gian ăn uống. Buổi sáng nuốt vội một cái gì, một mẩu bánh mì và một tách cà phê, được nhà chủ bao cho sau một đêm làm việc, còn tiền lương thì tôi cố gắng tiết kiệm. Góp được đồng nào là tôi có thể gửi thêm về cho ba mẹ ở bên kia trái đất, hai người già có đôi mắt sáng, và chỉ vì tôi mà họ sống. Suốt đời, họ đã làm việc cật lực và cho tôi rất nhiều yêu thương, cho tôi biết mùi vị của sách vở, nhưng không đủ khả năng để lấp đầy cái khoảng trống nằm trong bao tử lúc nào cũng háu đói. Có lẽ chẳng mấy ai thật sự biết cái đói nó khủng khiếp như thế nào: Cái lưỡi liên tục đưa qua đưa lại trong cái miệng chẳng có gì để nhai và kéo dài hằng giờ như thế mà chẳng có chút hy vọng nào là sẽ có được một chén cơm. Chỉ có trí óc mới có thể giúp ta quên nghĩ đến nó: Ba kể cho tôi nghe về những thế giới xa lạ, những cuộc phiêu lưu, nói về những cánh rừng có cọp và voi đi qua, về những cuộc nhào lộn trong lễ lạc ở các làng mạc xa xôi hay nói về âm nhạc với tiếng trống, chiêng và kèn rộn rã. Đó là những thế giới kỳ ảo, như các hình ảnh màu sắc rực rỡ trong kính vạn hoa, trong đó ánh sáng được nhân lên để làm cho cái góc tăm tối và nghèo nàn mà chúng tôi đang sống trở nên dễ chịu. Đó là lý do mà dù đã ra đi nhưng tôi không thể nào quên được những ánh mắt và bốn bức tường thân thương của gia đình. Tôi làm việc, làm việc. Rồi ban đêm, khi công việc đã thưa đi, cũng có thể viết thư về nhà. Và những điều tôi viết cho họ bây giờ cũng giống như thế giới kỳ ảo mà ba tôi thường kể: Có rất nhiều người giúp đỡ tôi, một công việc nhàn hạ, thoải mái và tôi đang sống một cuộc đời đơn giản và chẳng có buồn đau...

Đó là một món quà cho ba mẹ và cũng là sự đền đáp về tất cả những hy sinh mà suốt đời họ đã dành cho tôi.

Sau đó thì những bức thư hồi âm từ xa xôi cũng đến với tôi. Thuở đó đâu được như bây giờ, chỉ cần viết rồi nhấn phím là lát sau có được tin trả lời. Thời đó, những bức thư phải cần vài tháng và trong khi chờ đợi hồi âm tôi thường tưởng tượng ra những điều mà họ sẽ viết.

"Cảm ơn số tiền mà con vừa gửi cho ba má. Nhờ nó mà má con vừa may được một bộ đồ và ba cũng mua được một cái quần mới. Ba má khỏe, con yên tâm. Hãy cố gắng sống bình an và hạnh phúc. Bên này ba má chỉ cần một ít tiền để sống, điều quan trọng là con viết thư liên lạc thường xuyên để ba má khỏi trông. Con biết không, cứ mỗi lần đọc lại những bức thư, ba má cứ tưởng là con vẫn còn hiện diện ở đây với gia đình chứ không xa ngút ngàn như sự thật.."

Với tôi cũng thế. Tôi cũng thường đọc lại những bức thư nhà rồi cẩn thận xếp lại, cột tất cả bằng một dải ruy băng màu tím. Trong những lúc đó tôi cũng tưởng như mình vẫn còn sống trong gia đình, tôi lật qua lật lại những trang giấy mỏng và nhẹ như giấy quyến nhưng đầy ắp chữ cùng những lời khuyên để trưởng thành làm một người tử tế. Rồi tôi lớn lên với một nỗi nhớ thương liên tục trong tim.

Làm việc nhiều nên tôi gầy như một que củi, thế nhưng khi nghe ai hỏi, tôi liền trả lời là tại thích chạy bộ để giữ gìn sức khỏe rồi vừa cười vừa lịch sự chào họ.

Thời gian cứ thế trôi qua và tôi bắt đầu nói thạo thứ ngôn ngữ thật xa lạ của những ngày mới đến nên tôi đọc, đọc tất cả những gì mà tôi tìm được trong khách sạn. Có khi một tờ báo, có lúc một tạp chí khoa học hay một vài quyển sách mà một người khách đăng trí nào đó đã bỏ quên. Rồi một ngày tôi như bị hút bởi một trang sách đầy những con số và đồ thị... rồi chợt hiểu là những phép tính trong toán học chính là một thế giới mà mình thích khám phá. Quyển sách ấy thế là chưa đủ, và tôi quyết tìm cách học thêm. Rồi hằng đêm tôi chăm chỉ học, đến nỗi quên cả thời gian đã trôi qua. Có nhiều lần mệt mỏi, thế nhưng chỉ cần đọc lại những bức thư nhà là tôi cảm thấy tinh thần thư thái và có cảm giác là mình mạnh mẽ thêm lên.

"Con yêu dấu, lúc này tuy ba má đã già hơn nhưng vẫn còn mạnh khỏe. Lúc này còn có những người hàng xóm thật tốt bụng và tử tế, thỉnh thoảng họ còn đi chợ giúp ba má hay nấu cho những món ăn ngon. Ít ra thì ba má cũng chẳng đơn độc. Nhớ viết thư thường xuyên nhé, như thể con đang tặng ba má một phần đời của con và ba má rất vui vì con hạnh phúc".

Họ đâu biết hạnh phúc của tôi chính là được ở bên cạnh họ. Nhưng như vậy cũng được thôi. Dù sao thì sự xa cách này cũng có một ý nghĩa. Hoặc chính tôi phải gắn cho nó một ý nghĩa vì mình chẳng thể làm gì khác.

*

Mười năm trôi qua và giờ này thì tôi có thể sống và làm việc ở nơi chốn xa lạ này nhưng vẫn cảm thấy an tâm. Tôi không còn là một chàng thanh niên nữa... mà đã là một người đàn ông trưởng thành và rất tự hào về những điều mình thực hiện. Tôi không còn làm việc ở quán ăn, cũng không còn thức đêm ở một khách sạn nằm ở ngoại ô thành phố. Bây giờ tôi dạy tin học và với vị trí này tôi có thể giúp đỡ nhiều sinh viên ngoại quốc đã đến đất nước xa lạ này để tìm kiếm một tương lai. Họ chẳng biết nỗi niềm của tôi nhưng tôi thì hiểu sâu sắc cuộc đời và những hy sinh mà họ đang gánh chịu. Nhiều em kể với tôi về những cơn đói lúc còn ở trên quê hương xa vời của họ và làm tôi như thấy lại bóng mình trong gương, với đôi mắt lạc thần cũng với nỗi sợ hãi về tương lai... luôn xuất hiện trong mắt tôi thuở đó.

Những buổi tối rảnh rỗi tôi thường đọc lại những bức thư cuối cùng của ba mẹ vì rằng đã rất lâu rồi tôi không nhận được tin gì của họ. Hằng tháng tôi đều gửi một ít tiền đã dành dụm được, về sau càng ngày càng nhiều thêm, nhưng thư hồi âm của họ càng ngày càng thưa dần. Tôi nghĩ chắc vì tuổi già, mắt kém, nên với họ, viết một bức thư cũng là điều khó nhọc. Và với ý nghĩ đó, tôi càng cố gắng viết cho họ nhiều hơn, hay khi bận rộn chỉ viết được vài hàng nhưng lần nào cũng bỏ kèm thêm một ít tiền. Nhưng tin tức về họ vẫn mịt mờ. Thế là cuối cùng tôi cũng phải chọn một quyết định, bây giờ thì tôi có thể trở về quê thăm ba mẹ và nhân tiện chào hỏi và cảm ơn những người hàng xóm tốt bụng.

Trong những bức thư cuối cùng hình như cả ba và mẹ đều viết cùng một giọng, nhưng có lẽ lúc này thì họ đã quá già rồi, và mặc dù đã nhiều lần tôi yêu cầu gửi cho tôi một bức hình mới chụp nhưng họ vẫn không làm. Hình ảnh họ trong lòng tôi chắc vẫn giống như trong bức hình đen trắng cũ đã mờ, trong đó mẹ trùm khăn trên đầu còn ba thì mặc chiếc quần rộng thùng thình có nhiều mảnh vá. Giữa họ, có tôi, lúc đó còn mặc quần ngắn nên phô ra đôi chân khẳng khiu, còn hai con mắt thì bị một lọn tóc vô duyên phủ lên một cách mất trật tự.

Cầm lấy dải ruy-băng màu tím để cột lại những bức thư cũ, lòng tôi rạo rực vì sắp đến ngày khởi hành. Ba mẹ sẽ ngạc nhiên như thế nào trong chuyến về thăm bất ngờ, không báo trước?

***

Tôi gõ mạnh lên bàn phím của máy tính, như thể trong tay đang cầm cây búa. Tôi muốn đập vỡ tan tành mà không sao làm được. Nhưng thật ra tôi cũng chẳng biết mình đang làm gì. Đối với mọi người, tôi vừa trở về từ một cuộc đi chơi, một kỳ nghỉ, thế nhưng những quầng thâm dưới đôi mắt mệt mỏi, hiển nhiên đến không thể nào che giấu. Bao nhiêu nước mắt, trời ơi, bao nhiêu tiếng nấc nghẹn mà tôi vật vã nuốt trọn vào lòng, dù vẻ ngoài vẫn cứ nở một nụ cười gượng gạo.

Trở về thăm nhà sau mười năm xa cách và tôi hiểu ngay lý do của những bức thư thưa thớt đến từ gia đình. Nhưng làm gì còn một gia đình nữa mà trông mong, chờ đợi!

Chẳng còn ai cả. Ba, má... đã chết cách nhau chỉ vài tháng và thi thể được chôn cất trong hai nấm mộ nghèo nàn. Trên đó chỉ có một tấm bia ghi tên, lấm láp bùn đất.

Họ đã chết cách đây năm năm, còn tôi, giờ đứng trước hai nấm mồ lạnh lẽo để nhìn hàng chữ, những con số... "mất ngày..." "từ trần ngày...". Họ đã quá già và hai trái tim cằn cỗi đã không còn chịu nổi. Còn tôi, nếu bỏ lại trái tim cạnh đó cũng vẫn còn chưa đủ.

Tôi khóc nức nở cho đến hết những giọt nước mắt cuối cùng.

Những giọt nước mắt đầu tiên chảy xuống khi tôi đứng trước căn nhà thời thơ ấu. Vài tấm ngói còn nằm chông chênh trên bốn bức tường rệu rã và xiêu vẹo giữa đống cây cỏ um tùm. Tôi gào lên, vô ích: "Ba, má ơi... ba, má đang ở đâu?" Cuối cùng tôi đọc tấm giấy đã úa vàng bọc trong chiếc bao ny-lon rách nát: "Thư từ xin liên hệ ở nhà số 52...."

Một ông lão đang ngồi hút thuốc bên ngoài căn nhà bên cạnh đã chỉ tôi tìm ba má ở nơi nào.

-Họ nằm ở đó, trong nghĩa trang ở cuối làng!

Tôi chưa hiểu. Bước đi vài bước rồi tôi quay người để hỏi thăm căn nhà những người hàng xóm tốt bụng.

- Đó, căn nhà cao ba tầng đó là căn nhà số 52

Mỗi bước chân tôi nặng như treo đá. Thất thểu lê người đến trước cổng nhà to lớn và bắt đầu nhấn chuông.

- Ai đó? Chuyện gì vậy?

Đáp lời tôi là một giọng cáu kỉnh và một người đàn bà ra mở cổng, ló đầu ra:

- Anh là ai? Cần gì?

Tôi chỉ vừa nói tên thì mặt bà ta tái mét. Bà lầm bẩm vài lời... đáng lý phải báo tin... phải cho ông hay... Một sự ngượng ngập cũng xuất hiện trên nét mặt người chồng, nhưng ông ta im lặng. À, phải rồi, trong những tình huống như thế này thì người đàn bà luôn được đưa ra để phân trần, nhỏ vài giọt nước mắt, và phía bị hại thế nào cũng mủi lòng, hay ít ra không thể phản ứng mạnh.

Giờ thì mọi việc đâu có thể thay đổi! Năm năm đã trôi qua mà họ vẫn không cho tôi hay biết. Thời gian đầu... họ *"cũng"* định trả lời những bức thư của tôi, nói cho tôi biết sự thật... nhưng sau...

Tôi khinh khỉnh nhìn những ánh mắt lấm lét trên khuôn mặt trơ trên của họ, nhưng không thể nói được gì. Còn bà vợ thì nói, nói rất nhiều, như thể để lấp đầy sự yên lặng tráo trở sau mỗi câu nói. Cuối cùng tôi mới nói được vài lời.

- Còn tất cả những số tiền mà tôi gửi về cho ba má? đâu rồi?

Hai người kín đáo nhìn nhau rồi im lặng nhìn ra xung quanh. Tôi đã hiểu tất cả và bây giờ tôi không muốn làm gì khác hơn là chạy thật xa hai con ma không có trái tim và trốn khỏi căn nhà khốn nạn đó.

Thời gian vừa đủ để tôi có thể gọi một chiếc xe để đưa tôi về một khách sạn trong thành phố và sau đó vội sắp xếp cho chuyến trở về trước thời hạn. Đâu còn lý do gì để ở lại, và cho ai bây giờ?

*

Thế nhưng bây giờ đây, mỗi ngày cơn giận của tôi cứ dần dà trào ra. Một cánh cửa bị dập mạnh, một câu trả lời cáu gắt bất ngờ buông ra một cách thiếu lịch sự. Năm năm chồng chất những nỗi đau, hao tốn, nhưng vì nó đời tôi còn có một mục đích. Còn bây giờ... Hình như tôi chẳng còn lý lẽ gì để tin về những điều mình làm. Mỗi buổi sáng thấy bóng mình trong gương mà như thể đang nhìn một con người khác: Hàm râu mọc dài, má hóp, hai hốc mắt trũng sâu và không còn ánh sáng. Tôi không còn là tôi nữa. Tôi không còn lịch sử, một cuộc đời ở phía sau lưng. Tệ hơn nữa là tôi cũng chẳng nhìn thấy vì điều gì để sống trong tương lai. Như thể tôi cũng bị chôn vùi trong hai huyệt mộ ở quê nhà.

Đã nhiều ngày... nhưng tôi chẳng thiết đi làm. Tôi như bị chôn sống trong nhà và chẳng quan tâm đến bất cứ việc gì. Những ngày đầu, tôi có nghe vài tiếng chuông điện thoại nhưng sau đó thì không. Tôi đi đi lại lại trong nhà không mục đích, di dời vài vật dụng từ bàn đến tủ sách, cầm trên tay quyển sách, mở một hộc bàn nhưng đóng liền sau đó. Rồi tôi bước qua một căn phòng khác hay lập lại những động tác vừa rồi, di dời, rờ rẫm, mở rồi lại đóng...

Sau một thời gian, a, đây rồi, tôi nhìn thấy đầu của một dải ruy-băng màu tím đã bạc màu. Tôi cầm lấy xấp phong bì, nhưng vì mở vội nút thắt nên làm các bức thư rời ra, lả tả. Tôi cầm lấy một bức hình đã úa màu và cảm giác như mình đang chạm vào một cái gì đó rất thiêng liêng. Rồi bằng một cảm xúc mãnh liệt tôi bắt đầu lật những trang giấy đã úa vàng và tìm thấy trong mỗi hàng chữ một sức mạnh mới.

"Con yêu dấu, cảm ơn con về tất cả những niềm vui dành cho ba má. Nhưng con đừng bận tâm. Mỗi lần đọc những hàng chữ này thì cũng như ba má đang ở bên con. Hãy sống hạnh phúc. Cuộc đời đầy những khó khăn. Ba má lúc nào cũng cầu nguyện cho con, ngõ hầu con có thể sống một cuộc đời tốt đẹp. Hãy bảo trọng nhé, con yêu".

Elena Pucillo Truong
Sài Gòn 7/2014

HỒ CHÍ BỬU

PHỐ MỌI...

Không biết tên đó ai đặt và có từ lúc nào. Nhưng tôi đã có mặt ở đây hơn nửa năm rồi. Một dãy nhà được ngăn ra làm mười phòng. Mỗi phòng 16 mét vuông, toillet đầy đủ. Có ghi số thứ tự nơi cửa. Tôi mướn phòng số 1.

Phòng số 2 của ông lão mua đồ cổ đến từ Bình Định. Gọi bằng lão vì ông cũng quá lục tuần. Có lúc, tôi cảm giác ông như con sâu giấu mình vào cây lá. Như một dòng suối giấu mình vào biển khơi. Như một thiền sư giấu mình vào hệ luy trần gian. Ông cũng am hiểu khá nhiều về Kinh Dịch. Những lúc rỗi rảnh, ông thường tâm sự với tôi. Ông vốn là nhà sư, nhưng trung niên rồi mới xuất gia. Có lúc tôi trêu ông "Ba cô gái đẹp lên chùa. Một cô yếm thắm bỏ bùa nhà sư - Sư về sư ốm tương tư - Ốm lăn ốm lóc nên sư trọc đầu". Đi tu không bao lâu thì hoàn tục về cũng lấy một ni cô hoàn tục. Hai người ăn ở với nhau có được một cô con gái. Hai mươi năm sau, vợ ông lên chùa tu lại. Ông lang bạt sông hồ. Cuối đời làm nghề chấm tử vi và mua đồ cổ.

Buổi chiều, ông cỡi chiếc xe đạp cà tàng của ông về. Trên xe treo bọc trà khô. Gặp tôi ông hú hí:

- Qua chơi nhà thơ (thấy nét thư sinh của tôi nên ông gọi thế). Gặp một thân chủ cũ, họ mời vào nhà chơi và tặng cho mấy gam trà ngon.

Tôi để trần sang phòng ông:

- Hôm nay có mua được món nào không bố?

Ông khệ nệ tháo cái bọc sau ba-ga:

- Được hai cái sừng nai, mỗi cái dài gần 80 phân, cũng tàm tạm.

- Vậy là bố già vô mánh rồi!

Ông lui cui đun ấm nước điện, cần mẫn pha trà. Tráng trà kỹ lưỡng. Rót trà ra ly, đẩy sang tôi.

- Chà... trà thơm quá. - Tôi nói.

- Không định lấy, nhưng con bé năn nỉ quá.

- Cầm lòng không đậu hả bố? - Tôi cướp lời.

- Chú mầy thiệt... à này, báo cho chú mày một việc nhé. Tao quan sát thiên nhiên thấy có điều kỳ lạ, nên đêm qua tao lấy quẻ thử, phát hiện ra trong vòng một tháng nữa sẽ mất một lãnh đạo lớn. Không quân (ý ông nói không có lính, tức người về hưu). Không biết đích danh là ai, nhưng chắc chắn người này quê ở miền Trung.

- Chắc chưa bố?

- Chắc chắn. Tao dùng Tứ trụ dự đoán học rồi Mai hoa dịch số, đều thấy y chang nhau.

Và điều này là thật. Khoảng chừng hai tuần sau, ngài thủ tướng mất, quê ông ở Quảng Ngãi.

Ông thường trao đổi với tôi nhiều về những tin ông dự đoán. Chuyện kể trên là một trường hợp. Ngoài ra chuyện ở Afghanistan, Iraq và gần đây là xung đột giữa Israel với Li-băng

Palestine. Ông dự đoán chính xác 80, 90%. Nhưng không biết bố già có đoán được chừng nào bố mất không? Khi tôi viết những dòng này là bố già đã về quê ở Bình Định để dự lễ vu quy của con gái.

Phòng số 3 là hai cô bé đến thuê phòng cho ba tháng hè. Chuẩn bị lên lớp 12. Học thêm ở đâu đó, nhưng sáng nào cũng đi. Hai người đi chiếc xe gắn máy Trung Quốc. Trưa về nấu cơm ăn, ngủ. Chiều khoảng 17, 18 giờ, hai cậu thanh niên chạy chiếc Attila đến, đóng cửa rù rì rồi cười thét lên, liên tục, liên tục... Khoảng 20 giờ chở nhau đi ăn và về giỡn tiếp. 22

giờ, hai cậu thanh niên về. Hai cô gái lấy điện thoại di động ra chơi games. Chúa nhật thì cha mẹ từ dưới quê lên. Gồng gánh nào gạo, trái cây, thức ăn. Tổ chức đi chợ nấu cơm. Thứ Hai lại thui thủi về quê. Bỏ con lại với kỳ vọng con mình sẽ vào lớp 12 hiên ngang năm này. Nhưng hỡi ơi, các con của các bà vẫn mạnh khỏe, tươi tắn. Đang tận dụng hết thời gian tự do hợp pháp để tìm cách đốt hết tiền của cha mẹ. Tuổi của yêu đương, mộng mơ và tìm hiểu. Không có người lớn bên mình. Ai biết điều gì sẽ xảy ra với những người kém bản lĩnh mà nhiều đam mê.

Phòng số 4, hai vợ chồng thanh niên. Chồng dân Quảng Ngãi, vợ quê An Giang. Không biết làm sao họ lại gặp nhau được. Kết hôn có giấy đăng ký đàng hoàng. Chồng bỏ mối loại kính mắt Hàn Quốc (dỏm) đủ loại từ thượng vàng đến hạ cám. Hai ba ngày đi giao hàng một lần. Vợ ở nhà trang điểm kỹ lưỡng. Đóng cửa chờ chồng, không đi đâu ngoài đi chợ. Vợ chồng mới cưới nên săn sóc nhau chu đáo. Không hề nghe cự cãi bao giờ. Chồng đẹp mà vợ cũng rất xinh. Trông họ rất mặn nồng ân ái. Tôi thường bắt gặp nàng ngồi ngay cửa sổ với cái gương xinh xinh. Chăm sóc gương mặt mình còn hơn chuyên viên thẩm mỹ viện. Tôi thầm nghĩ anh chồng nên bỏ nghề bán mắt kính qua bán mỹ phẩm có lẽ hay hơn.

Phòng số 5. Hai vợ chồng, chồng giáo viên dạy cấp 1, vợ là thợ may. Vợ chồng này là thành viên lâu năm nhất trong số những người thuê phòng ở đây. Vợ đi may ở một nhà may tư nhân. Do nàng dâu và gia đình chồng không hợp nhau, nên chồng nghe lời vợ đi mướn nhà ở riêng chứ tài chánh họ không đến đỗi. Lấy nhau sáu, bảy năm gì đó nhưng chưa có con. Anh chồng thi thoảng lại về trễ và say bí tỉ. Mỗi lần như vậy thì có nghe rổn rảng một chút rồi người vợ sụt sịt khóc. Có tiếng khóc thì chiến trường êm ả lại. Sáng ra, chục lần như một lưng của thầy giáo có chừng cả trăm dấu tròn đỏ. Kết quả của một trận giác hơi.

Người vợ cũng hiền lành, có lần cô qua phòng cho tôi con rùa vải dùng để chùi chân do chính tay cô may. Tôi cũng một lần mang ơn cô ta, chẳng là có lần vào khoảng 22 giờ đêm, tôi bỗng dưng đau bụng lạ thường, đi cầu liên tục. Tôi qua quán mua thuốc uống, gặp tôi cô hỏi và lát sau mang qua cho tôi ly rượu thuốc đặc quánh của thầy giáo, bảo là thuốc gia truyền chuyên trị về tả lỵ. Mà quả thật, uống xong khoảng 10 phút là tôi nghe êm êm và không còn đi cầu nữa.

Phòng số 6. Vô hình trung là cái quán nhỏ chuyên cung cấp đồ dùng và một ít thực phẩm cho những phòng trọ chúng tôi. Chủ quán là người ngoài năm mươi, chắc quê ông ở gần căn cứ Long Bình (nơi mà ngày trước quân đội Mỹ dùng làm kho chứa thuốc nổ, đạn dược) nên ông nói chuyện nổ quá trời. Cái gì cũng số 1 La Mã. Chưa bao giờ chịu thua ai trong việc tranh cãi chuyện gì đó. Tôi ở Hà Nội ba năm, nhưng chưa biết cầu Long Biên, cầu Thăng Long, cầu Chương Dương dài bao nhiêu, chùa Một Cột cao bao nhiêu. Nhưng ông biết chính xác số đo trong khi chưa hề một lần đặt chân lên xứ Bắc. Thi thoảng ông cũng phát biểu linh tinh về xã hội. Với tôi, ông là người khó cải tạo tư tưởng sống cho phù hợp với tình trạng xã hội bây giờ. Bởi ông là quân nhân quân lực VNCH trước 1975.

Phòng số 7. Thuê phòng là cô bé mười chín tuổi, quê ở một huyện xa trong tỉnh. Tháng đầu cô đến với chiếc Honda Dame của Nhật sản xuất trước 1975. Nét mặt đẹp thơ ngây như bức tượng. Cô nói làm tiếp viên cho một nhà hàng. Quả thật vậy, có lần được bạn bè mời tôi chầu nhậu tươi mát tại Nhà hàng karaoke Ngọc Lan. Tôi đã gặp cô ngồi chung bàn. Cô ngồi với bạn tôi. Cô bé thẹn thùng nhưng tôi vờ như không quen biết. Sau vài chai bia, cô mất sự bẽn lẽn ban đầu và chủ động tấn công tôi. Cô xin đổi đào với tôi, nhưng cô gái ngồi với tôi không chịu. Khổ nỗi điều này làm tôi phải tránh mặt cô nhiều ngày sau đó. Rồi một chiều, chiếc Honda Dame đâu không biết. Cô rạng rỡ với bộ đồ dạ hội. Chễm chệ trên chiếc Nouvo màu trắng tinh. Cô chạy suýt nữa đụng phải cánh cửa phòng cô. Cũng từ ngày đó, cô đau cái cổ rất nặng. Tôi nghĩ thế, vì thấy mỗi lần ngồi trên xe chạy, cổ cô đều ngước lên trời. Mới vừa rồi, nửa đêm công an xét phòng. Trong phòng của cô có người đàn ông lớn tuổi, cô nói chú họ. Nhưng cũng bị phạt hành chánh vì không có tên trong danh sách đăng ký tạm trú.

Phòng số 8. Phòng này có vẻ đặc biệt. Cặp ông, bà trên năm mươi. Không biết người phương nào, gia đình ra sao. Dù ngoài năm mươi nhưng người đàn bà cũng còn mặn mà lắm. Đủ cho thấy bà có một thời vàng son. Người đàn ông như một cao thủ võ lâm. Tóc dài, râu ria quai hàm, ông cũng là người mà từng "một thời để yêu và một thời để chết". Tin từ hành lang phòng số 5, chúng tôi biết ông bà này có gia đình giàu có, con cái thành đạt. Giờ hai người vào chùa làm công quả, mướn phòng chỉ để nghỉ buổi trưa, còn tối thì về nghỉ ở gia đình. Nhưng cũng nhiều đêm ngủ lại. Người đàn ông mua cơm hộp và nước khoáng về sử dụng. Hình như họ ăn chay, bố già phòng số 2 nói với tôi, họ ăn chay nhưng ngủ mặn. Tin đáng tin cậy là họ yêu nhau khi còn trẻ, hoàn cảnh không thể cưới nhau. Ông có vợ, bà có chồng. Chồng bà sau này bị bệnh chết. Vợ ông kia vẫn còn, nhưng họ lại là chị em bà con bạn dì. Chuyện y như trong phim.

Phòng số 9, cũng hai ông bà. Người đàn ông ngoài ba mươi, người đàn bà ngoài bốn mươi. Chênh lệch nhau chắc một con giáp. Anh chàng hiền lành ít nói. Đi bán vé số dạo với chiếc xe đạp bèo, người đàn bà cũng đi bán vé số, nhưng ngày bán vài ngày nghỉ. Lâu lâu có một bé trai chừng 10 tuổi đến ngủ vài ngày rồi biến mất. Nghe nói đó là tác phẩm của hai người. Bố già phòng số 2 coi tướng người đàn bà này, nói thọ nhưng nghèo suốt đời. Chuyện tình yêu trắc trở, ít nhất là vài ba đời chồng bởi phá tướng. Đàn bà gì mà ăn nói sang sảng như anh hùng Lương Sơn Bạc, còn nghèo vì tướng đi dách dách sảnh, ấn đường u tối.

Phòng số 10, là phòng cuối cùng. Một người đàn ông. Ông ngoài ngũ tuần, là nhà văn hay nhà thơ gì đó. Ông còn là cộng tác viên của nhiều tuần báo, Website. Rõ ràng kiến thức của ông uyên bác. Chuyện gì cũng biết. Khác với ông phòng số 6 biết chuyệt vặt. Ông phòng số 10 ngon lành hơn, các nhà văn nhà thơ nước ngoài. Từ châu Âu, châu Á, châu Mỹ, châu Phi. Ở đâu ngài cũng biết tuốt. Từ Eric Maria Remarque, William Saroyan, Henry Miller, Rimbaud, Jean Paul Sartre, Ernest Hemingway, đến Lý Bạch, Trương Kế, Thôi Hiệu, Bạch Cư Dị dài dài qua Kim Dung, Quỳnh Dao. Muốn nghe tác phẩm nào, của nhà văn nhà thơ nào là ông đọc vanh vách, như một tự điển sống. Đang nói về hiện sinh của Sartre, mình nói qua Phạm Công Thiện thì ông phát cho nghe *Hố thẳm của tư tưởng, Im lặng hố thẳm* ngay. Vũ Đức Sao Biển chuyên nghiên cứu về Kim Dung, nếu gặp ông cũng phải botay.com. Ông nhắc từng câu chuyện, từng nhân vật, nào là *Tiếu ngạo giang hồ, Ỷ thiên đồ long kiếm, Anh hùng xạ điêu, Lộc đỉnh ký.v.v*. Hỏi về Quang Dũng ông đọc cho nghe một loạt: *Đôi mắt người sơn tây, Tây tiến, Đôi bờ, Quán bên đường*. Đang ngon trớn như vậy thử đá qua thơ Đường. Y như máy cassette, ông mở liền Thôi Hiệu, có lần ông đọc cho tôi nghe nguyên tác bài *Hoàng hạc lâu*:

> *Tích nhân dĩ thừa hoàng hạc khứ*
> *Thử địa không dư hoàng hạc lâu*
> *Hoàng hạc nhất khứ bất phục phản*
> *Bạch vân thiên tải không du du*
> *Tình xuyên lịch lịch Hán Dương thụ*
> *Phương thảo thê thê Anh Vũ châu*
> *Nhật mộ hương quan hà xứ thị*
> *Yên ba giang thượng sử nhân sầu.*

Ông nói ngày trước Tản Đà dịch bài này với thể thơ lục bát, ông không tâm đắc. Ông có người bạn dịch bài này với thể thơ thất ngôn bát cú đường luật y như nguyên tác, và ông tằng hắng, không phải đọc mà là ngâm :

Bặt bóng người xưa cỡi hạc vàng
Còn đây trơ lại mái lầu hoang
Hạc vàng một vút không lưu luyến
Mây trắng ngàn năm luống bẽ bàng
Sông lạnh Hán Dương cây rạng rỡ
Bãi thơm Anh Vũ cỏ miên man
Quê hương khuất nẻo chiều nghiêng bóng
Gợi khách sầu lây khói sóng tràn.

Tiếc rằng tôi không biết về văn thơ. Song với hai câu chót, tôi nghe sao ngậm ngùi quá. Tôi cười nói với ông:

- Thiệt tình, chú đọc thơ cho cháu nghe, giống y như nước đổ trên đầu vịt.

Ông há mồm hỏi tôi:

- Vậy chứ thằng Út mày làm nghề gì?

- Dạ… con là bác sĩ… thú vật.

Hồ Chí Bửu

HOÀI THƠ

Tên thật: Hồ Thị Bích Nga
Sinh: 1969
Bút danh: Hoài Thơ
Hiện ngụ tại quận Bình Tân, Thành phố Hồ Chí Minh

Tác phẩm đã xuất bản:

- Niệm khúc tình buồn (NXB Văn hóa - Văn Nghệ, 2018)
- Tiếng sóng đêm (NXB Văn hóa - Văn Nghệ, 2018)

ƠI ĐÀN ÔNG!

Chị trải qua dăm bảy mối tình chớ chẳng ít. Đủ để đếm gần hết những ngón của hai bàn tay. Kể ra thì đàn ông cũng đáng yêu. Song song không kém cái việc làm cho chị em chúng ta đau khổ. Tức là bằng nhau ấy. Cho bao nhiêu yêu thương thì lấy lại bấy nhiêu đau thương.

Ví dụ như ông chồng chị, người rước chị về nhà chính thức với đầy đủ nghi thức cưới hỏi, cau trầu đầy mâm, thịt thết cả làng, kiệu xe đưa rước, nhưng dưa chẳng ra dưa, cải chẳng ra cải. Sống ngần ấy năm trời, chị chả biết cái ngày nào gọi là tận hưởng được hạnh phúc thật sự. Quần quật làm lụng vất vả từ cái ngày xe hoa đưa chị về nhà chồng cho đến khi tòa ký giấy cái rẹt. Chia tay!

Nói là vậy nhưng lão ý tặng chị lời ra mấy đứa nhóc còn gì...

Nói ngược cũng nghĩ lại xuôi một tý. Chúng chả giúp được gì cho chị. Nói đúng hơn là chị lo cho chúng thì có. Chưa kể đến đôi lúc chị bực mình muốn vả vào mồm chúng, cho chúng mấy tát ngậm cái miệng vì cái tội nói đi nói lại leo lẻo. Cái mặt mất dạy vênh vênh của chúng.

Có điều thú thật, không có chúng chị không thể sống nổi. Dù gì những lúc chị đau ốm, nằm một mình tưởng chết chỉ có chúng là người hỏi thăm mẹ. Ngoài ra chẳng có ma nào mà quan tâm.

Những mối tình dở hơi đi qua. Lúc vui thì ríu rít như chim vậy. Thủ thỉ như con nít mới biết yêu. Sáng ra mời cà phê. Điện thoại giờ nào cũng tít tít. Thì thôi đủ thứ. Em ăn sáng chưa? Em ngủ trưa chưa? Hoa ảo tặng đầy máy. Ngóng mỏi cổ chẳng có tay nào hào phóng bỏ tiền mua tặng mình lẵng hoa đâu. Mặc kệ, cũng làm chị vui lây mặc dù không được bao lâu… thoáng chốc biến mất.

Mối tình đầu đời đẹp như trăng, như sao, như dao cắt nhẹ… Đôi lúc đến đi trong suy nghĩ. Buồn khi nhìn thực tế chả mang lại cái giống gì. Chị vui khi nhớ lại những kỷ niệm, hồi ức êm đẹp lúc mới yêu...

Đàn ông mà, cha nội nào chẳng điêu chẳng thích cái mới lạ. Cái cảm giác vui mừng khi chinh phục được phụ nữ. Chinh phục bằng mọi cách chỉ cần cô ấy trả lời tin, chỉ cần cô ấy chịu đi cà phê. Chưa nói đến việc chinh phục bằng cách dẫn nhau vô nhà nghỉ. Chị thừa biết. Biết tất những gì họ suy nghĩ.

Chị cũng thế thôi. Mặc đời. Vỏ quýt dày thì có móng tay nhọn. Người tình chị bỏ ra mười tỷ bạc chứ chả chơi để lo cho chị. Nói đúng hơn là mua cái xác chị. Có hợp đồng mua bán hẳn hoi. Chị sống trong nhung lụa. Sống trong sự cô đơn lạnh lẽo nói cho ra nhẽ ví như giam cầm vậy. Nuôi cho chị tóc dài da đẹp. Chị muốn ăn yến uống sâm gì cũng được với điều kiện: không được tiếp xúc một ai.

Nhốt mình trong bốn bức tường, buồn chị lên mạng viết thơ. Mối tình này cũng không ít làm cho chị lên bờ xuống ruộng. Cũng chả nuôi chị bữa cơm nào. Có điều lão mang lại cho chị nhiều niềm vui. Nhờ có lão thơ chị mới được hay. Tuy lão đứng sau không nói gì, chưa biết mặt lão ấy méo hay tròn, nhưng là một cái lò đúc ra nhiều bài thơ rớt nước mắt mà chị viết tặng bạn đọc.

Kể ra thì đàn ông trên đời đủ dạng người. Mang đến cho phụ nữ mình nhiều hạnh phúc cũng như nhiều bất hạnh.

Thì kệ đời đi. Miễn sao vui mà vẫn sống nhăn răng là ô kê rồi. Buồn vui hay giả tạo gì cũng được. Đời con người rồi cũng sẽ về cát bụi. Chết nghĩa là hết, suy nghĩ làm gì cho mệt.

Đêm nay trời mưa nhẹ, xung quanh chị tất cả đều tĩnh lặng. Chị nằm sau một ngày mê man, chị với tay lấy điện thoại. Không cuộc gọi, không một tin nhắn. Không biết chị nên vui hay nên buồn. Đời ơi! Đàn ông ơi!

Phận đàn bà chỉ có giỏi hứa suông
Mênh mang đếm vui buồn chiều chóng vánh
Gom tình yêu nhặt góp thêm vài cánh
Gió lùa về gãy cành đứng chỏng chơ...

Bơ vơ! Chết trơ. Mặc kệ....

CÔ HÀNG CHÈ XANH

Cả cái làng Vũ Đại ai cũng biết cô ả là gái bán chè xanh ngay đầu đình. Ả đẹp lắm. Ngực cong, mông xòe, nước da trắng mịn, dáng người không cao không thấp. Ả là con gái ông Phú, từ làng bên sang làng Vũ Đại này sinh sống.

Nói đúng hơn ả là vợ thứ năm của quan tri huyện đã chết mấy năm mà tôi không nhớ rõ.

Thời đó tôi được cha gởi sang nhà thầy đồ để đi học. Tôi còn nhỏ chưa hiểu hết sự đời, chưa biết đối nhân xử thế, cái tuổi đầu đội trời chân đạp đất tôi chỉ biết ê a học. Nhà thầy đầu con dốc, muốn về nhà tôi duy nhất chỉ một con đường đi qua đầu làng. Nơi ả bán chè xanh.

Từ sáng tới trưa ả dạ thưa mời mọc:

"Mời các bác, các anh xơi chè xanh hộ em ạ".

Từ người lạ tới người quen không biết khát nước hay khát ả mà quán ả lai rai vẫn có khách. Không kể trời mưa hay nắng.

Có hôm trời mưa dầm ông Cửu còn thọc gậy băng đồng đi vòng ngõ sau vào xơi nước.

Trước lão, cụ chánh cũng đã xếp bằng đến ngồi nhấm nháp, miệng khen ngon mắt nhìn xoáy vào hai quả núi đôi lồ lộ của ả.

Dân làng xầm xì bảo ả là gái bán hoa, là gái trắc nết.

Ối dào! Miệng thiên hạ. Tôi nghe lóm rằng năm 17 tuổi ả đẹp lắm, đẹp nhất làng. Ả cũng đã biết yêu. Yêu một thanh niên nghèo hiếu học. Sau đó người thanh niên bị quan tri huyện xử oan cho đến bức tử vì tội không đâu. Sau khi anh này chết lão lấy ả về làm vợ năm.

Cơm không lành, canh không ngọt với gia đình một đập mà chảy nhiều mương như lão. Lấy ả được mấy năm thì lão chết. Có người ác mồm nói rằng chính ả bỏ thuốc chuột giết tri phủ để trả hận.

Tri phủ chết, đời ả hết. Bị vợ lớn quan huyện đuổi ra ngoài. Ả sợ mang tai tiếng gái nạ dòng nên không về cha mẹ mà quyết ở lại đây sinh sống bằng nghề bán chè xanh.

Từ sáng tới trưa mới vừa vài đồng bạc cắc. Ả phải lo cho mấy đứa con có ăn có mặc. Nên ai nói gì ả chỉ cười bỏ ngoài tai. Có hôm trời vừa chạng vạng ông chánh tổng lội sình vác bình sang mua nước. Tiếng chó sủa inh ỏi đầu làng, một chàng tóc chải ngược bắt chước ghé vô. Hình như có chiếc ô quen thuộc của ông đồ già cũng vừa tới. Ả đưa tấm lưng trần phơi phới dưới ánh trăng lu mờ như cuộc đời ả.

Xa xa tiếng tù và hàng tổng tắt lịm dần khi gần tới quán để chầu chực.

Ngoài trời tối như mực! Tối như cuộc đời ả…

Hoài Thơ

LÊ NGUYỆT

Tên thật: **Lê Thị Minh Nguyệt**
Sinh năm: 1960
Quê quán: Huyện Mỏ Cày, tính Bên Tre
Nghề nghiệp: Giáo viên Văn cấp II (đã nghỉ hưu)

Truyện đã xuất bản:
- Những mảnh đời (NXB Hội nhà văn - 2017)
- Ám ảnh (NXB Hội nhà văn - 2018)
- Táng tận lương tâm (NXB Hội nhà văn - 2019), (NXB Nhân Ảnh USA, tái bản 2019)

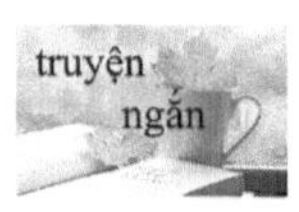

MÁU ĐÀO
(25.5.2019)

1. HÀ

Bà Điệp góa chồng năm hai mươi ba tuổi. Một mình nuôi đứa con trai lên bốn và chưa từng tính chuyện đi thêm bước nữa. Trong chiến tranh, những anh em ruột thịt lần lượt qua đời để lại bà một thân một mình không có họ hàng thân thích.

Nhưng bà Điệp vẫn nuôi Quang trắng trẻo mập mạp. Cho học hành đến tốt nghiệp cấp ba nhưng do Quang không đỗ được vào đại học đành phải nghỉ ở nhà, tìm công chuyện lặt vặt làm để gần gũi đỡ đần cho mẹ. Vì nhà đơn chiếc nên Quang mới mười chín tuổi bà đã cưới vợ cho con trai. Vợ Quang tên Hà, là cô gái chung xóm ấp với Quang, nổi tiếng xinh đẹp và hiền lành. Về làm dâu rất được lòng mẹ chồng và nhất là được chồng yêu.

Khi Quang hai mươi ba tuổi thì Hà sanh cho anh hai đứa con một trai một gái. Hoàn cảnh gia đình cũng khó khăn nhưng họ sống với nhau trên thuận dưới hòa. Bà Điệp ở nhà chăm nom cháu nội cho Quang đi làm thuê làm mướn, Hà mỗi ngày nấu hai nồi chè thưng, sáng bán ở chợ, chiều gánh đi bán rong. Chè thưng của Hà ngon có tiếng nên lúc nào cũng đắt hàng.

Gia đình năm người nhờ vào đó mà sống cũng tạm đủ.

Nhưng tai nạn xảy ra cho Hà lúc cô đi bán vào buổi chiều. Trên đường từ nhà ra chợ phải đi ngang một sân banh tự phát do đám trẻ trong xóm dọn để cùng nhau đá chơi. Lúc Hà gánh gánh chè đi ngang thì trái banh bay tới, hất tung nồi chè còn nóng hổi, phía dưới nồi là lò bếp than. Nồi chè văng tung tóe tạt vào người Hà làm cô bỏng rát. Hà quăng gánh theo phản xạ nhưng thân thể đã bị phỏng. Cô co rút và kêu cứu. Đám trẻ kinh sợ bỏ chạy tán loạn và la làng lên. Người lớn chạy tới đưa Hà vào bệnh viện sơ cứu. Mức độ phỏng là 30%.

Hà phải nghỉ bán một thời gian dài cho vết thương lành hẳn. Cả nhà sống nhờ vào đồng lời của gánh chè mà phải nghỉ lâu như vậy nên Quang nỗ lực cày bừa cho đủ chi tiêu trong gia đình. Ai thuê gì cũng làm. Mở mắt ra anh đi tới chiều tối mới về cầm theo tiền công ít ỏi.

Bà Điệp thương con dâu lắm. Biết nó đang bị vậy mà cũng canh cánh trong lòng lo cho cả nhà nhưng bà không giúp được gì. Con Mai và thằng Tín thì còn quá nhỏ ăn uống phải mắc đút. Bà nghĩ mình chỉ việc lo cho hai đứa cháu nội là xem như đỡ đần được cho nó phần nào.

Rồi Hà cũng dần hồi phục. Vừa mới đi đứng được là cô bắt tay vào nấu chè. Tuy nhiên cô không tự mình gánh ra chợ mà nhờ Quang. Mọi người nhớ chè của Hà nên ủng hộ cô. Những ngày mới buôn bán lại Hà đều bán sạch cả hai nồi chè.

Rồi cũng đến lúc Hà tự mình gánh đi chợ.

Nhưng quả là tai bay vạ gió.

Do sức còn yếu, một lần vấp ngã, Hà lại bị nồi chè đổ ập lên người.

Vết bỏng cũ chưa lành hẳn, vết mới lại bồi thêm. Lần nầy Hà nhập viện với thân thể nhầy nhụa, quần áo không mặc được. Đau nhức vô cùng nhưng sợ gia đình lo lắng nên cô đành cắn răng cam chịu.

Hơn một tháng nằm viện, khi về nhà, vợ chồng trẻ đã mắc một số nợ khá lớn mà Hà còn phải thang thuốc mỗi ngày. Cô vẫn nằm trên giường, thân thể lở loét, nước vàng luôn rịn trên thân tanh tưởi. Quang nghỉ làm hẳn để chăm sóc vợ. Hà không cho các con lại gần. Cô chịu đựng nỗi đau thân xác một mình. Hơn ai hết, Hà biết nếu cô cứ bị như thế này thì gia đình sẽ vĩnh viễn không ngóc đầu dậy nổi và các con cũng không có điều kiện đến trường. Thật vô dụng khi người đàn bà chỉ nằm ngồi một chỗ, là gánh nặng cho chồng con. Tình trạng này có khả năng cô sẽ khó bình phục và nếu có thì sức khỏe cũng không được như xưa, mà nhà còn có mẹ già, con nhỏ, chỉ một mình chồng là lao động chính thì làm sao Quang cáng đáng nổi để lo cho cả một gia đình? Có phải Hà đã vào đường cùng rồi không? Có ai lại bị hai lần tai nạn như cô không?

Suy nghĩ tiêu cực như vậy nên Hà quyết định, cô lấy tất cả các loại thuốc bác sĩ cho, uống một lần và bị ngộ độc thuốc. Khi Quang phát hiện đưa đi bệnh viện xúc ruột, Hà chỉ nói với anh một câu:

- Tha thứ cho em, anh hãy ráng nuôi mẹ và con.

Rồi cô lặng lẽ ra đi.

Quang như chơi vơi bên bờ vực thẳm. Cái chết của Hà làm Quang hụt hẫng một thời gian dài. Anh biết Hà sợ mình là gánh nặng cho chồng con. Tiền thuốc men, rồi lại bỏ công chăm sóc cho cô và không thể lo cho mẹ già con nhỏ. Nếu như cô không còn nữa thì anh sẽ toàn tâm toàn ý lo cho gia đình. Cô chấp nhận hy sinh.

Anh hiểu và thương vợ lắm. Mặc dù Hà nằm đó, không giúp gì được cho anh nhưng có cô anh có nghị lực để phấn đấu. Vợ chồng anh còn trẻ, còn nhiều thời gian. Quang tin tưởng ngày nào đó Hà sẽ hồi phục và cùng anh chung lưng đấu cật nuôi dạy con cái. Mất Hà rồi, Quang cảm thấy cuộc đời mình mất phương hướng. Đau khổ chưa từng trải qua.

Quang tự hứa với lòng là sẽ không bao giờ đi thêm bước nữa mà toàn tâm toàn ý lo nuôi dạy hai con.

Bà Điệp đau điếng trong lòng. Từ lâu, bà luôn xem Hà như con gái ruột của mình. Những ngày cô bị tai nạn, bà lo lắng, chẳng biết làm gì để chia sẻ nỗi đau với con nên cứ chăm chút lo cho cháu nội đỡ đần Hà.

Nhưng rồi mọi việc cũng đâu vào đó. Không ai có thể ngồi ôm quá khứ mà sống. Nỗi đau nào cũng phải cố gắng vượt qua. Quang còn mẹ già, còn con nhỏ, còn nợ nần, anh còn trách nhiệm với những người còn sống. Cứ nhìn hai đứa con thơ là Quang đau lòng và quyết tâm không để chúng lớn lên trong đói nghèo.

2. TUYẾT

Tuyết hai mươi lăm tuổi. Một mình sống trong căn nhà cấp bốn khang trang ngăn nắp. Tuyết kế tục nghề làm lu khạp của cha mẹ. Do chân yếu tay mềm nên cô phải thuê người đổ lu và chuyên chở hàng đi giao.

Tuyết và Hà có giao tình với nhau. Nhất là những khi Hà gánh gánh chè đi bán về ngang nhà Tuyết, bao giờ cô cũng ủng hộ Hà, bao nhiêu thợ làm là Tuyết mua bao nhiêu chén để Hà có thể bán hết mà về với con.

Tuyết cũng cho Hà mượn tiền trị phỏng, mượn nhiều nhưng cô không lấy một đồng lời nào.

Sau khi Hà mất, biết Quang gặp khó khăn, Tuyết gọi anh đến giúp việc cho mình để anh có tiền nuôi con. Nợ thì vẫn để đó.

Ba năm sau.

Biết bao tiếng thị phi về mối quan hệ của Quang và Tuyết nhưng họ vẫn thản nhiên và vẫn sinh hoạt bình thường. Có gì đâu, gái chưa chồng và trai góa vợ, nếu đến với nhau âu cũng là chuyện tất nhiên thôi. Nhưng vì Quang đã từng tuyên bố là sẽ thủy chung với vợ nên người ta ngại khi muốn đề cập với anh chuyện này. Mà Quang và Tuyết luôn giữ gìn tai tiếng, họ khách sáo với nhau. Quang luôn cho mình là người làm công và xem tuyết như chủ. Bà Điệp dù mang ơn Tuyết nhưng tuyệt đối không chấp nhận người con dâu khác, trong lòng bà chỉ có Hà.

Nhưng đến năm thứ ba thì Tuyết mang thai. Quang đường đường chính chính nhận đó là con của mình. Anh năn nỉ mẹ xin được danh chính ngôn thuận cưới Tuyết về làm vợ nhưng dầu nói thế nào bà Điệp vẫn không bằng lòng. Tuyết không phản ứng gì. Cô tự nhận mình đã lớn tuổi, muốn có một đứa con để nuôi, không cần cha, không cần danh phận và cũng không sợ tai tiếng.

Dù người lớn trong xóm có khuyên bảo thế nào bà Điệp vẫn không đồng ý. Bà còn buộc Quang phải nghỉ làm ở chỗ Tuyết để theo làm công trình xây dựng mà thanh niên cả xóm đang tham gia.

Tuyết và Quang gặp nghịch cảnh như vậy nên cả hai tạm thời chịu đựng. Quang nói trước sau mẹ anh cũng sẽ chấp nhận Tuyết thôi.

Và Tuyết sinh được một bé trai. Đứa bé giống ba và anh chị nó như đúc. Nhất là mái tóc quăn gợn nhẹ độc quyền của Quang đã di truyền lại cho các con. Quang đặt tên cho nó là Cần. Mai, Tín, Cần. Tuyết gọi yêu là Quắn vì thấy mái tóc dễ cưng của nó.

Tuyết không lui tới gia đình Quang khi anh bắt đầu nghỉ làm chỗ cô để đi theo công trình. Cô vẫn cặm cụi làm công việc mình. Kinh tế ổn định, Tuyết nuôi con không cần vào sự trợ cấp của Quang. Thằng Quắn lẩn quẩn bên cạnh mẹ, biết Quang là ba mình nhưng cũng hiếm khi gặp mặt. Tuyết nói với Quắn là nó có ba, có bà nội, có anh chị nhưng bây giờ tạm thời khoan nhìn nhận, từ từ rồi cô sẽ đưa nó đến gặp ruột thịt của mình. Quắn vô tư vui vẻ hơn những đứa trẻ cùng trang lứa.

Mỗi lần từ công trình xây dựng về, Quang đều ghé qua Tuyết. Anh thường ghé vào buổi tối khi Quắn đã ngủ, Quang âu yếm nhìn con, ở lại với Tuyết một đêm mới về nhà. Anh tin tưởng khi mẹ mình gặp mặt Quắn bà sẽ chấp nhận đứa cháu nội này.

Nhưng mọi việc không theo ý người. Khi nhà thầu chỗ Quang nhận công trình của công ty may thi công hạng mục sáu tầng lầu thì giàn giáo bị sập, năm người bị chôn vùi dưới đống gạch vụn tử vong và ba người bị thương nặng. Trong số năm người đó có Quang.

Gia đình bà Điệp thật sự bị khủng hoảng.

Bà Điệp ngất lên ngất xuống, ân hận vì đã ép Quang từ bỏ công việc chỗ Tuyết mà đi làm hồ. Nhà chỉ có mình anh là lao động, bây giờ sự thể như vầy biết còn trông cậy vào ai? Bà như điên cuồng, chẳng hiểu mình đã gây ra nghiệp chướng gì đến nỗi con trai và dâu từng người lần lượt ra đi như vậy. Rồi đây một thân một mình bà phải làm sao để nuôi hai đứa cháu nội đang tuổi ăn tuổi lớn? Mai mới mười tuổi, Tân lên tám và thằng cháu nội mà bà chưa một lần nhìn mặt mới có năm tuổi thôi.

Xóm làng thương cảm cho hoàn cảnh của bà, chung tay lo hậu sự cho Quang. Lúc này Tuyết ra mặt, mọi chi phí đám tang đều do một mình cô lo. Bà Điệp không còn hơi sức đâu mà can thiệp vào nữa.

3. MÁU ĐÀO

Quắn đã vào lớp mẫu giáo rồi. Thằng bé lớn lên mập cùi cụi, trắng bóc và trông thật khỏe mạnh. Lúc nào nó cũng vui vẻ hí hửng, nụ cười luôn nở trên môi, gặp ai cũng chào hỏi, nói chuyện không ngớt miệng.

Bà Điệp vẫn chưa chấp nhận Tuyết và chưa nhìn cháu nội. Bà nghĩ, con trai mình đã không còn, nhìn nhận cháu nội là nhìn nhận con dâu, chỉ tội nghiệp cho Tuyết. Chi bằng để cô tự do đi thêm bước nữa tìm cha cho con mình. Đeo mang bà cháu bà chỉ tội nghiệp cho Tuyết thôi.

Trước đây, mọi việc sinh nhai bà đều phó thác cho con trai và dâu, bây giờ không còn họ nữa mà bổn phận phải nuôi cháu nội nên bà Điệp bèn nấu nồi chè, múc bỏ vào bọc ny-lông đem gửi những người bán sương sa sương sáo, còn lại chút đỉnh bán tại nhà. Nhờ vậy cũng có tiền ra vào đắp đổi qua ngày. Nợ nần cũng chẳng ai đòi vì người ta hiểu hoàn cảnh của bà.

Tuyết vẫn sinh hoạt bình thường, cô âm thầm đóng học phí cho Mai và Tân, dặn cô giáo chủ nhiệm nếu như bà Điệp có hỏi thì nói cả hai thuộc hộ nghèo nên học phí được miễn.

Mỗi ngày, Mai, Tân đi học đều ngang qua nhà Tuyết. Nhìn thấy cả hai, Quắn trong nhà chạy ra, hí hửng gọi:

- Chị Hai, anh Ba.

Hai đứa nhìn Quắn rồi quay chỗ khác. Thằng bé cũng chưa chịu thua, cười hề hề:

- Dòm Quắn cái đi. Cười với Quắn cái đi.

Mai ngoe nguẩy:

- Cười gì mà cười?

- Mẹ nói, chị là chị ruột của Quắn đó.

Nói xong, không chờ phản ứng của anh chị, nó ù té chạy vào nhà.

Từ hôm đó, ngày nào Quắn cũng đón Mai và Tân đi ngang trước cửa, ló đầu ra kêu "Chị Hai, anh Ba" rồi thụt vào. Mỗi khi nhìn thấy anh chị mình cười lại là Quắn vui cả ngày.

Quắn đi học mẫu giáo gần nhà nên tự mình đi không cần mẹ đưa đón. Nó mặc quần soọc xanh, áo sơ mi trắng bỏ áo vào quần, vai mang cặp trông rất là dễ thương. Mỗi lần nhìn thấy Quắn, Mai đều muốn ôm nó vào lòng nựng nịu. Quắn rất giống Tân, đôi mắt to tròn lúc nào cũng mở lớn ngây thơ và lúc nào cũng cười hí hửng.

Một hôm, Mai và Tân thấy Quắn bị ba đứa con trai cỡ lớp hai, lớp ba theo chọc ghẹo. Quắn đứng nép vào thân cây khế ven đường, tay ôm gốc khế vừa nói vừa khóc. Hiếu kỳ, hai đứa đứng lại xem. Thằng bé này lúc nào cũng tươi cười sao hôm nay khóc sướt mướt vậy không hiểu.

- Mày không có ba.

- Hổng dám đâu. Quắn có ba, có bà nội, có anh chị nữa.

- Mày ở có một mình với mẹ mày thôi.

- Hổng dám đâu. Ba Quắn chết rồi nhưng Quắn còn bà nội, anh chị.

- Anh chị mày đâu?

- Chị Mai với anh Tân đó.

- Mắc cỡ cà. Ai thèm nhìn chị em với mày.

- Hổng dám đâu. Chị Hai với anh Ba thương Quắn lắm đó.

- Xạo mày ơi.

- Hổng dám xạo đâu.

- Mầy mồ côi, không có anh chị.

- Có! Quắn có anh chị đàng hoàng.

Nó bắt đầu mếu và òa lên khóc. Mai thương đứt ruột đứt gan. Nó quay sang nhìn Tân, Tân hùng hổ bước tới:

- Đứa nào chọc em tao vậy?

Quắn đưa đôi mắt còn ướt nhẹp nước, vui mừng nhìn Tân. Vẻ mặt của nó lúc đó chỉ khiến Mai muốn ôm lấy mà hôn:

- Anh Ba Quắn nè. Chị Hai Quắn nè. Ở đó mà không có anh chị. Quắn còn có bà nội nữa đó. Bà nội Quắn bán chè thưng ngon nhất hạng luôn.

Rồi nó lủn đủn chạy đến nắm tay Tân ra vẻ thân thiết. Không kiềm lòng được, Mai ngồi xuống ôm lấy thằng bé:

- Đừng khóc nữa cưng, có chị nè.

Quắn bặm môi, lẽ ra nó đã nín khóc rồi nhưng khi nghe Mai nói, nó lại khóc lớn hơn, nghẹn ngào tủi thân. Tân hầm hầm nói với ba đứa kia:

- Mai mốt đứa nào chọc ghẹo em tao là tao đánh không nể mặt đâu đó.

Nói xong, Tân nắm tay Quắn dẫn đi. Quắn hãnh diện nghênh mặt nhìn những đứa vừa gây gỗ với nó. Bước chân nó nghinh ngang, tự tin một cách rất buồn cười. Tân hỏi:

- Tụi nó hay ăn hiếp cưng lắm hả?

- Ít khi lắm. Nó chỉ ghẹo Quắn không có ba thôi.

- Có khi nào nó đánh cưng không?

- Không có đâu. Quắn đâu chọc ghẹo gì nó đâu mà đánh? Bây giờ Quắn có anh chị rồi, chắc tụi nó không ghẹo nữa đâu.

- Cưng muốn có anh chị lắm hả?

- Muốn lắm. Có anh chị sẽ có thêm người thương Quắn. Mẹ nói vậy đó. Nhà Quắn có cây quýt trái bự lắm mà ngọt nữa, có anh chị Quắn sẽ hái cho anh chị ăn, cho bà nội ăn nữa.

- Anh chị đâu có thích ăn quýt?

- Nhưng quýt của Quắn ngọt lắm, mà bự nữa. Anh chị không thích thì bà nội thích.

- Mai mốt Quắn chờ anh chị đi ngang dẫn đi học nghen?

- Dạ. Thiệt vậy hả? Mẹ mừng lắm đó. Anh chị nhớ nhen.

Mai xiết chặt tay Quắn, dặn dò:

- Cưng lại chào bà nội đi.

- Hổng dám.

- Không sao đâu. Bà nội cưng mà.

- Để Quắn về hỏi mẹ.

- Ừa.

Quắn thập thò trước cửa, chờ bà Điệp dọn chè ra bán là nó sà tới liền:

- Bà ơi, bán cho con bốn túm chè.

- Chờ bà chút.

Mai và Tân núp trong nhà rình xem phản ứng của bà nội. Quắn mặc bộ đồ thun xanh, nhìn tròn trúp dễ thương cực kỳ. Bà Điệp không để ý nhưng khi quay ra nhìn thấy thằng bé, bà khựng lại một chút rồi mắt dán trân trân vào khuôn mặt Quắn. Một tình cảm thiêng liêng bỗng tràn vào lòng, bà chỉ muốn ôm lấy nó. Khuôn mặt thu nhỏ của Quang nằm trọn vẹn trên mặt đứa cháu nội đã năm tuổi mà chưa một lần bà nhìn qua.

Bà mím môi, nghẹn giọng, đưa tay ngoắc:

- Lại bà biểu coi con.

Quắn tiến lại, sà vào lòng bà, mạnh dạn kêu:

- Bà nội.

Nước mắt bà Điệp trào ra, bà ôm lấy thằng bé khóc ngon lành. Bà vuốt ve mái tóc của nó, nức nở:

- Cháu nội của bà. Bà xin lỗi con. Xin lỗi con.

Lê Nguyệt

LÊ YÊN

- Tên thật: **Lê Thị Bạch Yến**
- Bút Danh: Lê Yên
- Ngày sinh: 13/03/1961
- Sống và làm việc tại Thành phố Hồ Chí Minh.

CHUYỆN BA ĐỨA

Hắn bỗng bật cười thành tiếng. Người khách ngồi bàn bên cạnh quay sang nhìn, ngại quá, hắn gật đầu chào như có ý xin lỗi. Quán cà phê hắn ngồi đối diện bến xe. Nhìn cảnh tấp nập, ồn ào của khách về quê trong những ngày sắp Tết, hắn nhớ nhà. Ký ức của hắn hiện về… và cứ thế trôi về thời hắn còn thanh niên. Chuyện ba đứa hắn… và hắn bật cười…

***

Quê nhà hắn nắng ghê lắm, vậy mà con gái quê hắn xinh đẹp đến lạ. Hắn và thằng bạn nối khổ chơi thân với nhau từ hồi còn để chỏm… thanh niên tụi hắn cứ như ngựa hoang muốn phi những nước đại… thế mà tán gái thì dở ẹc.

Hai đứa hắn có một cô bạn tên là Mây. Tụi hắn chơi thân với nhau, Mây càng lớn càng xinh đẹp. Còn hai đứa con trai tụi hắn thì lóng ngóng từ một thanh niên mới lớn, để có chút chững chạc của đàn ông.

Xuân, hạ, thu, đông nắng gió quê hắn như thay áo mới cho Mây. Mái tóc óng mượt ôm lấy khuôn mặt xinh, buông xuống bờ vai thon, trong tà áo dài thướt tha mỗi chiều đi lễ.

Hình như có điều gì đó lạ lạ giữa ba đứa hắn…

Cho đến một hôm, thằng bạn nối khố ngập ngừng tâm sự với hắn.

- Tao đã thương Mây rồi.

- Mày nói vậy là sao?

- Thì tao thương Mây!

- Có nghĩa là mày yêu… hả?

Cái từ yêu thần thánh này hai đứa hắn vẫn còn mơ hồ…

Bạn hắn yêu, mà tim hắn đập thình thịch. Có điều gì cũng lạ lắm trong hắn.

Một chiều Chúa nhật sau khi tan lễ ba đứa hắn rủ nhau đi ăn chè, vô quán chưa được năm phút, hắn kiếm cớ rút lui, tạo cơ hội cho bạn.

Qua hôm sau vừa gặp mặt hắn đã hỏi:

- Sao rồi! Mày đã nói với Mây chưa?

- Tao định nói mà run quá! Lần sau sẽ nói.

Và cái ngày sẽ nói đó cũng tới, bạn hắn kể cho hắn nghe lần đầu nói thương một người con gái… hắn ậm ừ cho qua chuyện, vì đang phải đấu tranh bên trong và cuối cùng hắn quyết định: "Không thương bồ của bạn".

Con gái 18 đôi mươi là nỗi lo của cha mẹ. Mỗi lần hai đứa hắn qua nhà Mây chơi, phụ huynh để ý từng chút, không hiểu sao trong mắt người lớn hắn được điểm hơn bạn, có lẽ cộng thêm điểm hắn là con trai một. Và thế bạn hắn bị cấm cửa…

Những lần hẹn hò sau đó, bạn hắn đứng xa xa, còn hắn vô xin phép cho Mây được đi chơi.

Hắn cười nói với bạn:

- Nhớ về sớm, để tui còn đưa Mây về trả nghe bạn.

Hắn cho hai tay vào túi quần, lững thững đi, con đường đất thoắt ẩn, thoắt hiện nhờ ánh sáng cửa sổ từ những ngôi nhà hai bên đường. Cái mùi ngai ngái của đất tươi hòa quyện với mùi cây cỏ hai bên đường, phảng phất trong gió… Hắn hít một hơi cái mùi đặc trưng của quê hương căng phồng lồng ngực.

Hắn nhớ lời cha dạy "Con trai phải có công danh sự nghiệp rồi mới lấy vợ". Hắn nghĩ tới bạn và Mây.

Sao hắn lại phải suy nghĩ… Hình như trong hắn có nhiều hơn một chút tình bạn với Mây. Những lúc có chuyện buồn Mây lại tìm hắn và thế là hắn cứ ngồi nghe rồi nhìn Mây khóc.

Hắn vẫn là chim xanh, ba đứa hắn bên nhau như thế cho đến một ngày. Hai thằng hắn trúng nghĩa vụ quân sự.

Mai lên đường.

Tối đó hai đứa hắn sang nhà Mây. Bạn hắn lại đứng ngoài ngã tư. Hắn vào nhà, nhìn thấy ba, mẹ của Mây đang ngồi hóng mát trước hiên. Hắn lên tiếng:

- Dạ con chào hai bác.

- Ừ, con mới qua. (Ba Mây lên tiếng)

- Ngồi chơi con. (Mẹ Mây nói với hắn rồi ngoái vào trong kêu.)

- Mây ơi! Có bạn con qua chơi nè!

Hắn đứng im một phút rồi lên tiếng:

- Hai bác cho phép con đưa Mây đi ăn chè.

- Ừ, đi rồi về sớm (Ba Mây đồng ý)

Hắn dạ. Nháy mắt với Mây nãy giờ đang đứng ngoài ngạch cửa. Chờ một chút Mây thay đồ bước ra. Bộ đồ kiểu màu tím cộc tay, cổ trái tim, xẻ tà hai bên. Hình như có chút son môi.

Bồ của bạn mà sao hắn ngắm kỹ…

Hắn nghĩ tiếp "Có phải trời sinh con gái đẹp để làm mềm lòng những thằng con trai như hắn".

Mây lên tiếng chào ba, mẹ:

- Ba mẹ con đi.

Từ xa đã thấy thằng bạn nối khố đi qua, đi lại sốt ruột.

Hắn nhắc chừng:

- Nhớ nhé hai bạn. Đừng về trễ quá!

Hắn biết đêm nay hai bạn ấy chia tay. Hắn đứng đó, nhìn hai người bạn nắm tay, rẽ ngang qua một con đường…

Hắn thích đi bộ trên những con đường quê. Con đường không có tên mà hắn thuộc như lòng bàn tay.

Ra tới đường nhựa, đó là con đường liên tỉnh ngang qua quê nhà hắn. Ghé vào quán cà phê bên đường. Tìm một chỗ ngồi, hắn kêu cà phê đá, tự nhiên hắn buồn, suy nghĩ mông lung… Thanh niên như hai thằng hắn lỡ thầy, lỡ thợ… tương lai mù mịt.

Sau ngày giải phóng. Sự thay đổi lớn, thay đổi luôn số phận của những con người…

Nhìn đồng hồ đã 9 giờ. Hắn trả tiền cà phê đi đến điểm hẹn. Hắn đi thong thả, chậm rãi như tận hưởng những bước chân trên con đường đất quen thuộc. Hẹn ngày trở lại. Hai chân hắn đứng không yên một chỗ để đuổi những con muỗi.

Đã 9 giờ 30. Tim hắn bắt đầu đập nhanh, đầu hắn nghĩ lung tung… Hắn nhìn dáo dác, chợt rõ dần bóng dáng hai bạn qua ánh sáng từ khung cửa nhà ai đó mở vội. Hắn thở phào nhẹ nhõm.

- Hai bạn làm tui phát lo.

Mây cười trả lời:

- Đúng giờ mà! Tạm biệt nhé!

Nói rồi Mây nắm lấy tay hắn như thầm cám ơn. Hắn cảm giác như có điện chạy qua… Hắn rút tay ra và nói:

- Tạm biệt.

***

Thời gian quân ngũ chưa hết, những cánh thư đi về hai đứa hắn chụm đầu đọc chung thưa dần.

Cho đến một hôm nhận được lá thơ, kèm theo thiệp hồng.

Mây lấy chồng.

Thằng bạn nối khố bỏ ăn hai ngày, còn hắn cười chua chát: "Phải thôi! Mấy năm bộ đội, ra quân tay trắng, làm sao lấy vợ!" Có những chiều buồn hắn ôm đàn ghi-ta hát "sợ thư tình không đủ nghĩa yêu đương, anh pha mực cho vừa tà áo tím…" Giọng của hắn truyền cảm… Chiều như xuống thấp hơn. Bạn hắn nhớ Mây, còn hắn nhớ màu áo tím…

Những ngày đơn vị hắn đi khai hoang. Có những ngọn đồi thấp thoáng sim dại trên rừng nguyên sơ. Những hoa sim tím được hắn ép vào trang thư gởi về bên Mây. Hắn chợt mơ hồ về sự thủy chung của màu tím… Có lẽ nó chỉ đúng ở một bề của cuộc sống. Đêm trên lán trại đơn vị. Hai đứa hắn nằm ngắm sao. Không biết bạn hắn thấy gì qua những vì sao xa tít tắp đó… Riêng hắn! Muốn xuyên qua sự tận cùng của bầu trời, xem có nỗi buồn nào chạm vào tâm hắn mà nghe đau quặn lòng… Hắn quay sang hỏi bạn: "Tao hỏi mày chuyện này?" Bạn hắn thờ ơ trả lời: "Chuyện gì?" Hắn nói trong gió thoảng: "Hôm chia tay Mây, có hôn cô ấy không?" Bạn hắn bật dậy ngây người lặng yên… Hắn nén tiếng thở dài, chợt thấy thương thằng bạn nối khố. Bàn tay hắn với những nốt đắng trên phím đàn lạc trong đêm…

Hai đứa hắn ra quân. Làn da rám nắng nhìn ra dáng đàn ông hơn. Tất cả như sang một trang mới. Hai đứa hắn không còn lang thang trên những con đường ngày cũ. Một hôm thằng bạn nối khố qua nhà hắn báo tin sẽ đi làm ăn xa… Hắn lặng thinh nhìn ra ngoài sân, những miếng khoai luộc mẹ hắn xắt phơi trên những cái mẹt như nhảy múa dưới cái nắng gay gắt.

Cuộc đời là một con tàu với những sân ga… Sự chia tay nào cũng xốn xang làm hắn khó chịu. Hắn ghét cảm giác này.

Hắn cũng một đôi lần thất tình. Giờ đây hắn có một "mái nhà", một công việc. Thời gian của hắn không trống, nhưng bên trong hắn thỉnh thoảng vẫn có một khoảng trống. Những lúc như thế hắn thường ra ban công hút một điếu thuốc lá… Khói thuốc làm hắn ho. Hắn không ghiền, nhưng đôi khi nhớ khói thuốc, nhớ thói quen rít một hơi dài rồi thổi ra những vòng tròn, hay thở ra một làn khói mỏng tan dần rồi biến mất.

Hắn nhớ nhà, nhớ quê. Nơi hắn yêu thương nhưng không thuộc về.

Hắn cũng tha phương…

Cứ mỗi lần sắp Tết hắn lại muốn về quê. Những lúc như thế ký ức lại dừng ở tuổi thanh niên có ba đứa với quặn thắt nỗi buồn…

Chợt thèm cảm giác của ly rượu đầu tiên, vừa đủ khiến hắn lâng lâng trong sự tỉnh táo để cảm nhận những yêu thương…!

Tháng 12/2017
Lê Yên

TRẦN DZẠ LỮ

- Tên thật: **Trần Văn Duận.**
- Sinh ngày 25/2/1949.
- Quê quán: Ngọc Anh, Huế
- Bắt đầu viết từ 1960 và thường có sáng tác trên các tạp chí Văn, Văn Học, Bách Khoa, Thời Nay, Khởi Hành, Thời Tập, Giữ Thơm Quê Mẹ, Tuổi Ngọc… Sau 1975 hiện diện trên các báo và tạp chí Kiến Thức Ngày Nay, Thanh Niên, Phụ Nữ, Tuổi Trẻ, Người Lao Động, Áo Trắng, Văn Nghệ TP HCM, Quán Văn…
- Địa chỉ liên lạc: Số nhà 538/ 66B đường Quang Trung, phường 11, quận Gò Vấp, TP. Hồ Chí Minh.

Tác phẩm đã xuất bản:
- Hát dạo bên trời (Nhà xuất bản Trẻ, 1995).
- Gọi tình bên sông (Nhà xuất bản Trẻ, 1997).
- Thơ tình viết trên bao thuốc lá (Nhà xuất bản Hội Nhà văn, 2014).
- Cửa nát muôn trùng (Nhà xuất bản Hội Nhà văn, 2015).

Có mặt trên các thi tuyển xuất bản 3 miền Nam, Trung, Bắc.

THƠ VIẾT CHO VỢ
KHI Ở BÃI BIỂN VŨNG TÀU

Bây giờ biển vắng, mình anh
Chiều không em, nỗi nhớ thành mưa rơi
Từ em lặng lẽ về trời
Bỏ anh hoang phế giữa đời liêu xiêu…

Rượu vô đâm ngác ngơ nhiều
Tỉnh ra đã thấy người yêu mất rồi!
Chiều nay biển ngậm tăm cười
Sóng xô bờ quạnh, gió ngời ngợi qua…

Lúc xa ngoái lại căn nhà
Trái tim vẫn đỏ mặn mà đêm đêm
Vài ngày nữa giáp năm em
Anh về cho kịp lúc lên đèn… tình!

SÓNG LỪNG

Em như bờ khao khát
Anh là sóng lừng xưa
Dội vào nhau rất nhớ
Nụ hôn đầu trong mưa…

Sóng dù có xa bờ
Cũng vỗ về yêu dấu
Thương về em là bậu
Giọng vành khuyên trong mơ?

Em mãi là vần thơ
Anh viết hoài chưa trọn
Đêm đêm tim chộn rộn
Nghe lời tình đong đưa…

Dại vì em, hơ hơ…
Với anh cũng nên lắm
Đắm duyên nhau tình cờ
Mà buộc dây trầm ngải…

Một phút thôi, cuồng dại
Tình đã là mê tơi
Sóng anh xô, cát đợi
Cơn bão lòng ra khơi!

Tấp về đâu cuối trời?
Dạt nơi nao? Bể khổ!
Thiên đường còn thách đố
Ta còn yêu, em ơi…

BẮT ĐỀN BIỂN

Bắt đền biển đó nghe không
Tự dưng lại giấu em trong đáy chiều?
Sóng cuồn cuộn hết niềm yêu
Để tôi ngơ ngác, cát liêu xiêu bờ…

Bắt đền biển, bắt đền thơ
Ngày phai, tháng lụn tôi chờ mối ai?
Ngọc-trai-em mất tăm hoài
Để tôi lặn lội giữa mài miệt đau…

Bắt đền biển mặn chiêm bao
Gừng-cay-tôi thả mộng sầu… chơ vơ
Nụ cười em biết bao giờ
Cho tôi vớt trọn hương xưa… ngọt đằm?

Bắt đền biển quá mông lung
Tìm em… tôi, sợi dây thừng sao đo?
Tàn đêm nhớ vật, thương vờ
Mưa hun sóng lượn, gió ngờ vực qua…

Biển ơi! Trả lại người ta
Để tôi còn cõng em qua cuộc tình
Một mai hồng thủy rập rình
Cũng cam tâm chịu có mình, có ta…

Trần Dzạ Lữ

BẾN ĐỢI

Tên thật: Nguyễn Tất Huấn
Sinh năm 1992
Quê quán: Thạch Hà - Hà Tĩnh
Công tác tại: TP. Long Khánh - Đồng Nai

Tập sách đã in chung:
- Tự Tình (2018...)
- Tình Quê (5/2018 - Thạch Hà, Hà Tĩnh)
Liên hệ: 0865901379 - 0976969867

THÁNG TƯ VỀ

Tháng Tư về em có biết hay không
Nắng vàng thêm cho phượng hồng rực rỡ
Tiếng gọi bầy ve râm ran nhắc nhở
Hạ sang rồi còn nhớ buổi chia xa

Tháng Tư về góc phố nở đầy hoa
Trang nhật ký đem ép cành hoa dại
Anh nhớ lắm vào tháng Tư ngày ấy
Nhớ tim mình đầy ắp những yêu thương

Tháng Tư về hoa rụng đỏ con đường
Mùa hạ này chẳng như mùa hạ trước
Tôi với em đếm đêm ngày xuôi ngược
Cái nắm tay xa xỉ tự bao giờ

Tháng Tư về anh gửi ít vần thơ
Để nhớ mãi tháng Tư mùa hạ trước...

1.4.2019

CẢM XÚC MỘT LẦN VỀ THĂM QUÊ BÁC

Về thăm nhà Bác hôm nay
Hàng cau rung nhẹ lá cây thì thầm
Ngôi nhà sàn đó quen thân
Men theo lối nhỏ bước chân của Người

Hàng hoa dâm bụt đỏ tươi
Vẫn xanh xanh ngát nhớ người trồng cây
Về thăm lòng chút lâng say
Ngỡ như bóng Bác ở đây với mình

Quanh ngôi nhà nhỏ ngắm nhìn
Đơn sơ mộc mạc thắm tình nước non
Dạo quanh theo lối cỏ mòn
Bờ ao cá vẫy sóng dồn lao xao...

Đua chen cá lượn vui sao
Vẫn như có Bác ngày nào chăm nom
Ra đi mỏi bước chân chùn
Nơi đây níu lại lòng không muốn rời

Dẫu ngàn năm nữa trên đời
Việt Nam tên Bác sáng ngời năm châu
Một lòng thề nguyện trước sau
"VIỆT NAM VỮNG MẠNH DÂN GIÀU ẤM NO".

17.5.2019

BUỒN TRÔNG CẢI VÀNG

"Lại mùa hoa cải vàng bông
Cũng từ dạo ấy dòng sông chạnh buồn" (NBT)
Người về bên ấy hoàng hôn
Bên anh hoa cải vàng ươm cuối trời

Trách tình dang dở người ơi
Ai đi bông cải rụng rơi ven đường
Người về bến ấy còn thương
Từng đêm hoa cải ướp sương hững hờ

Bóng ai vương vấn đôi bờ
Để cho hoa cải ngẩn ngơ sắc vàng
Cuộc tình dạo ấy chứa chan
Giờ ra sông đứng đò sang mất rồi.

25.5.2019

MÀU HOA CẢI

Em cứ dạo chơi vườn hoa cải
Đàn bướm xinh mê mải vờn quanh
Gió đầu đông thổi ngọt lành
Ong bay bướm lượn yến oanh sum vầy

Cải vàng nắng phơi ngày ảm đạm
Dòng sông xanh thê thảm buông sầu
Bông vàng đã rụng còn đâu
Để con bướm ngẩn ngơ sầu buồn tênh

Bên bờ cát gập gềnh sỏi đá
Cải trên dòng lả chả rụng rơi
Thương ai tận cuối chân trời
Nhớ vàng hoa cải rụng rời trong tim.

25.5.2019

Bến Đợi

BÙI THU PHONG

Tác giả Bùi Thu Phong
Sinh ngày: 01 - 05 - 1975, tại quận Bình Thủy, thành phố Cần Thơ.
Hiện sống tại quận Gò Vấp, TPHCM
Email: Buithuphong36@gmail.com
Đt: 0947773663

THÁNG TƯ ƠI!

Tháng Tư đến rồi đi trong vội vã
Anh có buồn lưu luyến những ngày qua?
Trước sân nhà vẫn thắm sắc nụ hoa
Mưa rỉ rả cây nảy mầm xanh lá

Đời xuôi ngược hợp tan muôn vạn ngả
Em lặng nhìn bóng anh khuất dần xa
Thay đổi gì cũng đẹp mãi tình ta
Khi đã hiểu nên thiết tha ngày tháng

Chuyện gì đến chợt qua thành dĩ vãng
Sóng gió nào còn xô thổi lòng ai?
Đêm qua rồi sẽ tươi sáng ngày mai
Đừng ôm ấp thở dài điều không thích

Những chuyện lớn em đã ghi vào lịch
Xong việc rồi nghe nhạc nhớ về anh
Có tình yêu trọn tháng sống an lành
Ta hạnh phúc đời mong manh mặc kệ.

22/4/2017

CHÀO THÁNG NĂM

Tháng Năm đến cơn mưa rào rớt vội
Ngập phố phường em bước lội cùng ai
Giữa trời khuya ta sưởi ấm đêm dài
Nghe then cửa mở cài bao kỷ niệm

Những giây phút chuyển mùa mưa thật hiếm
Nắng nóng người mây xám đến bủa giăng
Đêm cô liêu mắc võng ngắm chị hằng
Lòng tự nhủ ánh trăng vàng thật đẹp

Bước chân vọng nghe âm vang tiếng dép
Anh trở về sống lại những niềm tin
Hạ sắp sang ve rộn rã ân tình
Hoa phượng đỏ chuyện mình xưa nỗi nhớ

Ai cũng có một thời hay mắc cỡ
Để bây giờ nhìn lại nỡ lòng sao
Tháng Năm ơi chào đón dạ nôn nao
Ta gặp gỡ nét gầy hao thuở ấy.

1/5/2017

MƯA THÁNG SÁU

Tháng Sáu đến từng cơn mưa tầm tã
Đám mây buồn u ám cả lòng ta
Phố về chiều trống vắng bóng người xa
Hoàng hôn phủ trời bao la chợt tối

Anh nhớ nhé! Bên em đừng lạc lối
Giữa đời này mình luôn mãi cần nhau
Dẫu tháng ngày thấm thoát có qua mau
Duyên đã bén tình trước sau như một

Tim thổn thức nụ hôn thay thề thốt
Chấp nhận rồi xấu tốt chẳng hề phai
Nắm tay mình vững bước đến tương lai
Cùng tin tưởng vượt qua bao dông tố

Niềm hạnh phúc ở đời luôn dành chỗ
Em dặn lòng sẽ mãi mãi yêu anh
Ta nhìn nhau mắt tỏa sáng long lanh
Trời tháng Sáu bỗng trong xanh thật đẹp.

11/6/2017

THÁNG MƯỜI ĐI

Hết tháng Mười rồi ai biết không?
Buồn vui năm tháng cuộc tình nồng
Anh như gió thoảng đi rồi đến
Mang cả hồn em để nhớ mong

Năm tháng trôi dần tựa nhánh sông
Tình ta kỷ niệm cuốn thành dòng
Một mình lặng lẽ trong đêm vắng
Ngồi đếm tháng ngày mãi ngóng trông

Em nhớ bóng hình kẻ vắng xa
Tháng Mười rơi rớt cuộc tình ta
Phương trời chốn ấy anh sao nhỉ?
Tuần chẵn cô đơn có nhớ nhà?

Bỗng ước ngày mai anh trở về
Bờ vai em tựa phút đam mê
Để người nhung nhớ thành thi sĩ
Cho tháng Mười đi khỏi tái tê.

28/10/2016

CA TRÚC

Tên thật: **Ca Vĩnh Trúc**
Sống ở: Xã Tân Thành Bình, huyện Mỏ Cày Bắc, Bến Tre.
Bút danh: Ca Trúc
Email: cavinhtruc@gmail.com.

• Thơ in riêng:
- Vàm sông đêm (Nhà xuất bản Hội Nhà văn).

• Thơ in chung:
1. CLB Thơ Lê Anh Xuân (Mỏ Cày Bắc).
2. CLB Thơ tỉnh Phú Thọ (Mùa say đắm 2).
3. Tủ sách Thi Văn Việt (TP. HCM).
4. Văn học UNESCOM -TP. HCM (Tự tình 1).
5. Thăng Long Văn Việt (Hà Nội).
6. Văn học UNESCOM -TP. HCM (Tự tình 2).
7. CLB Thơ tỉnh Phú Thọ (Mùa say đắm 3).
8. Hội SUNFLOWEFBOOKS (Bay về miền nắng hạ).
9. Thi Văn Việt TP. Hồ Chí Minh (Gởi lại mùa xanh).
10. CLB Thơ VN (Những tháng năm rực rỡ).
11. Nhịp cầu văn chương 2 (Hội Nhà văn VN)
12. Hội SUNFLOWEFBOOKS (Mơ thu)
13. Thi Văn Việt TP. Hồ Chí Minh (Hành trình 3 năm Thi Văn Việt)
14. Hương đất Việt (Hội Nhà văn VN).
15. Xuân Mỏ Cày Nam 2019.
16. Xuân Mỏ Cày Bắc 2019.
17. Tuyển tập Tình quê Mỏ Cày Bắc.

Thơ đã phổ nhạc:

* Nhạc sĩ: Kiều Tấn Minh – Hội Âm nhạc TP. HCM.
  1. Nhạc khúc tình quê.
  2. Quê dừa.

* Nhạc sĩ: Nguyễn Cửu Dũng – Hội Âm nhạc TP. HCM.
  1. Tình đất Mỏ Cày Nam.

* Nhạc sĩ: Thanh Sử - Phân hội VHNT tỉnh Bến Tre.
  1. Bên dòng sông tuổi thơ.
  2. Hoài niệm.
  3. Tình đầu.
  4. Mơ hoang.
  5. Bến Tre quê tôi.
  6. Tân Thành Bình quê tôi.
  7. Bà tôi.
  8. Mỏ Cày Bắc thân thương.

BÊN SEN

Điệu đà thôn nữ miền Tây
Bà ba em khoác vai gầy mắt nai
Che nghiêng thoáng bóng trang đài
Má hồng pha chút hương lài, cánh sen.

TỰ TRÁCH

Ta tạm lắng... tìm về ký ức
Thuở hoa niên hừng hực sức trai
Ước mơ nuôi chí... miệt mài
Mai sau mãn nguyện sánh vai bạn cùng

Nay tuổi đã tầm trung trung vận
Chỉ tề gia quanh quẩn xó nhà
Công thành danh toại còn xa
Thôi thì vui với món quà nghĩa nhân.

NỤ HỒNG DẤU YÊU

Nụ cười tỏa sáng tinh khôi
Tròn trăng mười sáu vun bồi nét duyên
Đắm say mắt biếc mơ huyền
Trời ban hương sắc trinh nguyên tặng đời.

PHÚT THẢNH THƠI

Lênh đênh con nước lớn ròng
Giăng câu, thả lưới mênh mông biển trời
Chòng chành khua nhịp ngàn khơi
Lăn tăn sóng gợn phận đời nổi trôi

Sông kia bên lở bên bồi
Thương nghề hạ bạc sánh đôi kiếp nghèo
Đêm về nửa mảnh trăng treo
Ngược dòng đơn bóng mái chèo nhấp nhô.

CHỢ ĐÔNG

Ban mai giọt nắng bên thềm
Ru vào giấc mộng dịu êm chợ đời
Nhọc nhằn khuya sớm sương rơi
Từng đồng bạc lẻ kiếm lời thấy vui.

CHIỀU BUÔNG

Nắng chiều vàng vọt đằng tây
Lặng mình soi bóng đong đầy cảnh quê
Màn đêm tĩnh lặng dần về
Côn trùng rả rích tái tê cõi lòng

Góc nhà thấm dột rêu phong
Đèn dầu leo lét cô phòng gối đơn
Bên hiên đôm đốm chập chờn
Tủi thân số phận từng cơn não nề.

Ca Trúc

CAO NGUYÊN

- Tên thật: **Lưu Trọng Cao Nguyên.**
- Sinh ra và lớn lên tại Sài Gòn.
- Hậu duệ nhà thơ Lưu Trọng Lư.
- Bắt đầu làm thơ từ những năm theo học y khoa ở Toronto, Canada.
- Hiện đang cư ngụ tại Nam Cali cùng với vợ và hai con trai.

Tác phẩm đã xuất bản:
- Thơ Mưa (1991; tái bản: 1992, 2016).

TÓC EM

Nguyệt thực hay nhật thực,
không nhớ

Nai vàng đạp lá vàng khô,
không nghe

Con chó dữ hàng xóm biết bay,
không sao

Chỉ biết tóc em trên gối anh.

CHO MƯỢN

Cho mượn cái hôn sưởi ấm tình
Màn đêm lạnh nhạt đã vây quanh
Tấm lòng cho mượn chưa được trả
Mãi tiếc con tim chẳng biết mình

Mượn lại chiêm bao để kiếm mình
Mượn chút thăng bằng để thở ra
Mở mắt sao còn nghe than thở
Một chút lo ra, chút nhớ mình

Lại mượn yêu đương, lại gói mình
Mượn tên, mượn tuổi, mượn bình yên
Chim bay cánh mượn vào không biết
Mượn của mai sau, mượn không-nên

Mượn mãi vô duyên kể chuyện mình
Đi không thấy tới mượn hay quên
Dù sao đi nữa trong cái lỡ
Mượn cái vô thường của vô biên.

TIẾNG ĐÀN

Màu cam
màu đỏ
màu vàng?
Anh đang ráng nhớ
tiếng đàn của em

Màu chàm
màu lục
màu lam?
Dư âm
đừng chỉ nốt trầm
mà thôi.

Cao Nguyên

DẠ YÊN

- Tên thật: **Huỳnh Kim Oanh**
- Bút danh: Dạ Yên, Gạo.
- Nick Facebook: Oanh Kim.
- Nguyên quán: Bến Tre.
- Hiện cư ngụ tại Q. Tân Phú, TP HCM.
- Nghề nghiệp: Giáo viên hưu trí.
- Chủ biên Trang Thơ *Hoa Dừa* – TP.HCM.

BẬU GIEO CHI NỖI

"Bậu ơi bậu ở đừng về
Đường xa mưa nắng câu thề bỏ quên".
(Ca dao)

Thênh thang cau cuối mùa vàng
Bậu đi mang cả một làn xuân xanh

Trách trời vàng vọt đan mành
Bậu đi mang cả mưa lanh cuối mùa

Trách ai chẳng đợi khi xưa
Cau vàng khô héo nhặt thưa ân tình

Đêm dài mưa gói bình minh
Sương mềm lay lắt giọt tình vào thơ

Vôi nồng chưa tựa… ơ hờ
Trăng đêm tròn khuyết đều bơ vơ sầu

Dòng trôi ngụp lặn mơ sâu
Mù khơi tình ái… ban đầu hoài yêu

Vô tình bóng ngã trăng xiêu
Đong đưa… thềm đợi… câu Kiều lao xao

Không đưa tiễn… bậu chẳng chào
Bậu gieo chi nỗi… trăng màu tương tư

Thênh thang chết nắng mây mù
Bậu đi vào cõi thiên thu một mình…!

KHÁT KHAO

Trăng bạt ngàn
Chim vỗ vàn
khuất núi
Nước đổ nguồn khe
Lầm lũi dọc ngang
Giẫm chân hồng loang lổ bước đi hoang
Rặng phi lao vẫn ngang tàng chắn lối

Lời tống biệt
nhắp chén đào
nên nỗi
Rượu quỳnh tương
đêm hối lỗi
khai ân
Lầu nguyệt xinh
đan mành rũ
bâng khuâng
Thoáng liêu trai
nét phượng chần chừ ngại

Xa xăm ấy… sóng bạc đầu hoang hoải
Khúc tiêu tương đang mê mải cung sầu
Tỉnh lặng người, trời, vạn vật lo âu
Chút khát khao… chút mong cầu… quẩn dạ

Đá chơ vơ
vô tri
không hối hả
Rót buồn tênh
xua tất tả
kiếp người
Cheo leo nhìn
khói bếp tỏa
buông lơi…
Dưng chợt nhớ cái cười nơi phố thị.

EM SẼ VỀ LẠI QUÊ ANH

Em sẽ về
dẫu bao năm xa cách
Bỏ chốn quê lời anh trách thiết tha
Chỗ nơi anh
xa rời chốn phồn hoa
Trong sâu thẳm là mơ hoa nhung nhớ

Đêm phố thị
rưng bài ca tan vỡ
Ánh đèn đường thoi thóp thở hắt hiu
Gánh hàng rong
Mẹ nhịp bước liêu xiêu
Bộn bề lắm nỗi buồn hiu khóe mắt

Nơi phố thị
trăng thì luôn ẩn khuất
Tòa nhà cao xanh đỏ trút lao xao
Hối hả buồn vui
nhộn nhịp ồn ào
Em thèm lắm cánh diều chao gió lộng

Em sẽ về
nơi trăng thềm tỏa bóng
Sáo du dương
Em mơ mộng cùng anh
Viết bài thơ đợi quỳnh nở trăng thanh
Hương tình yêu…
lời chân thành… không lỗi hẹn…

Em sẽ về…
chạnh lòng ai nguyên vẹn
Rét đầu đông
ai bẽn lẽn má hồng
Gốc ngô đồng khô bạc trắng ven sông
Anh vẫn đợi…
chênh chao lòng chờ đợi

Kỷ niệm nơi này
trĩu ân nồng vời vợi
Thổn thức ru hời
cánh võng ngày xưa
Vẫn yêu anh… hoài tình khúc nhặt thưa
Em sẽ về…
như ngày xưa… anh nhé…

Dạ Yên

DIỆU SA

Họ tên thật: **Hồng Thúy Phượng.**
Tốt nghiệp Trung cấp Nông nghiệp
Cộng tác viên trang Web Nông Lâm Súc Cần Thơ.
Các bút hiệu: Diệu Sa, Pha Lê Tím, Thi Hạ, Phượng Hồng.

SỢI KHÓI

Ngược dòng đời nhớ về thời thơ bé
Mái tranh xưa sợi khói thoảng sau hè
Đốt rơm chiều cá lóc nướng dầm me
Chén cơm trắng thơm lừng hương sữa mẹ

Cuộc nhân thế đẩy đưa nhiều dâu bể
Chốn quê xa mơ một phút sum vầy
Sương lãng đãng ngỡ chiều đưa khói bếp
Nhớ cơm nhà sợi khói đọng mi cay

TÌNH TRI KỶ
(Ta và em)

Trong cuộc sống có bao điều phiền não
Nặng gánh lo bởi cơm áo gạo tiền
Ta và em - lòng chẳng nợ gì nhau
Nên giấc điệp hai ta cùng thanh thản

Em riêng biệt với ta không gì cả
Ta và em chẳng duyên nợ vợ chồng
Là người tình em lại càng quyết không
Cớ sao hiểu tâm tình ta đến vậy

Em kiên nhẫn lắng nghe lời tâm sự
Em vô tư ánh mắt dịu hồn người
Trong im lặng nghe lòng ta lên tiếng
Em khiến ta được trút nỗi ưu phiền

Em có phải là hồng nhan tri kỷ
Nên hai ta như gió với mây trời
Mây thiếu gió mây buồn không rong ruổi
Gió hòa mây bay khắp bốn phương trời

CƠN MƯA ĐẦU MÙA

Có cơn mưa đầu mùa
Lòng xôn xao nỗi nhớ
Mưa ơi từ đâu tới
Lay lắt từng sợi tơ

Nhớ cơn mưa đầu mùa
Bên người em năm cũ
Ta cầu mưa đừng tạnh
Thời gian đừng trôi nhanh

Có cơn mưa đầu mùa
Mang nỗi sầu quạnh quẻ
Giọt buồn rơi lặng lẽ
Khóc cuộc tình mong manh

Mỗi cơn mưa đầu mùa
Ru hồn về chốn ấy
Em có còn phương đấy?
Mưa bạc trắng tình nhau.

CHÙM THƠ PHƯỢNG HỒNG

1.

Sáng tháng Năm trời hồng phượng thắm
Tiếng ve ngân khúc hạ đầu ngày
Em có thấy tình nồng trên ấy
Gọi mơ về hồn mộng yêu say...

2.

Gió reo ngàn phượng nô đùa
Vỡ tung ký ức tình ùa theo qua
Bên trời phượng vẫn nuột nà
Em tôi ơi... mộng đã nhòa... rất xa

3.

Phượng hãy đến đây ngồi cùng ta
Một tà áo trắng - một cành hoa
Cho ta gởi nốt tình chưa ngỏ
Một khúc mơ xưa... giấc ngọc ngà

4.

Có phải vì em là phượng thắm
Khiến hạ mơ mãi ấm bên đời
Có phải vì thơ hoài mơ vợi
Khiến phượng hồng mộng cứ đầy vơi...

THÁNG SÁU VÀ EM

Tháng Sáu về rồi người có hay
Mây vẫn ân cần gió vẫn say
Vườn trăng yên ả đêm nghiêng mộng
Sương vẫn mềm rơi một sáng này

Tháng Sáu đọa đày nỗi phân ly
Đêm mưa day dứt giọt xuân thì
Em về hong giữ hương như ngọc
Dạ khúc hoài xưa hóa diệu kỳ...

Diệu Sa

HUỆ TRINH

Tên: **Hà Huệ Trinh**
Năm sinh: 1967
Bút danh: Huệ Trinh
Định cư tại Thủ Đức từ năm 1976
Quê quán: Cà Mau
Địa chỉ hiện nay: 3/14 đường 10, khu phố 3, phường Linh Trung, quận Thủ Đức
Khởi viết từ tháng 3/2015
Nick facebook: Ha Hue Trinh
Email: hahuetrinh@gmail.com

HOA MÙA HẠ

Trời hạ nắng trải hồng góc phố
Nụ hoa xinh thổ lộ câu chào
Đón hè sức sống dâng cao
Tường vy tím ngát một màu thủy chung

Sân trường đỏ bừng tung cánh phượng
Thắp sáng lên lửa vượng mùa thi
Ô môi nồng thắm xuân thì
Tựa như cô gái nhu mì nết na

Gió thổi nóng làn da bỏng rát
Nàng xuân muộn gọi khát cơn mưa
Từng đàn ong bướm reo đùa
Kéo hoa bừng nở thêu thùa nắng mai

Từ lòng đất hoài thai nụ thắm
Vươn lên trời chồi nấm xinh xinh
Đón giọt mưa ấm thình lình
Hoa bừng tỉnh giấc vươn mình khoe hương

Nước lóng lánh màu gương trong vắt
Thả nỗi niềm góp nhặt yêu thương
Cùng nhau đi hết con đường
Trải ngàn hoa tím vấn vương tơ lòng.

CHO VÀ NHẬN

Cho đi một chiếc lá xanh
Để nghe chim hót ngọt lành ngày xuân
Cho đi một chút tình thân
Để nghe trong gió lời ngân dịu dàng

Cho đi một chút nắng vàng
Để nghe ấm áp tiếng đàn ban mai
Cho đi một cái nắm tay
Để nghe lồng ngực chút say tình đầu

Cho đi một chút âu sầu
Để nghe chia sẻ bao màu yêu thương
Cho đi một nửa con đường
Để nghe nỗi nhớ vấn vương trong lòng

Cho đi một chút long đong
Để nghe tiếng nhẹ đợi mong tháng ngày
Cho đi mật rót lời hay
Để nghe tim bỏ đắng cay lâu rồi

Cho đi một chút nụ cười
Để nghe ánh mắt rạng ngời đêm thâu
Cho đi một chút cơn đau
Để nghe hạnh phúc ngàn sau trở mình

Cho đi một chút ái tình
Để về ôm ấp bóng hình của nhau

9/4/2016

CẢM XÚC YÊU

Em có thấy trăng vàng treo đầu sóng
Dát xuống trần ngàn vạn ánh kiêu xa
Bao vì sao cùng khoe vẻ ngọc ngà
Soi bóng xuống hằng hà muôn ánh bạc

Em có nghe điệu nhạc của con tim
Âm vang như tiếng sóng hát dịu êm
Lời ngọt ngào trong tình anh ẩn chứa
Gởi về em ru giấc mộng êm đềm

Anh chỉ muốn gởi thêm em nhiều nữa
Máu từ tim nồng ấm của yêu thương
Dâng em hết nụ hương đời ướp mật
Để mắt em ngời bao ánh sao vương

Em chắt lấy giọt sương rơi trong vắt
Ấp ủ vào bát ngát giữa thinh không
Trong thơ ngây em đẹp đến vô cùng
Anh giữ lấy cất vào tim nóng bỏng

Ngày qua tháng nụ hồng thêm đỏ thắm
Gởi vào lòng để ngỏ ý yêu đương
Thu can đảm giấu kín bao đêm trường
Trao về em tình thương yêu nồng ấm

08/03/2016

ĐỜI CÔ PHỤ

Nghe trong gió lao xao lời ai hát
Nỉ non sầu khúc nhạc nén đau thương
Trên cành cao còn đọng những giọt sương
Như giọt lệ vấn vương làn mắt biếc

Ngày xưa ấy chị từng yêu tha thiết
Một người trai biền biệt chốn sơn khê
Trong tim mình chị ghi mãi lời thề
Dù đói khổ chẳng mê đời mộng ảo

Ngày qua ngày dù bữa rau bữa cháo
Vẫn chặt lòng thủ đạo tiết chờ anh
Rồi một hôm trời đẹp nắng ngọt lành
Bước chân về bên anh là người khác

Tim vỡ òa nỗ đau thương chất ngất
Tuổi nào phai trên mắt biếc bao ngày
Mái tóc xanh thuở ấy chị buông dài
Chỉ một đêm bỗng thay màu mây trắng

Cuộc tình buồn nghe lòng sao mặn đắng
Khúc bi thương sao nặng chữ u buồn
Chị cứ hát khi bóng tối dần buông
Lời than trách người thương đành phụ bạc

25/04/2017

THÌ THẦM TÌNH GIẤU

Em có nghe tiếng thì thầm của gió
Nhắn giùm anh tình nhỏ ngọt yêu thương
Em có thấy tơ hồng gợi vấn vương
Anh nhờ gió ướp hương nồng ngây ngất

Em có biết bao đêm trường thao thức
Họa dáng em trong ngực để tìm nhau
Trao cho em câu hẹn ước ngày sau
Dù mái tóc bạc màu như mây trắng

Anh vẫn giữ sợi tơ tình ươm nắng
Gởi người em nhỏ nhắn tóc buông dài
Để đêm về ôm mộng đợi sớm mai
Được trông thấy em cài trên suối ngọc

Anh đã gởi tình anh trong chiếc lược
Tặng cho em mong được chải tóc mềm
Và thay anh hôn nhè nhẹ từng đêm
Bao thương nhớ anh kèm theo vào đó

Em có nghe tiếng dịu dàng của gió
Gởi giùm anh lời thỏ thẻ yêu thương
Muốn cùng em đi đến cuối con đường
Dù nắng hạ, mưa sương hay đông giá

Em có nghe tiếng rì rầm biển cả
Nhắn người đi chốn lạ nhớ quay về
Nơi triền cát anh mãi giữ tình quê
Ngày hội ngộ nguyện thề ta xin giữ.

15/3/2018

HƯƠNG BƯỞI NỒNG NÀN

Tóc mây dài nàng cài bông bưởi trắng
Thoảng hương đưa ngây ngẩn cả hồn tôi
Chợt ước mình hóa thành một nụ môi
Để hôn mãi cả khuôn trời dịu ngọt

Trong ánh nắng từng cánh hoa trắng muốt
Hé môi cười giữa làn sóng tóc mây
Tôi đưa tay nâng từng cánh trên tay
Nghe tim mình như say trong rượu ấm

Nhớ ngày xưa trong khăn tay nàng nắm
Một chùm hoa gởi gắm mối tình đầu
Bên khung cửa hai đôi mắt nhìn nhau
Dù không nói nhưng tình đầu đã nở

Tháng Năm về bên khung trời rộng mở
Đón hương thơm lan tỏa khắp không gian
Trái tim mình bỗng trỗi nhịp rộn ràng
Như ngày ấy bên nàng chưa dám nói

Dòng thời gian lá thư tình giấu vội
Hẹn ngày về bến đợi mãi chờ mong
Tình yêu xưa xin giữ mãi trong lòng
Và thắp mãi ngọn lửa hồng vẹn kiếp.

10/3/2018

VỌNG HOÀNG HÔN

Bay về trong nắng chiều tàn
Xoãi đôi cánh mỏi vội vàng tìm nhau
Xa mờ bãi lúa nương dâu
Lẩn trong làn khói lam sầu quẩn quanh

Mờ trong sương nhẹ mong manh
Kiếm tìm hư ảo hình anh chốn nào
Tháng ngày dài rộng hư hao
Chờ nhau từ thuở tóc màu xanh non

Tìm nhau bao kiếp mỏi mòn
Gian nan không nản tuổi son chẳng màng
Tìm nhau từ độ trăng vàng
Đến giờ khuyết nửa giữa làn khói mây

Mỏi mê đôi cánh hao gầy
Vọng trong nhung nhớ những ngày tha phương
Hoàng hôn mờ phủ con đường
Bao giờ tím cả trùng dương vẫn tìm

Rạc lời theo những cánh chim
Dõi trong vô vọng im lìm tháng năm
Anh đi lỡ dạ sắt cầm
Có thương người mãi âm thầm chờ mong

09/07/2018

CỢT MÂY

Lững lờ
Mây trắng thong dong
Thấy người con gái
Ngắm đồng sen thơm

Liền kêu
Sợi nắng vàng ươm
Hôn lên mái tóc
Tô hường má em

Làm duyên
Con mắt khép rèm
Mi cong chớp nhẹ
Bẹo thèm môi ai

Bay bay
Từng sợi tóc mai
Theo làn gió nhẹ
Khiến ai ghen thầm

Đồng tiền
Trên má cười ngầm
Nụ duyên ngúng nguẩy
Gieo mầm nhớ thương

Mây ôm
Ước vọng vấn vương
Chỉ mong ngọn gió
Dẫn đường theo qua

Đưa tay
Đón sợi tơ ngà
Bện thành chiếc áo
Làm quà tặng em

Mong rằng
Sưởi ấm đêm đêm
Ru em giấc ngủ
Mộng êm tháng ngày

25/7/2018

Huệ Trinh

HOÀNG LYNH

Tên thật: **Huỳnh Thị Loan**
Sinh ngày: 06-10-1967.
Quê quán: Chợ Lầu, Bắc Bình, Bình Thuận.
Hiện sống và làm việc tại Thành phố Hồ Chí Minh.
Là giáo viên dạy rèn chữ đẹp tại Nhà Thiếu nhi Quận 11, Thành phố Hồ Chí Minh.

Tác phẩm in chung:
Tự tình 1, Tự tình 2 (Tuyển tập Thơ – Văn do Văn học Unesscom liên kết xuất bản).

MƯA TRÊN DÒNG MISSISSIPPI

Chiều nay, mưa rơi,
Rơi thật nhiều,
Trên dòng Mississippi.
Ta ôm đàn,
Trong mưa,
Hát cho em nghe
Bản tình ca về những thành cổ
Của những tình yêu không cằn cỗi bao giờ…

Này em yêu,
Ta hái một ánh trăng vàng
Làm thành chiếc thuyền nan cho em lướt sóng
Ta đưa em vào mộng
Có thật nhiều sao trời…
Hai đứa cùng bơi chơi vơi
Giữa dòng trăng lạnh
Giữa sóng sánh men tình!

Em thấy gì không: hạnh phúc lung linh,
Tựa ánh đèn màu
Như mùa xuân tỏa nắng trên cao
Long lanh như pha lê
Tình yêu ta dành cho em
Là những hoa xuyên tuyết
Yêu thương,
Chẳng cách biệt… bao giờ!

Sài Gòn, 25/04/2018

Tái bút:
Tình yêu là có thật!
Tình yêu của hai nửa luôn vì nhau thì bất tử!
Đây là bài thơ Hoàng Lynh viết về mối tình đẹp của một người đàn ông
Mỹ và một phụ nữ Việt. Người phụ nữ Việt khi già, mất đi, tro cốt của bà
được người chồng mang ra biển, mong tìm về quê hương mình… (theo ý
nguyện của bà). Câu chuyện rất hay, lôi cuốn khiến Lynh viết bài thơ này.

BÊN HIÊN ĐỜI NGƠ NGÁC

Đôi khi ngơ ngác, ta ngồi ngắm,
Từng chiếc lá rơi khẽ trong chiều
Mẹ già bịn rịn lùa hương bưởi
Để dành con ủ tóc mùa sau!

Đôi khi lẩn thẩn, ta nhìn gió,
Khua từng nhịp nhẹ trên phiến sầu
Ta đâu hề biết thời gian cũng
Nhặt nhạnh tơ trời, san sẻ đau…

Sài Gòn, 14/04/2019

CÙNG EM ĐÓN HẠ

Lén em nhặt ánh trăng vàng,
Đem ủ vào áo, riêng mang nỗi lòng
Này em, em có biết không
Đêm nao trăng rụng, những mong gặp đò…

Đợi hoài, gà gáy ó o,
Ngoài vườn chênh chếch: trăng vò võ đau
… Tàn trăng, rộn tiếng chào mào
Ríu ran gọi nắng bay vào giấc trưa.

À ơi, yêu mấy cho vừa,
Một bầy chiền chiện đợi mưa chào hè
Phượng hồng thắp lửa đón ve
Xa xa, tu hú hát bè… ru em!

Sài Gòn, 11/04/2019

KIM NGÂN

Tên thật: Phạm Kim Ngân
Nick Facebook: Kim Ngan Pham
Năm sinh: 27/3/1964
Phone : 0909496696

DẠ YẾN LAN

Anh..
em yêu
loài dạ yến lan
Mong manh
trước gió
màu man mác buồn

Em..
mỗi khi ai rót dỗi hờn
Thềm hoa
em đứng bồn chồn giận anh

Nên..
thương em
anh phải quan tâm
Yêu cho
thật dạ thật lòng đó chăng

Thương..
mỗi chiều
ngắm dạ yến lan
Nhắc nhau
kỷ niệm ngập tràn em anh

Nhớ..
lần đầu
dạo phố mùa xuân
Em nhìn
hoa dạ yến lan ước thầm

Ôi..
bầu trời
mắt biếc trong ngần
Màu hoa
lưu dấu tháng năm không sờn.

VÌ EM MONG MANH

Đừng trộm nhìn
vì em đã rất mong manh
Lần tình cờ
gặp em dưới ánh nắng xuân

Tia nhìn ấy
bối rối giây phút dừng chân
Để rồi và
từ đây nhớ thương âm thầm

Lần hẹn đầu
bầu trời ươm nắng thiên thanh
Hoa nhạt tím
tô son môi em long lanh

Hoa tặng em
Anh vẽ trái tim màu xanh
Êm êm như
giấc mơ anh đến dỗ dành

Em vì thế
mong manh mong manh vì thế
Cung buồn tím
nói yêu em xin đợi nhé

Thôi về đi
Để yên cho em lặng lẽ
Nếu yêu thì
Trả em nụ hôn đường về.

HỒ VỌNG NGUYỆT

Phía hồ chênh
soi nắng biếc vòm xanh
Hoang đường gió
cỏ hoa cành chen lấn

Lá nhụy thân
loài hương thơm nhựa phấn
Hồ trong vắt
bóng lộn nguyệt khiêm nhường

Vỉa đá rêu
bằng tuổi mộng vấn vương
Góc già cỗi
sần ương vệt u nần

Đóa lưu ly
chưa nguôi nụ tình xuân
Loài dương xỉ
gieo mầm xanh phiến đá

Mạch rêu phong
róch rách đời rất lạ
Áo em hồng
rợp cả thuở trời xuân

Gọi đàn chim
miền hạnh ngộ dừng chân
Xây tổ ấm
ái ân đầy thơ mộng

Hãy cho em
ngày an vui được sống
Nét môi cười
hình bóng nhẹ ru đưa

Nói yêu em
tình ái chớ dối lừa
Hồ vọng nguyệt
gió mùa soi thế trần.

THIÊN NGA TRẮNG

Một khi
hồng trần còn hơi thở
Dìu nhau
về bến mới nợ duyên

Em đã
bật đèn anh không ngỏ
Làm sao
em tặng đóa hoa tiên

Nếu trăng
cố chờ nơi đáy giếng
Đêm rằm
thơ mộng khỏa đầy lên

Để khi
ai làm rơi viên cuội
Trăng nước
tan nhòa bởi màn đêm

Nắng hạ
thương hồ cảnh bình yên
Loài súng
khoe hoa tím bưng biền

Cánh trắng
thiên nga vươn điệu múa
Trỗi khúc
nghê thường chút tình em

Bến đỗ
bao đời mong mỏi đến
Người phải
người yêu biết nhõn tiền

Mây mưa
chờ gió say lả lướt
No cánh
buồm căng biển với thuyền.

20/4/19

Kim Ngân

LÂM KHƯƠNG TIẾN

Tên thật: **Lâm Khương Tiến**
Sinh nhật: 13-02
Đại học Sư phạm
Đại học KHXH&NV TP. Hồ Chí Minh
Giáo viên Trường THPT Đông Đô.
Nick FB: Tien Lamkhuong

THUYỀN VÀ BIỂN

Biển chiều qua biển nô đùa với sóng
Thuyền giận hờn trách sóng quá vô tâm
Thuyền và biển là mối tình nhiều năm
Sao sóng nỡ trêu thuyền giận biển...

Để hôm nay biển... bỗng lặng yên
Biển hối hận làm thuyền giận dỗi
Biển biết rồi thuyền ơi tha lỗi
Biển và thuyền không thể thiếu nhau

Có đôi lúc thuyền biển giận lâu
Sóng là người đứng ra hòa giải...
Thuyền cũng biết những lần sau đó
Sóng bạc đầu và biển lặng thinh

Biển xanh thêm... Vì biển ngoại tình
Và còn nữa biển hẹn hò cùng nắng
Thuyền chợt nhớ có lần thuyền đi vắng
Biển ở nhà hò hẹn với vầng trăng

Thuyền giận hờn biển cũng ăn năn
Thuyền buồn biển tình không chung thủy
Thuyền đau ốm vì lo suy nghĩ
Nên người ta bồng bế lên bờ

Chăm sóc thuyền... vết thương rạn vỡ
Nhưng ngờ đâu ở nhà biển nỡ
Đã ngoại tình với nắng, với trăng
Và đôi lúc cùng mây, cùng gió

Biển cứ tưởng thuyền không về nữa
Lỡ hẹn hò chút chút vậy thôi
Thuyền và biển luôn là cặp đôi
Nếu xa cách... sẽ thành... bão tố!

CẢM XÚC CHIỀU MƯA...

Nỗi buồn ơi sao đeo tôi mãi
Tôi ghét buồn... ngươi có biết không
Nỗi niềm riêng chất chứa trong lòng
Không giữ nữa... giờ tôi rao bán

Nỗi buồn đây... ai mua tôi bán...
Niềm vui đâu... ai bán tôi mua...
Chiều đầu tuần trời đổ cơn mưa
Vui sao được mưa rơi tầm tã

Trong cuộc sống mọi người vội vã
Đều dầm mưa trong đó có tôi
Kẻ... ngược... xuôi tiếp cận với đời
Hòa nhịp sống cùng nhau hối hả...

Cùng trú mưa... gặp cô gái lạ
Tuổi tròn trăng gương mặt trăng tròn
Hơi mũm mĩm... giống tôi hồi trẻ
Hình ảnh này... ngày tôi còn bé

Cũng vô tư... gom hết bầu trời
Để bây giờ... biết... lỡ... đánh rơi...
Rơi ở đâu... tôi không hề biết...
Ai nhặt được cho tôi xin lại...

Hậu tạ người tôi sẽ không quên
Tặng niềm vui kèm với nụ cười
Và khuyến mãi cả lòng nhân ái
Như phép lạ... tôi gặp cô gái...

Tuổi tròn trăng gương mặt trăng tròn
Hơi mũm mĩm giống tôi ngày trẻ
Hình ảnh này ngày tôi còn bé
Cũng vô tư gom hết cả bầu trời...
Cô có cả... khung trời tôi mất....

MONG CHỜ

Em đây cùng tiếng thở dài
Em đây ngồi đợi... chờ ai em buồn....
Thơ em theo gió bay tuôn
Thơ em nhung nhớ
em buồn nhớ ai

Nhớ thương ngày tháng không phai
Năm tàn tháng trụi cứ hoài... hư vô
Dù cho... mơ mộng... mơ hồ
Cứ mặc xây đắp, xây tô mộng lành

Cuộc đời sao thấy buồn hanh
Nhớ thương ai mãi
biến thành... tình xa...
Em nghe rõ tiếng mưa ca...
Nhìn mây xõa tóc hòa cùng trời xanh

Cơn mưa kéo đến thật nhanh
Trút hết phiền não trên cành mong manh
Hạt nào lóng lánh long lanh
Hạt nào như ngọc hạt nào kim cương

Nhìn mưa phủ ngập con đường
Mùa mưa đã đến người thương có về...?
Lâu nay em sống trong mê
Nhìn cây, nhìn cảnh, nhìn về thời gian

Em nghe tim nhói vô vàn
Chờ ai gọi khẽ... cô nàng yêu ơi...

Lâm Khương Tiến

LÊ HIỀN

- Tên thật: Lê Thị Hiền
- Bút danh đã dùng: Hiền Vinh, Lâm Hiền An.
- Sinh ngày: 10.6.1961
- Nghề nghiệp: Giáo viên hưu trí.
- Quê quán: Xã Lộc Thuận, huyện Bình Đại, tỉnh Bến Tre.
- Nơi ở hiện nay: Phường 15, quận Tân Bình, TP Hồ Chí Minh.
- Bản thân sáng tác thơ văn từ năm 2017, đã tham gia cộng tác với các báo: Văn nghệ Hàm Luông, Đồng khởi Bến Tre, Tài Hoa trẻ...
- Là hội viên Hội Văn học Nghệ thuật Nguyễn Đình Chiểu, tỉnh Bến Tre.

ANH BẢO ĐẾN
MÀ SAO KHÔNG THẤY ĐẾN?

Anh bảo đến mà sao không thấy đến?
Bãi biển buồn, em ngồi đợi người thương
Mây lang thang xô gió thổi cuối ghềnh
Biển vẫn vô tư hát ru cùng cơn sóng.

Hoa muống biển thẫm tím màu nhung nhớ
Như dỗi hờn biển vỗ sóng khơi xa
Anh vẫn vậy mênh mông như biển lớn
Em vô tư như trẻ nhỏ lạc nhà.

Anh bảo đến mà sao không thấy đến?
Em một mình chờ đợi bóng người thương
Như hòn Vọng Phu ôm con nhỏ chờ chồng
Đứng cô quạnh giữa biển chiều vắng lặng.

Anh ở đâu, đầu ghềnh hay cuối sóng?
Biển thì xanh mà anh vẫn mãi xa
Cánh hải âu bay về vùng đất lạ
Hoa muống biển buồn, rũ cánh chờ mong.

Phố biển, núi non, trùng trùng ghềnh đá bạc
Cảnh còn đây, sao anh đi mãi chưa về?
Anh ở đâu giữa muôn trùng sóng vỗ?
Biển rộng khôn cùng, em mỏi mắt chờ anh...

Sài Gòn, 1.4.2019

EM ĐI VỀ PHÍA MẶT TRỜI

Em đi về phía mặt trời
Cho tâm lắng dịu, nhìn đời sáng trong
Ngửa tay đón một chữ hồng
Cuộc đời thắp lửa yêu thương tìm về

Em đi về phía mặt trời
Quẳng sau lưng phút chơi vơi não nề
Mắt nhìn trời, tỉnh cơn mê
Quên đi tủi nhục ê chề đớn đau.

Trời xanh mây trắng xôn xao
Ao sâu cá quẫy đón chào ngày tươi
Dang tay nhìn hạnh phúc cười
Kìa mặt trời vẫy tươi vui cõi lòng

Em đi về phía mặt trời
Ban mai ấm áp gọi mời bình minh
Em về tô lại môi xinh
Nhìn mặt trời đỏ để tin cuộc đời.

Bài ca dao thuở nằm nôi
Vẳng nghe trong gió nhịp đời sinh sôi
Quên cuộc đời khúc nông sâu
Quên luôn ngày tháng âu sầu đắng cay

Sài Gòn, 4.4.2019

QUÁN GIÓ CHỜ AI

Trời mùa hạ mưa dầm tháng Sáu
Ta ngồi đây lẻ bóng một mình
Anh đi rồi quán gió lặng thinh
Vàng đáy mắt ngóng người phương ấy...

Dòng sông xưa bến bờ xa ngái
Cơn sóng nào tiễn một người đi
Dõi mắt trông quên tuổi xuân thì
Người phương ấy bao giờ trở lại?

Em ngồi đây chỗ ngồi quen thuộc
Ly cà phê lạnh ngắt chơ vơ
Người xưa đâu trở lại bao giờ
Em uống trọn giọt buồn đắng chát

Ngồi gõ nhịp một mình ta hát
Cung đàn nào lạc phím so dây
Khúc hát đưa nỗi nhớ thêm đầy
Nơi quán gió tim sầu vỡ vụn...

Chiều hoàng hôn ngỡ trời đang nắng
Cánh én nào lạc giữa trầm mê
Nhìn lá rơi cứ ngỡ thu về
Nhặt lá rụng... người xưa biền biệt...

MÌNH QUÊN NHAU ANH NHÉ!

Mình quên nhau anh nhé!
Đêm huyền diệu đã xa
Ái ân nào nếm trải
Nụ hôn hương nhạt nhòa

Mình quên nhau anh nhé!
Hoàng hôn khép lại rồi
Đông tàn, xuân chưa tới
Tình yêu vội đổi ngôi?

Mình sẽ quên nhau thôi!
Giọt buồn nghiêng tóc rối
Nụ hôn nào gửi lại
Vòng tay nào buông lơi

Tình yêu không là thơ
Cũng không là mật ngọt
Tình yêu không chờ đợi
Cho những ai ơ thờ

Ta chào nhau mà đi
Ngã ba đường rẽ lối
Em về ghì tuổi xuân
Nhìn người quay bước vội.

Sài Gòn, 10.3.2019

Lê Hiền

LÊ NGỌC HƯNG

Họ tên: **Lê Ngọc Hưng**
Năm sinh: 1950
Địa chỉ: số 305 Nhà CT4
Chung cư Phú Sơn, TP. Thanh Hóa.
Điện thoại: 0962 590 426

Cựu chiến binh Trung đoàn 515 - Sư đoàn 473 - Đoàn 559
Võ sư hồng đai - chấp chưởng môn Việt Võ Đạo tỉnh Thanh Hóa.

MÙA THU Ở HUẾ

Sông Hương nước chảy lững lờ
Con thuyền neo bến đèn mờ mờ chong
Tràng Tiền uốn nhịp cầu cong
Ẩn vào sương khói như rồng sang sông

Dạ thư lưu luyến trong lòng
Nhớ chi nhớ rứa chỉ mong muốn về

Trời thu ở Huế buồn ghê
Nam ai vọng cổ người nghe thở dài

Mông lung sương khói thuyền ai
Nhịp chèo mái đẩy khoan thai giữa dòng

Cố đô ngựa trắng áo chùng
Trong mơ... như đã như từng... Huế ơi!

THÁNG BẢY CON VỀ

Con về theo cách của con
Không tàu xe
Không cuốc bộ như thời ở lính
Nhưng con vẫn xuống ga tàu
Nơi kỷ niệm ngày mẹ tiễn con đi
Về thăm mẹ, biết không còn mẹ
Không khói hương vái lạy được như thường.

Đường làng ta bê tông đã khác
Cổng làng, hàng chữ "LÀNG VĂN HÓA", nay con mới biết
Dòng sông, ôi con sông quê hương bây giờ đã chết!
Con không thể như trẻ trâu lại lần nữa tắm sông này
Làng ta thiết tha yêu sông lắm
Nghĩ cho cùng con còn may mắn hơn sông
Có nghĩa trang liệt sỹ
Hàng chữ in: "TỔ QUỐC GHI CÔNG".

Con đã thấy bọn trẻ làng ta không phải ăn cơm độn
Áo quần may mặc Tết nô đùa
Và cũng thấy những người lâm trọng bệnh
Do thức ăn nhiễm độc hàng ngày
Nay làng ta hóa phố, cửa hàng biển hiệu
Ao làng xưa thành biệt thự nguy nga
Xung quanh đó còn nhiều "túp lều lý tưởng"
Ngày con đi mong về phép lợp lại mái nhà.

Con lang thang khắp làng cho thỏa nhớ
Gặp âm hồn u uẩn đâu đây
Họ không nói nhưng con vẫn biết
Tháng Bảy buồn ảm đạm những đám mây...!

THU

Thu về theo nước lũ
Củi lụt ngập bến sông
Thu đi ngàn lá rụng
Bâng khuâng chiều tàn thu

Chim nhỏ bay phương nào
trên trời cao mây trắng
hoàng hôn đang trải nắng
Vàng chân đồi hoang vu

Đôi mắt người con gái
thăm thẳm đáy hồ thu
Giấu trong lòng mong nhớ
Đằm thắm tình thương yêu.

NOEL NGÀY ẤY

Nhớ lại ngày xưa khi còn trẻ
Em cũng như anh tuổi học trò
Lấy cớ Noel đi dạ lễ
Hai đứa mừng vui được hẹn hò

Trời lạnh, mưa bay
Áo không đủ ấm
Nép mình bên hang đá Giáng sinh
Nghe hơi thở và rộn ràng tim đập
Biết tình yêu Chúa đã cho mình

Ôi em ạ, năm nào cũng vậy
Bọn trẻ yêu nhau đến thánh đường
bao kỷ niệm lại ùa về thủa ấy
Đêm Giáng sinh thương nhớ vô cùng!

11:19, ngày 2/4/2019

Lê Ngọc Hưng

MỘC NHÂN

- Họ và tên: Nguyễn Thị Nhận
- Bút danh: Mộc Nhân
- Nghề Nghiệp: Giảng viên trường đại học.
- Từng học ở Đại học Sư phạm TP.HCM.
- Hiện nay: Nghỉ hưu
- Quê quán: Hà Bắc
- Số điện thoại: 0938002064
- Email: nguyenthinhan1212@gmail.com
- Địa chỉ nơi ở: Chung cư The Eastern, 299 đường Liên Phường , phường Phú Hữu, quận 9, TP.HCM.

TẶNG ANH

Em viết bài thơ này tặng anh
Ngoài kia hoa nở rộ đầy cành
Tặng anh tất cả tình yêu mến
Thu đã sang lòng em nhớ anh!

Bên đó trời có nắng không anh
Có chim ríu rít hót trên cành
Có hoa có bướm vờn trong nắng?
Anh hái hộ em hoa tặng anh!

Bên đó trời như thế nào anh
Gió có vút cao thổi mây xanh?
Anh nhớ lặng tìm trong gió ấy
Một nụ hôn em gửi trao anh!

Bên đó khi trời đêm kéo mây
Em biết tặng anh những gì đây?
Trên không xuất hiện chùm sao lạ,
Ngôi sao tỏ rõ nỗi tình này!

Không biết giờ anh có nhớ em
Có thầm chờ đón ánh sao đêm
Có chờ gió thổi đem tình đến
Có gửi thơ vào mây tặng em?

TÌNH VUI

Duyên lành ta gặp được nhau
Lúc thời mái tóc điểm màu khói sương
Cuộc đời đã trải tình trường
Phần đời còn lại ta nhường cho nhau

Mùa thu hoa trái ngả màu
Nắng vàng ươm mộng tình sầu bỗng say
Cây kia héo úa lại ngay
Mùa xuân lại đến bên này với em

Yêu anh tiếng nói dịu êm
Tấm lòng nhân đức lại thêm biệt tài
Tình vui ta hẹn ngày mai
Trao nhau tình thắm không phai suốt đời

Mùa đông xưa đã qua rồi
Đem đi tuyết lạnh trên đồi nắng mơ
Yêu anh em viết bài thơ
Mong ta trân quý tôn thờ tình nhau

Trắng trong dù tóc bạc màu
Mảnh đời còn lại không đau không buồn
Anh như dòng suối trên nguồn
Chảy vào làm mát tâm hồn của em

Em như nắng ấm chiều êm
Gió say anh ngủ những đêm u hoài
Cho nhau đời sống nhân hai…

EM MUỐN

Em muốn là nàng bướm xinh xinh
Bay đi khoe khắp tình yêu mình
Một sáng ban mai anh tỉnh giấc
Nhè nhẹ đáp tình lên tóc anh.

Em muốn là một đóa hồng tươi
Bay tỏa hương thơm ngát cho đời
Hương tan nhè nhẹ lan khắp chốn
Thắm thiết hôn vào môi má anh.

Em muốn là ngọn sóng biển xanh
Thênh thang trên mặt cát trong lành
Hôm nao hanh nắng anh chùng bước
Cuồn cuộn quấn vào đôi chân anh.

Em muốn là giọt sương long lanh
Buổi sáng tinh mơ đậu trên cành
Không rơi mà biến thành ngọc quý
Âu yếm nép vào bên vai anh.

Mộc Nhân

MINH THÔNG

Họ và tên: **Huỳnh Văn Minh**
Sinh năm 1955 tại Sài Gòn
Tốt nghiệp cấp 3 năm 1975
Học sinh Trường Trung học Cơ Điện 1 trực thuộc Bộ Cơ khí và Luyện Kim
Hiện đã nghỉ hưu.

LẦN ĐẦU GẶP NHAU

Lần đầu gặp nhau
Mà sao xao xuyến
Khi về lưu luyến
Dù tiếng yêu chưa

Gió khẽ trời trưa
Đong đưa kẽ lá
Lòng buồn thấy lạ
Người đã đi rồi

Bóng nhỏ cuối trời
Rồi tôi lặng bước
Trong lòng thầm ước
Lại được gặp em

Nói lời con tim
Từng đêm nhung nhớ
Dù còn trắc trở
Đã lỡ yêu rồi

18/3/2019

TAY TRẮNG - TRẮNG TAY

Ta đã đến cuộc đời này tay trắng
Khóc chào đời nhưng chẳng biết vì sao
Tuổi ấu thơ, ôi sao quá ngọt ngào
Vòng tay mẹ chở che chiều mưa nắng

Rồi năm tháng trải qua bao cay đắng
Nỗi vui buồn đến đọng lắng trong tim
Hãy cho ta xin một khoảng lặng im
Để tìm lại kỷ niệm chìm quên lãng

Tình yêu đến cho ta nhiều viên mãn
Thì em ơi xin cứ mãi yêu - chiều
Để sau này muốn có để hờn yêu
Còn đâu nữa đã về miền đất lạnh

Rồi sau đó trong hoang tàn cô quạnh
Xin cho hỏi ai đó chạnh lòng không
Đâu còn gì để mơ mộng viển vông
Đến trắng tay ta về trong tay trắng.

27/10/2016

THỀM và TRĂNG

Về chốn cũ ngỡ ngàng đi mất
Em đi rồi chất ngất nỗi đau
Bên thềm ngày đó cùng nhau
Nhìn trăng mơ ước mai sau sum vầy

Nghe tiếng gió đong đầy cảm xúc
Nhớ người xưa nhất lúc trăng lên
Bên song ai cố gọi tên
Sang sân cùng ngắm chớ quên trăng tà

Dưới bóng nguyệt sao mà lạnh buốt
Nỗi cô đơn mãi thuộc về ta
Côn trùng rỉ rả quanh nhà
Gợi ta nhớ lại lời ca năm nào

Vầng trăng đó cùng nhau ngồi ngắm
Nên bây giờ còn lắm tơ vương
Hỏi ai còn nhớ, còn thương
Năm xưa cảnh cũ con đường tuổi thơ

28/10/2016

TRƯỜNG XƯA

Trường xưa phố cũ không em!
Con đường hoang vắng ly kem nhạt nhòa
Lặng nhìn kỷ niệm vỡ oà
Nhớ sao là nhớ hàng quà ngày xưa?

Ra chơi đánh võng đong đưa
Mặc hoa rơi rụng - dù mưa tứ bề
Đường xa có bạn cùng về
Gió bay tà áo - tóc thề bay bay!

Chia tay mùa hạ có hay
Mùa thu lại đến còn ai đi về?
Toán thầy ra chỉ một đề
Cuộc đời thì có trăm bề lo toan!

Nhắn cùng bạn trẻ chăm ngoan
Cố lo đèn sách chớ hoang phí thời
Hôm nay, học tập bạn ơi
Mai sau đỗ đạt giúp đời an thân!

24/8/2016

PHÚT TRẢI LÒNG

Đứng trước biển trải lòng với gió
Sóng miên man còn đó nỗi lòng
Đời bạc phận theo cùng duyên số
Lỡ một đời vẫn cố vì con

Nay khôn lớn lại còn thêm nặng
Có nhiều đêm khóc lặng một mình
Ai chia sẻ cảnh tình cô phụ
Một lần thôi cũng đủ ấm lòng

Từng cơn sóng biển Đông xô tới
Gió vô tình cày xới nỗi đau
Bảo không khóc mà sao mắt ướt
Vẫn mềm lòng đứng trước tình anh

Theo năm tháng tuổi xanh dần nhạt
Cho đến nay đã bạc mái đầu
Xin chút nắng gởi sầu cho gió
Vẫn hằng mong còn đó niềm tin

23/6/2018

Minh Thông

NGÔ HỒ ANH KHÔI

Chuyên viên nghiên cứu khảo cổ Unescom.

HƯ VÔ

Ta cũng có người thương
Một đơn phương tình cũ
Ta cùng người chuyện trò
Biết bao nhiêu là đủ?

Người kể chuyện tình buồn
Ta ngồi nghe ngấn lệ
Giá khi xưa đôi ta
À làm sao có thể

Người kể người mãi yêu
Một tình yêu vĩ đại
Chỉ là ta vụng dại
Mải miết làm người nghe…

TIẾP TỤC

Ta tiếp tục yêu người
Một tình yêu đã cũ
Bao năm vẫn cứ lười
Tim ai còn đang ngủ

Ta tiếp tục nhớ người
Bao lần không gặp mặt
Ta biết người vẫn vui
Tình mới còn nồng chặt

Ta tiếp tục thương người
Bao năm chưa nguôi được
Vẫn chờ lần thương cuối
Mà vẫn chưa thắng cuộc

Ta tiếp tục mong người
Dù chẳng bao giờ có
Tương lai người xanh tươi
Tương lai ta khốn khó

Ta tiếp tục chờ người
Năm nay và năm nữa
Người hạnh phúc với người
Ta chờ ta bên cửa...

Xuân 2019.

ĐÊM NGUYỆN

Trời đêm lạnh lẽo khôn cùng
Ngồi chờ định mệnh xót lòng nhân gian
Anh say tụng đọc kinh tang
Lời em phổ độ hồng hoang mấy lần

Nguyện cho em đến ta gần
Nguyện cho vạn kiếp em gần bên ta
Nguyện cho nhân thế ta bà
Em thành bồ tát, ta là ma nhân

Để ta vạn kiếp quây quần
Theo em kinh kệ tiêu phần nghiệt duyên ...

KHÔNG TÊN

1.
Ba năm chỉ quán vì tình
Xuất gia cõi mộng có mình và em
Đạo tràng dựng tượng riêng em
Nghiệt duyên kinh ấy hằng đêm tụng trì…

2.
Nhớ em chẳng nói nên lời
Đành im lặng tiếng cho đời vô ưu
Lỡ làng giấc mộng hoang vu
Ai đem ai nhốt vô tù ngục sâu
Thương em chẳng dám cơ cầu
Thèm môi ấm cũ nhiệm mầu ngày xưa.

Ngô Hồ Anh Khôi

MINH NGUYỄN

Tên thật: Nguyễn Đức Minh
Ngày sinh: 11-10 tại Bến Tre.
Trước 1975 cộng tác với một số nhật báo và tạp chí văn nghệ.
Sau 1975 tiếp tục sáng tác.

Đã xuất bản tiểu thuyết:
- Người dưng khác họ (Nxb Đồng Nai).
- Tình yêu sơi khói mong manh (VNCĐ).
- Chiếc hôn in hình trái tim (Nxb Mũi Cà Mau).
- Tình yêu thuở ban đầu (VNCĐ).
- Đánh mất tình yêu (Nxb Trẻ).
- Lên mù sương xuống mù sương (Nxb HNV- tái bản Nxb Nhân Ảnh HK).
- Minh Nguyễn & những truyện ngắn (Nxb HNV- tái bản Nxb Nhân Ảnh HK).
- Truyện ngắn in chung (Nxb Thanh Niên).
- Đêm hát cuối cùng in chung (VNCĐ).
- 18 Tác giả trong và ngoài nước (Nxb Thư Ấn Quán).
- Truyện ngắn nhiều tác giả văn chương Việt (Nxb CAND).

CÔN ĐẢO,
THIÊN ĐƯỜNG NƠI HẠ GIỚI

Tháng Sáu. Tôi phân vân chưa biết đi đâu trong mùa hè này, may sao tình cờ gặp Ngữ, người bạn thân thiết thời học chung ở bậc tiểu học, tư vấn:

- Mình có cô em vợ từ Côn Đảo vừa vào chơi, nếu cậu không coi nơi ấy là "địa ngục trần gian" thì, hãy thử làm một chuyến khám phá nơi mà hai tạp chí Travel & Leisure và Lonely Planet từng bình chọn là một trong mười hòn đảo bí ẩn nhất hành tinh xem sao. Biết đâu sau chuyến đi, hai anh chị phải lòng nhau thì từ bạn bè mình trở thành cột chèo thì còn gì thú vị cho bằng?

Được bạn hiến kế, tôi quyết định đi ra Côn Đảo, xem thử biển đảo có thật sự hoang sơ, kỳ vĩ như những lời đồn thổi không?

Ngay hôm sau, trên đường đưa tôi về nhà giới thiệu với cô em vợ, Ngữ không quên bật mí: "Con bé chưa có mối tình nào vắt vai, cậu liệu mà tấn công". Tưởng gì, có thêm bạn gái đi bên cạnh vẫn tốt hơn là đi với kẻ thù; huống chi, em vợ bạn lại là cô gái xinh đẹp thì, Chúa ơi, quả là một sự may mắn dành cho kẻ phàm phu tục tử này đấy ạ.

Lúc ngồi đối diện với Nụ ở sofa, tôi hỏi cô:

- Mùa này ra Côn Đảo có ổn không em?

Nụ cười e thẹn, cúi đầu vân vê những sợi tóc thả dài trước ngực, đáp:

- Côn Đảo là một trong 16 đảo thuộc tỉnh Bà Rịa - Vũng Tàu. Nếu anh lỡ mua vé tàu đi vào tháng Mười cho đến tháng Hai năm sau thì, nhớ thủ sẵn trong người thật nhiều bao ni-lông.

- Để làm gì hả em?

- Có cái để cho "chó ăn chè".

- Vậy theo em nên ra Côn Đảo mùa nào?

- Đi vào tháng Tư cho đến tháng Chín là an toàn nhất, vì thời gian này biển đẹp, sóng êm, không sợ bị tặng kèm trò chơi "cưỡi thú nhún" miễn phí.

- Chừng nào em trở ra ngoài ấy cho anh tháp tùng được không?

- Đừng nói với em là anh đi tìm tư liệu về viết văn à nha.

- Ngữ nói cho em biết về anh rồi hả?

- Không! Em đọc "Lên mù sương xuống mù sương" của anh tặng cho vợ chồng anh chị Ngữ.

- Đồng ý nhé?

- Dễ thôi, anh sửa soạn sẵn đi, tới mùa trăng em ới anh một tiếng là lên đường.

- Sao phải đợi tới mùa trăng?

- Anh biết nhà thơ Lý Bạch đã nhảy tòm xuống nước ôm lấy bóng trăng rồi chứ?

Đúng hẹn tôi và Nụ đón xe Vũng Tàu di chuyển ra cảng Cát Lở, nhắc bác tài cho xuống chỗ có tấm bảng chỉ đường vào cảng. Rồi từ quốc lộ 51 đi bộ khoảng mười phút, băng qua khu chợ tự phát choán gần hết lối đi, là vào đến cảng. Nụ để tôi ngồi ở căn-tin uống nước, cô đi kiểm tra vé tàu điện tử đã đặt qua mạng trước đó. Một lúc sau, làm xong thủ tục, cô quay trở ra nói với tôi:

- Mình đi tàu sắt số 9, dự báo thời tiết tốt, ngủ một giấc tới tầm 6 giờ sáng sẽ ra đến cảng Bến Đầm.

Đúng 17 giờ, tàu Côn Đảo 9 hụ ba tiếng làm hiệu trước khi nhổ neo, bắt đầu chuyến hải hành trực chỉ Côn Đảo.

Ổn định chỗ nằm dưới khoang tàu xong, tôi cùng Nụ mò lên căn-tin ở trên boong tàu ăn uống, ngắm biển, chờ xem hoàng hôn. May sao, giữa đám đông hành khách chộn rộn, Nụ với kinh nghiệm đi tàu sẵn có, đã khôn khéo tìm ra chỗ đứng thuận tiện, giúp tôi có thể quan sát mọi phía. Nhờ vậy, từ chỗ đứng tôi thấy trong bờ, nào bồn xăng, kho tàng, bãi containe... trải dài ra tới tận Bến Đình, lô xô nhà cửa, đài radar, hải đăng, núi Lớn, núi Nhỏ,... lui dần về phía sau.

Vì mới là lần đầu tiên lênh đênh trên biển, tôi thích thú dõi theo không chớp mắt, cuộc trình diễn ánh sáng vô cùng ngoạn mục, diễn ra từ buổi chiều hoàng hôn kéo dài cho tới khi màn đêm mang bóng trăng nhô lên khỏi mặt nước. Ồ, ngạc nhiên chưa, ngay lúc đó mọi sinh hoạt ồn ào trên boong tàu bỗng dưng im bặt, nhường chỗ cho ánh trăng mười sáu trườn mình trên từng con sóng, trông giống như đang có hàng triệu con cá quẫy đuôi giỡn trăng.

Nhân lúc thấy một anh thành viên trẻ của tàu đi ngang, tôi vội giữ anh lại để hỏi thăm lý lịch con tàu. Anh vui vẻ cho biết: tàu dài 30 mét, rộng 7 mét 8, vận tốc trung bình 15 cây số trên giờ, mỗi chuyến ra khơi ngốn hết gần 8 tấn dầu và chở được khoảng 300 khách, gồm 238 giường nằm cả hai tầng và một ít ghế ngồi.

Khuya. Chúng tôi rời boong tàu, trở xuống bên dưới để đi ngủ, dành sức để ngày hôm sau còn khám phá Côn Đảo.

Đặt lưng xuống giường khá lâu, nhưng tôi không sao ngủ được, chỉ nằm nhắm mắt chờ sáng. Kinh nghiệm dạy tôi ở chốn đông người, tốt hơn hết là nên dậy sớm lo việc vệ sinh cá nhân, nếu không muốn bị xếp hàng rồng rắn chờ tới lượt mình.

Từ phòng vệ sinh bước ra, tôi bắt gặp đốm lửa đỏ đang mọc nhanh từ dưới biển lên. Thì ra, đó là tín hiệu báo ngày mới đang tới rất gần. Tôi chạy vội lên boong tàu, ngồi ngắm chấm lửa đỏ, mới đầu chỉ to bằng nửa trái bóng tennis, lớn dần lên bằng nửa quả bóng đá, trước khi trở thành một mâm lửa, rọi sáng cả một góc trời trên biển Đông. Tôi thầm nghĩ trong đầu, nếu đây không phải là tuyệt tác do tạo hóa ban tặng thì gọi là gì? Chưa kịp có câu trả lời, tôi chợt nhìn thấy con tàu đang lừng lững tiến vào cửa vịnh Côn Đảo. Một cái vịnh được che chắn bởi các dãy núi, đảo lớn bé, cùng cái cầu cảng Bến Đầm xuất hiện lờ mờ trong làn sương sớm.

Do bận ngắm cái cầu cảng dài sọc như một sàn catwalk, chạy thẳng từ trong đảo ra tận ngoài khơi vịnh Bến Đầm, tôi quên mất việc con tàu đã cập cảng từ nãy giờ. Tới chừng nghe tiếng Nụ gọi í ới, tôi giật mình nhìn lại, thấy trên boong tàu chỉ còn mình là người khách cuối cùng, bèn tiu nghỉu xách ba-lô tìm đến cầu thang dành cho khách đi tàu, phóng xuống bến dưới giống như đang bị ai đuổi từ phía sau.

Ồ! Cảng Bến Đầm không nhỏ như tôi tưởng lúc còn ngồi trên tàu; trái lại, cảng có thể tiếp nhận khoảng 20 tàu có công suất từ 150 đến 600 mã lực. Là nơi tàu thuyền có thể ghé vào tránh bão, mua bán hải sản, đá cây, thực phẩm tươi sống, xăng dầu, buôn bán ngư cụ, sửa chữa máy móc, dịch vụ ô tô, dịch vụ xe ôm,...

Theo Nụ, thị trấn Côn Sơn cách đấy chừng 12 cây số, cô khuyên tôi nên ngồi sau xe ôm để vừa được hít thở không khí trong lành, vừa thưởng ngoạn vẻ đẹp như tranh nơi cung đường chạy dọc ven biển. Đúng như lời khuyên của cô, một con đường nhựa phẳng phiu hiện ra trước mắt tôi, tuy không rộng lắm, nhưng sạch đẹp, nhờ một bên là vách núi xanh rờn cỏ cây, bên kia là đại dương bao la, dẫn qua đỉnh Tình Yêu, mũi Cá Mập, Bãi Nhát, các khu resort, nhà hàng,... nối nhau vào tận bên trong thị trấn. Ôi! Cái thị trấn bình yên, rợp che bóng mát bởi những hàng cây bàng cổ thụ, được trồng ở giữa hai làn đường, tượng trưng cho sức sống mãnh liệt của người dân Côn Đảo.

Được biết, Côn Lôn, Côn Sơn hay Côn Đảo là tên của một trong số 16 hòn đảo lớn nhất tại đây. Mỗi hòn đảo đều mang một đặc thù riêng, thể hiện nơi các rạn san hô thân cứng, thân mềm, dạng bàn tay, sừng nai hoặc các loại tảo biển, vích,... nhưng điểm chung nhất là cùng thừa hưởng một khí hậu trong lành, thích hợp cho những ai muốn đi du lịch sinh thái và nghỉ dưỡng.

Để khỏi phải mang vác nặng nhọc, Nụ đưa tôi ghé ngang nhà, bỏ mấy thứ không cần thiết xong, quay ra đi dạo bên các con phố đìu hiu, đỏ chói chang màu bông giấy nơi hàng rào nhà ai. Ở đây, ngoài con đường chạy quanh đảo rồng rắn dài hun hút ra, thì những con đường còn lại thường không lớn, không dài, nhưng đều hướng ra phía biển, tạo cảm giác dễ chịu giữa cái nắng mùa hè gay gắt. Bỗng dưng, trong đầu tôi nảy ra ý nghĩ so sánh, nếu bạn đã một lần đi giữa phố cổ Hội An, nghe lòng mình ấm lại bên những câu chuyện cổ tích thì, đi cạnh những bờ tường đá rêu phong, ngắm những ngôi nhà mái đỏ được xây dựng theo lối kiến trúc thời thuộc địa, hẳn sẽ lầm tưởng mình đang đi lạc vào vùng nông thôn nào đó ở tận miền Nam nước Pháp.

Thấy tôi có vẻ suy nghĩ, Nụ mỉm cười hỏi:

- Anh đủ thấy chán cái thị trấn vắng vẻ buồn hiu này chưa?

Tôi trả lời:

- Buồn thế nào được, em không thấy mấy anh chàng thanh niên đang nhìn anh đến phát ghen lên hay sao?

Nụ đỏ mặt nói:

- Em tưởng nhà văn các anh chỉ giỏi viết lách, không dè tán tỉnh con gái cũng ra trò.

Vừa đi, Nụ vừa chỉ tay về phía cái quán cà phê lộ thiên, nằm dưới bóng mát của những cây bàng vuông, xòe cành lá ra che nắng gần hết một khoảng sân rộng. Sẵn, cô giới thiệu cho tôi biết luôn, ngoài việc kinh doanh cà phê, bán thức ăn nhẹ, họ kiêm luôn việc cho thuê xe máy. Thú vị nhất là vào những đêm trăng tròn, ngồi ở cái sân kia, vừa thưởng thức cà phê vừa ngắm thủy triều xuống, mang theo con nước rút ra xa bờ làm lộ ra những con cá, con mực lấp lánh dưới ánh trăng đẹp đến mê hồn.

Không bỏ lỡ cơ hội, tôi rủ rê Nụ:

- Đêm nay cũng vừa vặn ngày rằm, mình cùng ra đây uống cà phê, lội xuống biển bắt cá, chờ 12 giờ khuya đến thăm nghĩa trang Hàng Dương luôn nha em?

Nụ từ chối khéo:

- Ồ! Không được rồi, uống cà phê xong em phải về nhà để cúng rằm, anh chịu khó thuê xe ôm chở đến mộ cô Sáu, tha hồ xem người ta cúng vái, cầu xin điều gì. Sáng mai em hứa sẽ đưa anh ghé miếu bà Phi Yến, cũng là một trong hai điểm du lịch tâm linh nổi tiếng, được rất nhiều người quan tâm khi đến Côn Đảo này.

Ngồi uống cà phê, ăn sáng, tiện thể tôi hỏi thuê luôn chiếc xe máy với giá một trăm hai mươi ngàn đồng cho một ngày. Tại quầy làm thủ tục, cô nhân viên vui vẻ cho biết: "Ở Côn Đảo chỉ có độc nhất mỗi cây xăng và chỉ làm việc trong giờ hành chánh". Khỉ thật, tôi nhận chìa khóa xe, chạy bay ra cây xăng đổ một bình thật đầy. Yên chí, kể từ giờ trở đi tôi có thể chở Nụ đi khắp thế gian mà không phải lo lắng.

Từ cây xăng tôi chở Nụ vòng ra con đường cặp biển, nơi được xem đẹp nhất Côn Đảo, ghé Cầu Tàu chụp vài bức ảnh kỷ niệm bên bia di tích ghi 914 con người đã bỏ mạng vì phải lao dịch khổ sai để xây dựng cây cầu tàu dài 107 mét, chạy từ mép đường thẳng ra tới ngoài vịnh, sau đó tiện đường đi qua thăm dinh Chúa đảo ở liền ngay sau lưng..

Vượt qua cổng chào đồ sộ, tôi và Nụ đã có mặt trước Bảo tàng Lịch sử Côn Đảo, nơi trải qua 115 năm làm việc, sinh sống của 53 đời Chúa đảo, nay trở thành điểm giới thiệu khái quát hình ảnh, hiện vật, tra tấn tù nhân yêu nước như: Phan Chu Trinh, Ngô Đức Kế, Huỳnh Thúc Kháng, Đặng Nguyên Cẩn, Võ Thị Sáu,... Đặc biệt, bài thơ Đập đá Côn Lôn của chí sĩ họ Phan, người đứng đầu trong "Côn Lôn quốc sự tù", được khắc trên phiến đá hoa cương, treo ngay trước cổng khu khai thác đá:

"Làm trai đứng giữa đất Côn Lôn/ Lừng lẫy làm cho lở núi non/ Xách búa đánh tan năm bảy đống/ Ra tay đập vỡ mấy trăm hòn/ Tháng ngày bao quản thân sành sỏi/ Mưa nắng chi sờn dạ sắt son/ Những kẻ vá trời khi lỡ bước/ Gian nan chi kể chuyện con con".

Từ nhà bảo tàng bước ra, trông thấy mây đen ùn ùn kéo đến từ phía biển, tôi đoán sớm muộn gì trời cũng mưa, nên kéo Nụ lên xe chạy nhanh tìm chỗ trú.

Thấy tôi lo lắng Nụ ngồi phía sau cười trấn an tôi bằng câu:

- Anh yên tâm đi, trên đảo mưa không dai lắm đâu.

Chợt nhìn thấy vỉa hè phía trước có cái quán bày bán hàng đặc sản, tôi liền chở Nụ chạy ngay đến đó. Đang ế khách, thấy có người ghé đến, chị bán hàng thân thiện kéo ghế mời chúng tôi ngồi, đồng thời giới thiệu:

- Anh chị mua mứt bàng đi. Ai đã ra đến đảo, trước khi trở về đất liền, đều mua về làm quà cho người thân.

Trong lúc tôi cầm lọ mứt lên xem, Nụ chỉ tay về phía những quả dứa màu đỏ, hỏi:

- Anh biết quả này là gì không?

Nói thật, tôi không lạ gì với loại quả dại này, vì từng có lần bị choáng ngộp bởi sắc màu sặc sỡ của nó, được bày bán rất nhiều ở biển Cổ Thạch, Mũi Nai, hay mới đây trên đường lên mũi Điện ở Tuy Hòa.

Tôi đáp:

- Đó là những quả dứa dai thường mọc ở đồi cát ven biển.

Mưa bắt đầu rơi như thể "năng lưu khách". Trong lúc chờ cho cơn mưa đi qua, tôi chọn mua vài lọ mứt tặng Nụ, còn bao nhiêu mang về nhà, một ít sẽ gửi lên Tây Bắc cho Mây và Nhã ở Lạng Sơn ăn thử cho biết mùi vị Côn Đảo. Một thứ mùi vị rất đặc trưng của biển, ngon, ngọt, mằn mặn, bùi béo, tan trên đầu lưỡi nghe rất lạ. Kế đến, còn được chị bán hàng vui vẻ kể cho biết cách thức người ta làm mứt bàng ra sao. Theo chị: "Cây bàng ở Côn Đảo thuộc loại cây rừng nên cho lá và quả rất to. Thường vào tháng Bảy, tháng Tám bàng chín vàng trên cây, lúc đó dơi từ các nơi bay về ăn trái chín, cộng thêm việc trời chuyển gió thổi mạnh làm những quả bàng rơi đầy xuống mặt đường. Ai rảnh, không có việc làm, cứ ra đường đi nhặt của trời cho mang về phơi khô, dùng dao bén tách quả làm đôi, cạy lấy nhân bên trong rang chín rồi đổ riêng ra một cái thau. Sau đó, cho đường hoặc muối đun trên lửa liu riu cùng với một ít nước, chờ hỗn hợp sệt lại đổ bàng đã rang trước đó vào chung một chảo, dùng xạng đảo đều tay để đường hay muối thấm vào từng hạt bàng, cho tới khi tất cả ngả sang màu nâu là được".

Mưa chỉ một loáng đã tạnh, Nụ muốn tôi chạy về hướng phi trường Cỏ Ống, cách xa thị trấn khoảng 15 cây số, để thắp nhang nơi miếu Cậu, khám phá luôn bãi Đầm Trầu nổi tiếng nhờ có bãi biển hoang sơ, chuyện tình nghiệt ngã nàng Trầu, cùng với phong cảnh được xem là đẹp nhất ở Côn Đảo.

Ngồi phía sau, Nụ chỉ cho tôi chạy theo con đường ven biển, thơ mộng, lãng mạn, ngắm khu rừng dương xào xạc gió, bãi tắm Lò Vôi, những cánh rừng nguyên sinh nở chi chít màu tím bằng lăng, cùng khu nghỉ dưỡng Six Senses (từng được tạp chí Travel&Leisure bầu chọn là khách sạn thứ 19 trong 52 khách sạn tốt nhất thế giới vào năm 2011, với 50 biệt thự bằng gỗ, hồ bơi riêng; đặc biệt đôi diễn viên điện ảnh Brad Pitt - Angelina Jolie đã từng lưu trú ở đây),... trước khi thấy bảng chỉ đường vào miếu Cậu và bãi tắm Đầm Trầu.

Từ bảng chỉ dẫn, tôi rẽ vào con đường đất in hằn vết xe xích, tiếp tục chạy xuyên rừng tới xưởng cưa xẻ đá bị bỏ hoang phế, chạy thêm một đoạn ngắn tới miếu Cậu, nơi thờ hoàng tử Cải, con trai chúa Nguyễn Ánh với bà thứ phi Phi Yến. Ông đã bị cha ném xuống biển vì cứ khóc xin đòi cho mẹ được cùng chạy trốn, trong khi quân Tây Sơn đang truy đuổi ngay phía sau. Nghe qua câu chuyện thương tâm, tôi cũng như bao người khác đều cảm thấy bị xúc động đến nghẹn lòng. Thôi thì, xin hãy cho tôi dừng lại nơi này một lúc, ghé vào thắp nén nhang cho người quá cố xong, trở ra tôi và Nụ lẳng lặng lái xe chạy tiếp quá 300 mét, leo lên một tảng đá có hình thù giống đôi bạn đang chụm đầu vào nhau, nhỏ to kể chuyện nàng Trầu xinh đẹp, kết thúc cuộc đời bất hạnh trước mối tình oan nghiệt với người anh cùng cha khác mẹ.

Để tưởng nhớ mối tình nghiệt ngã, người dân làng Cỏ Ống đã chọn bãi cát vàng ươm nơi nàng Trầu quyên sinh đặt tên cho bãi tắm Đầm Trầu. Đến đây, thay vì ngả lưng trên những chiếc ghế bố dịch vụ, tận hưởng chút không khí trong lành, tôi lôi Nụ đến gần mép nước, đi dạo trên cát, nhặt từng chiếc vỏ ốc, từng viên đá có hình thù ngộ nghĩnh, mang về chưng nơi bàn viết. Chưa kể việc chúng tôi mạo hiểm, len lỏi vào khu rừng nguyên sinh, khám phá động thực vật hoang dã, trước khi trở ra lặn ngụp dưới làn nước trong vắt màu xanh ngọc.

Vui đùa suốt trưa ở bãi Đầm Trầu, tôi và Nụ theo hướng núi Chúa, chạy xuyên rừng quốc gia tới di tích Ma Thiên Lãnh (*). Đây là cây cầu do thực dân Pháp bắt tù nhân mở đường đi tới núi Ông Câu, với mục đích kiểm soát những tù nhân vượt ngục. Vì địa thế hiểm trở, lao động nặng nhọc, cây cầu làm chưa đến đâu đã có 356 tù nhân bỏ mạng và đến tháng 8 năm 1945 việc xây cầu bị ngưng hẳn... Vì vậy, hôm nay người ta chỉ nhìn thấy hai cái mố cầu bị bỏ hoang phế.

Để đến được bãi Ông Đụng, tôi buộc phải để xe lại ở Ma Thiên Lãnh, đi bộ xuyên rừng trên con đường hẹp, khó chạy xe, hai bên mọc đầy cây cỏ; bù lại, bọn tôi được ngắm thảm thực vật nơi rừng nguyên sinh một cách no nê, với nào hoa, nào bướm, cùng tiếng chim chóc hót líu lo,... để rồi cuối cùng cũng tới được bãi Ông Đụng.

Quả thật tuyệt vời, trước mắt tôi hiện ra vô số cây bàng, gốc rễ sần sùi, đứng soi bóng xuống khu rừng ngập mặn, lởm chởm đá cuội lớn nhỏ, tròn nhẵn, nhờ được sóng biển bào mòn tạo thành. Thích quá, Nụ lội ngay xuống nước bằng đôi chân trần, đuổi theo đám cua đang vội lẩn trốn sau lớp lá mục, khi nhác trông thấy bóng người; bỏ mặc tôi loay hoay gỡ từng con ốc bám chặt nơi vách đá. Ốc vú nàng. Tôi vụt nhớ câu thơ bạn bè dặn khi nào ra tới bãi Ông Đụng nhớ hỏi xem con gì mà chỉ Ông Đụng mới biết:

"Ai qua Đất Thắm Bãi Bàng/ Hỏi thăm Ông Đụng vú nàng lớn chưa".

Vú nàng. Nụ ngạc nhiên nhìn vẻ mặt "giả nai" đầy tà ý nơi tôi, đỏ mặt giải thích:

- Vú nàng là loại ốc biển bám vào đá, có lớp vỏ màu ngăm nâu, hình dáng khum khum giống nhũ hoa phụ nữ.

Tiện tay tôi trình ra trước mặt nàng con ốc vừa cạy được nơi vách đá hỏi:

- Có phải nó đây không?

Nụ nhìn thoáng qua rồi nói luôn không cần suy nghĩ:

- Ốc vú nàng sau khi tách ra thấy thịt màu hồng bên trong, mùi tanh, vị ngọt, luộc chín ăn nghe sừng sựt trong miệng.

Ồ! Thì ra chuyện vú nàng nơi trần tục đâu có liên quan gì tới Ông Đụng đâu mà hỏi, bởi từ ngày bị đày ra Côn Đảo, ông đã giũ áo giang hồ, ở ẩn, không màng tới chuyện trai gái cơ mà?

Từ bãi Ông Đụng trở ra chỗ lấy xe, tiện đường Nụ hướng tôi đi tìm cảm giác mạnh nơi con dốc cao gần như thẳng đứng lên đỉnh Thánh Giá.

Cung đường chỉ nghe kể, không biết có đúng là cao nhất ở Côn Đảo hay không, nhưng nhìn lên trên đỉnh luôn thấy có mây mù bao phủ, trông thơ mộng lãng mạn không thua gì Đà Lạt hay Sapa; ngược lại, sự nguy hiểm được sánh ngang bằng những khúc cua tay áo trên vùng Đông - Tây - Bắc mà tôi từng đặt chân đến. Đặc biệt, khi đứng trên "nóc nhà Côn Đảo", bạn có thể quan sát toàn cảnh vịnh Côn Sơn, thị trấn Côn Đảo, cảng biển Bến Đầm cùng với tàu thuyền di chuyển bên dưới.

Chiều đến, chúng tôi trở về thị trấn ăn uống, nghỉ ngơi để sáng hôm sau còn đủ sức ra thăm hòn Bảy Cạnh. Nhưng khi vừa chạy đến chân núi Một, Nụ bảo nên ghé vào miếu bà Phi Yến hay còn gọi là An Sơn miếu (nơi thờ bà thứ phi chúa Nguyễn Phúc Ánh, tục danh Lê Thị Răm) thắp cho người phụ nữ có lòng yêu dân, thương nước, một nén nhang. Tương truyền, cuối thu năm 1873 bà đã cùng chúa Nguyễn Ánh bôn đào ra Côn Đảo để tránh sự truy đuổi của nhà Tây Sơn. Trùng hợp với thời gian này, nhà vua đang có ý định đưa hoàng tử Cải theo Bá Đa Lộc sang Pháp làm con tin để xin cầu viện. Bà Phi Yến đã khuyên vua không nên "Cõng rắn cắn gà nhà" nên bị nghi ngờ thông đồng với giặc và bị xử tội chết. May nhờ các quần thần can gián, bà Phi Yến chỉ bị giam trên một hoang đảo. Năm 1785, nhân làng An Hải có trai đàn, vài vị bô lão được cử sang tận làng Cỏ Ống để thỉnh bà về dự lễ. Được biết, lúc này bà mới 25 tuổi, nhan sắc đẹp tuyệt trần, nên bị tên Biện Thi làng An Hải không cầm lòng được, lợi dụng lúc bà ngủ say quyết tâm lợi dụng thân thể bà, nhưng khi hắn chưa kịp chạm đến tay, tức thì bà giật mình thức giấc tri hô cho dân làng kịp thời kéo đến vây bắt. Để giữ tròn phẩm tiết, bà đã tự chặt đứt cánh tay, rồi thừa lúc mọi người không để ý, bà đã quyên sinh.

Trước việc kiên quyết giữ gìn phẩm tiết của bà, người dân làng An Hải tạ tội bằng cách lập đền thờ, thờ bà tại chính nơi bà bị giam cầm và cho đặt tên nơi đó là Hòn Bà. Hàng năm, cứ đến ngày 18 tháng Mười âm lịch, người dân Côn Đảo tề tựu về làng Cỏ Ống, cúng giỗ và tiếc thương cho cuộc đời đầy nghiệt ngã của hai mẹ con bà thứ phi qua câu hát để đời:

"Gió đưa cây cải về trời / Rau răm ở lại chịu lời đắng cay".

Sáng sớm hôm sau, qua một đêm ngủ đẫy giấc, tôi cùng Nụ đến bến tàu du lịch, thuê một chiếc thuyền nhỏ để ra thăm hòn đảo được cho là lớn thứ hai sau Côn Sơn: hòn Bảy Cạnh.

Ngồi trên thuyền, chúng tôi thích thú ngắm trời xanh, biển lặng, cùng với núi non lô nhô vây quanh, cảm thấy như lạc vào chốn bồng lai tiên cảnh. Bất ngờ, tôi nghe Nụ mừng rỡ kêu lên khi cô phát hiện đám cá có màu sắc sặc sỡ, đang bơi lượn lờ bên rạn san hô.

- Kia rồi, san hô, rong biển, đang ở ngay dưới nước, cách mặt biển chưa đầy nửa sải tay, tội gì mình phải mặc áo phao, đeo kính lặn, mang ống thở chui xuống biển làm chi cho mệt người, phải không anh?

Trước sự so sánh rất đỗi thực dụng của Nụ, tôi không sao giấu nổi được miệng cười, đành khó quá cho qua.

Xuống thuyền ở bãi Cát Lớn, bọn tôi bỏ qua đường lên ngọn hải đăng, mà lội bì bõm bên thảm san hô đã chết ở rừng ngập mặn, tìm bắt những con hải sâm nằm lộ thiên ngay dưới chân, quan sát đủ kiểu xong, trả chúng về với thiên nhiên để gọi là bảo vệ môi trường. Kế đó, quay sang chơi trò chơi rượt đuổi loài cua "xe tăng", đặc biệt chỉ có một càng to một càng nhỏ, trông mất cân đối, trốn chạy rất nhanh khi nghe tiếng động từ mặt nước. Riêng với bọn cầu gai, hay còn gọi là cầu nhím, bị xem là loài có hại cho môi trường, bọn tôi dùng cây phạt hết gai mang nấu cháo hoặc xa xỉ hơn đem nướng trên bếp lửa, rắc chút đậu phộng giã nhỏ, thêm ít mỡ hành, ăn nóng ngon bá cháy. Tiếc thay, dự định chưa kịp thực hiện, chúng tôi đã có mặt trước trạm kiểm lâm ngay giữa rừng. Chưa hết sự ngạc nhiên, tôi và Nụ được các anh lính ở trung tâm bảo tồn rừng và sinh vật vui vẻ mời ghé thăm cơ ngơi của họ là ngôi nhà sàn xinh xắn, gồm những chiếc chân cao loi ngoi trên một doi đất rộng, mặt quay nhìn ra phía biển. Ngồi nghỉ mệt, ăn uống, trò chuyện, tôi được nghe các anh tư vấn: "Muốn xem vích đào lỗ đẻ trứng phải chờ giữa đêm các tháng Tám, tháng Chín mới là mùa sinh sản của chúng". Còn bằng cách nào thì phải đăng ký, xin phép để được các anh tổ chức, hướng dẫn, mới được đi xem...

Tuy có chút thất vọng, nhưng tôi hứa đợi dịp khác sẽ trở lại nơi này, để cùng các anh đi xem tận mắt mùa vích đẻ trứng; còn bây giờ, ngay lúc này đây, chúng tôi đành phải mượn cần câu đi câu cá giải trí, lặn ngắm san hô, đến xế trưa trở vào đất liền cho kịp buổi cà phê tối, trước khi chào tạm biệt Côn Đảo.

Chập tối, trong lúc ngồi thưởng thức cà phê với Nụ ở cái quán cạnh biển, có người bước đến trao cho tôi tấm vé máy bay đã nhờ mua qua dịch vụ.

Nụ ngạc nhiên khi nhìn thấy tấm vé máy bay nên hỏi:

- Anh không về bằng đường biển mà đi bằng đường hàng không ư?

 Tôi buộc phải nói dối:

- Trong nhà gọi điện ra báo cho anh biết, đang có việc cần phải giải quyết, nên anh phải về nhà gấp em ạ.

Tạm biệt Thiên Đường Nơi Hạ Giới. Tạm biệt cô gái dễ thương nơi vùng biển Côn Đảo đầy nắng gió, chỉ mong có ngày gặp lại.

Ngay sáng hôm sau, Nụ tìm đến khách sạn từ rất sớm, chờ tiễn tôi lên xe ra phi trường xong, mới chịu quay về nhà. Trong lúc bắt tay nói lời chào từ biệt, tôi thoáng gặp trong mắt cô như có chút gì ươn ướt... Tôi chợt nhớ câu nói của Ngữ: "Con bé chưa có mối tình nào vắt vai, cậu liệu mà tấn công".

Minh Nguyễn

(*) Cầu Ma Thiên Lãnh: Đặt theo tên một ngọn núi ở Triều Tiên, phỏng theo truyện "Tiết Nhơn Quí chinh Đông".

NGUYÊN CẨN

Tên thật: **Phạm Văn Nga**
Sinh: 1956 tại Sài Gòn
Tốt nghiệp Đại học Sư phạm
Tiến sĩ Quản trị kinh doanh (D.B.A)
Giảng viên Trường Đại học Khoa học xã hội & Nhân văn, Đại học Văn Lang…

Đã viết:
1. Tiếng Anh trong hoạt động kinh doanh (viết chung với Phạm Đình Phương, Lê văn Thài) – TB Kinh tế Sài Gòn. NXB Tổng hợp TPHCM - 1998
2. Consumers in Vietnam: Service Quality, Satisfaction and Loyalty to Convenience Stores, Apollos Unversity - 2011 (Florida-USA)
3. Cẩm nang người làm công tác xuất nhập khẩu. NXB Hồng Đức - 2014

*** Dịch** (cùng Phạm Hồng Đức) bộ sách của tác giả Tim Hindle - NXB Mac Graw Hill gồm:
4. Quản lý con người - NXB Tổng hợp TPHCM - 2004, 2006
5. Quản lý nhóm.
6. Kỹ năng phỏng vấn.
7. Viết CV hiệu quả.
8. Kỹ năng thuyết trình.
9. Lãnh đạo khi dầu sôi lửa bỏng - Danny Cox và John Hoover
10. Cẩm nang dành cho người bán hàng thành công - Helmut W. Horchler
11. Cẩm nang dành cho nhà quản lý theo phong cách mới - Linda Richardson
12. Phong cách Jack Welch - Jeffrey A.Krames
13. Bài học thành công của Singapore - Henri Ghesquiere (2008)
14. Hãy giúp tôi – Helmut W. Horchler (2008)
15. Ứng xử với người khó chịu – Jennifer Retondo (2008)
16. Bài học Lombardi – Jeffrey Krames (2008)

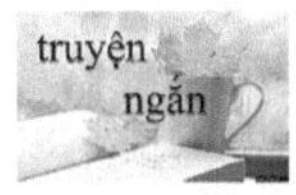

XUÂN MUỘN

Chiều ba mươi Tết ta còn gì cho nhau
Lại thêm xuân nữa gieo nhẹ vào mái đầu
Đâu đó vu vơ vài tiếng pháo
Giữa lòng quê mẹ còn binh đao
Thấy hoa xót mai thương đào
Xuân ơi, xuân từ đâu đến
Ta cố quên em, đông tàn đến tìm...

Sơn cựa mình thức giấc, vén mùng ngồi dậy. Tiếng ai hát hình như của Hà Thanh văng vẳng từ hàng xóm vọng lại. Hôm nay 29 hay 30 Tết? Mà sao sáng giờ mở riết bài này, bộ hết nhạc xuân rồi sao? Nhìn lên chiếc bàn nhỏ trong phòng, chàng thấy một ổ bánh mì còn nguyên giấy gói ngoài, một ly cà phê sữa đá chắc để lâu nên cà phê lắng xuống nhiều. Một chậu cúc vàng rực sáng một góc phòng. Bích kỹ ghê! Nàng dọn dẹp sạch sẽ căn gác xép. Đêm qua chàng ngủ hồi nào không biết, nàng đã chu đáo mắc mùng cho chàng vì sợ muỗi. Đầu óc còn váng vất vì cuộc nhậu tối qua sau khi hoàn tất công trình sửa sang Quán Cà phê "Anh Tám" đón Tết. Riết rồi chàng mơ hồ thời gian vì biết làm chi cho mệt. Cuộc đời chàng giờ đây là những ngày tháng vô vị. Thứ duy nhất có ý nghĩa là sự tồn tại mà có lúc chàng đã tưởng đánh mất nó khi rời khỏi trại giam với giấy xuất trại vì lý do bị bệnh hiểm nghèo. Khi bác sĩ cho chàng biết đã bị ung thư các tuyến nội tiết, chàng đã cảm thấy cây đinh cuối cùng đóng lên chiếc thập giá mà chàng đã căng mình hơn mười năm qua. Còn gì mà luyến lưu trần thế nữa khi đã trả đủ vốn lẫn lãi rồi. Vũ Đình Sơn ngày xưa huy hoàng thế nào, ai cũng biết. Giám đốc một doanh nghiệp mua bán hóa chất, ba căn nhà mặt tiền, một xưởng làm phụ tùng xe. Những ngày cuối tuần, anh em bạn bè đầy nhà, cuộc vui thâu đêm suốt sáng. Chàng đãi đằng không chỉ dòng họ mình và cả đám anh em họ hàng bên vợ, bao luôn Việt kiều trong những chuyến đi Vũng Tàu, Phan Thiết, Đà Lạt, Nha Trang... Nói đến cậu Sơn ai cũng phải nể vì!

Chỉ có một thứ chàng không bao giờ có trọn vẹn dù trong những ngày sung túc nhất, rực rỡ nhất: hạnh phúc. Đời vợ trước đã đổ vỡ. Người đàn bà lai Miên đã ra đi không lời từ biệt, đem con sang mãi tận Hà Lan. Người thứ hai trẻ hơn, Lài, một cô gái quê chơn chất khi mới lấy chàng, là em một người bạn, nhưng khi lấy rồi chàng thấy cô ta cũng hời hợt, thiếu sự sâu sắc, đồng cảm. Nhưng vốn là người trọng nghĩa nên chàng cũng giao việc và tài sản cho Lài, mở thêm một quán karaoke cho nàng quản lý nhưng chàng phải thường xuyên can thiệp vì không thể đòi hỏi sự quán xuyến nơi một người con gái trình độ có hạn. Sơn hào sảng, phóng khoáng nên bạn bè rất đông. Nhiều khi nửa đêm vẫn có những cuộc gọi rủ hay "ép" đi nhậu vì quan hệ. Chàng cũng khá chiều bạn, cũng lật đật khoác áo đi ra quán bất kể nắng mưa, giờ giấc. Sơn thừa kế cơ nghiệp của cha làm đại lý phụ tùng xe gắn máy, nhưng đam mê xuất nhập khẩu nên lao vào lãnh vực này. Công việc có lúc ăn nên làm ra và chàng luôn hào hiệp với mọi người... Mua bán với công ty nước ngoài, sau mỗi thương vụ, chàng không quên lì xì cho những người đã bán hàng cho mình. Một điều khá nghịch lý nhưng chàng thích làm vậy vì quan niệm "Mình có cơm, người ta có cháo".

Nhưng ai biết được thương trường là chiến trường, không khéo chiến đấu có ngày phơi thây nơi chiến địa. Và Sơn đã rơi vào tình cảnh ấy. Sự việc bắt đầu với một chuyện rất nhỏ, từ việc nhập một lô hàng nhựa PVC của Hàn Quốc. Hàng về trễ gần hai tháng so với kế hoạch, nhà máy từ chối không lấy vì giá thế giới giảm đột ngột, trong khi về phía nhà cung cấp, họ vẫn thu được tiền thanh toán của Sơn qua thư tín dụng vì họ đã cố ý ký đúng ngày xuống hàng trên vận đơn cho phù hợp yêu cầu về mặt chứng từ. Sơn kiện nhưng không ăn thua, vì họ làm đúng theo quy định của thư tín dụng. Sau đó, họ hứa bán những lô hàng kế tiếp rẻ hơn để bù. Lần này Sơn đã "mắc bẫy", vì nghe lời đám bạn bè, và nhân viên bán hàng khi họ "cam đoan" bừa rằng hạt nhựa sẽ lên lại. Nhưng giá dầu thế giới xuống quá nhanh kéo theo giá những loại hạt nhựa, lại thêm sự cạnh tranh từ Trung Quốc, Sơn nhập tiếp lô thứ hai, vẫn lỗ! Người ta nói "Họa vô đơn chí" thật đúng, quán karaoke của chàng thất bại nặng vì kiểu kinh doanh nửa nạc nửa mỡ, không ra "đen" mà cũng chẳng "trắng" nên không đủ tiền chung chi cho đám "xã hội đen" lẫn đám quan chức liên ngành kiểm tra thường xuyên. Say máu, cháng dốc sạch vốn liếng chơi ván thứ ba… khi đã mất hết một căn nhà. Và chàng thế chấp một lúc hai ngôi nhà cho cái thư tín dụng cuối cùng. Đường đời đi những khúc quanh nghiệt ngã và ván cờ cay đắng không chỉ khiến chàng thành kẻ trắng tay… mà thành tội phạm. Bước đường cùng, khi lô hàng cuối vẫn lỗ. Ngân hàng phong tỏa lô hàng nhập về, chàng đã làm giả con dấu ngân hàng để xuất kho giải chấp hàng hóa đem bán ra thị trường. Sự việc vỡ lở. Nhà thì bị xiết nợ, chàng thì bị bắt. Ngày công an ập vào nhà, chàng hoàn toàn bất ngờ, không kịp giấu đi bốn trăm triệu trong ngăn kéo, số tiền mà nếu còn cuộc đời chàng không đến nỗi tang thương sau này.

Sơn bị nhốt vào phòng biệt giam, bị cùm chân chung với các phạm nhân tử hình lúc đó. Trong suốt sáu tháng, chàng chỉ nhìn thấy hai phạm nhân kế bên mình, toàn những gương mặt cộm cán trong giới doanh nhân, hay ngân hàng lúc đó như đại gia họ Tăng, hay giám đốc họ Phạm. Họ đều bị rơi vào vòng xoáy của thể chế, quyền lực cộng với lòng tham nên không thoát được. Ngày ấy án xử thường rất nặng, không như bây giờ! Sau sáu tháng tăm tối không thấy mặt trời cũng đến lúc họ để luật sư vào làm việc. Số tiền chàng làm tổn hại so với tài sản thế chấp không lớn như những vụ án khác, nhưng bi kịch vẫn cứ xảy ra khi tay luật sư ra giá 15.000 USD cho một cái án khoảng 15 năm. Chàng nhờ Lài viết hàng chục, hàng trăm thư gửi hết bà con họ hàng, những kẻ từng ăn ở nhà chàng nhiều tháng trời rong chơi vui vẻ cùng nhau nhưng tất cả đều im lặng (!). Lài buồn chán nói với chàng "Hổng ai trả lời hết anh ơi!" dù có nghe nói họp Hội đồng gia tộc ở Dallas, nhóm anh em ở Sydney… Ngày tuyên án, chỉ có mình Lài dự, và chàng bị tuyên án chung thân. Sau đó chuyển về trại giam Tiền Giang thụ án.

Khi vào trại, chàng khai mình từng làm thợ điện nên được phân công coi về cơ sở vật chất, miễn lao động nông nghiệp. Suốt ngày chỉ lo đi sửa điện, bồn cầu, máy bơm nước… Chàng mập ra trông thấy, trắng hồng, và người thăm nuôi thì hầu như có mình Lài. Nhưng chỉ đến năm thứ ba thì Lài ghé thăm thưa thớt lần hồi, ba tháng rồi sau tháng và một lần cô ấy nói bận mở cửa hàng gì đấy, nên từ lần tới bà chị sẽ đi thăm nuôi. Rồi chàng cũng gặp được bà chị ấy một lần và cũng chỉ một lần. Bà vào thăm và thông báo ngắn gọn: "Lài đi lấy chồng rồi!" Và đưa cho chàng tờ đơn xin ly dị để ký vào. Chàng thất vọng, nhưng không cảm thấy buồn vì hiểu sớm muộn gì cũng phải đến ngày này khi cô ấy không còn hy vọng gì vì không biết bao giờ chàng ra tù. Lòng thủy chung thời nay thường có thời hạn như hàng hóa có ngày hết date. Sau này chàng biết người chồng mới của Lài cũng không ai xa lạ, chính là thằng bạn làm ăn chung với chàng trước đây.

Cứ thế, ngày tháng qua đi….

Thụ án được hơn 10 năm, chàng cảm thấy cơ thể không khỏe, sụt cân nhiều. Bác sĩ của trại phải gửi chàng về bệnh viện tỉnh kiểm tra. Sau nhiều tháng làm rất nhiều loại test và chụp hình, siêu âm đủ các kiểu. Một buổi chiều, họ gặp riêng chàng và đọc kết luận "Anh bị ung thư các tuyến nội tiết!"

Sơn lặng người. Ôi! Thập giá phận người đã đeo mang bấy lâu, nay đến giờ hạ xuống. Đắng cay và tàn nhẫn. Sơn có một người bạn tù, nhỏ con, cận thị nặng tên Thảo, cậu giáo viên hiền lành dễ mến. Lý do Thảo vào tù chỉ đơn giản là can ngăn đánh nhau giữa chủ nợ và con nợ, cũng là chị mình, và bị cuốn vào cuộc xung đột ấy lỡ tay làm bị thương kẻ đòi nợ. Và thế là vào tù. Thảo được phân công lo phần trang bị vi tính cho Trại và thiết lập mạng thông tin. Thảo lại rất thích giáo lý nhà Phật nên hay tải những bài giảng pháp của các bậc cao tăng trên mạng xuống và in ra đọc lại. Thảo giải thích cho Sơn lý do của cái khổ trong cuộc đời. Thoạt đầu, Sơn không hề quan tâm đến những gì Thảo nói, nào là do nghiệp căn đời trước anh quá nặng nên kiếp này anh phải trả cho nhẹ thôi, hiểu thì đừng quá buồn, luyến tiếc tài sản và những gì mình có đã mất đi. Sơn cho rằng mình có làm gì ác đâu, làm ăn có lời thì có lỗ, cớ sao lại dính vào vòng tù tội? Nhưng sau anh lờ mờ hiểu ra do mình tham nên làm bậy, làm giả chứng từ nên bị tội hình sự! Nhưng anh yên tâm tạo "nhân thiện" mới thì "quả" sẽ tốt thôi! Chàng để ngoài tai vì nghĩ cho cùng mình không phải là kẻ xấu!

Sau đấy là những ngày tháng vật vã khi chàng phải chạy lên chạy xuống bệnh viện tỉnh để điều trị. Không thuyên giảm. Sau hơn một năm khốn khổ, cuối cùng chàng nhận tin sẽ được phóng thích với lý do mắc bệnh hiểm nghèo. Nghĩa là cho về nhà để chết. Nhưng nhà còn đâu, tịch biên cầm cố hết rồi, bắt đầu cuộc đời "ở trọ" thôi!

Ngày ra trại không một ai đón đưa, chỉ có mình Thảo tiễn chàng ra cổng rồi dúi vào tay chàng một ít tiền, hình như là một triệu. "Anh cầm đi xe". Đành phải nhận. Chàng tự mình đón xe về thành phố.

Bơ vơ như một đứa trẻ vào đời, bỡ ngỡ như người rừng về thành phố, ông giám đốc một thời thất thểu trở về trong tâm trạng hoang tàn, đổ nát. Mọi thứ đều như tan biến. Trước mắt là một tương lai vô định, bệnh hoạn và xa hơn là cái chết. Cũng may, cô con gái bên Hà Lan nghe tin gửi về ít tiền cho chàng chữa trị. Ban đầu chàng toan từ chối nhưng may sao vẫn còn những bạn bè thuở hàn vi được chàng giúp tìm đến động viên, hỗ trợ. Họ khuyên chàng cứ nhận. Sống chết có số, đừng tuyệt vọng. Thế là phải xạ trị đến 60 "tia". Mỗi một lần xạ trị là một lần tra tấn, là cảm nhận địa ngục đi qua cơ thể mình!

Rồi trong những đêm ngồi một mình ngẫm lại chuyện đời, đọc những bài pháp thoại mà Thảo đưa trước khi ra trại, chàng thầm cầu một lực siêu nhiên tiếp thêm sức mạnh cho mình. Chàng nguyện nếu có ra đi thì xin nhẹ nhàng, thanh thản, không quá vật vã, đau đớn. Và phép lạ dường như đã xảy ra khi chấm dứt xạ trị khoảng hai tháng, chàng bắt đầu tăng cân và bác sĩ nhận định có chuyển biến tích cực. Có lẽ thái độ lạc quan chấp nhận và không bận tâm đến bệnh tật đã khiến chàng thêm mạnh mẽ và tăng sức đề kháng. Chàng nhận thầu những công trình nhỏ như sửa chữa quán xá, nhà cửa và bắt đầu tìm đến những mối quan hệ cũ. Công việc cũng vì thế trở nên thường xuyên.

Một ngày nọ chàng đưa vài anh em đến quán cà phê "Anh Tám" trên đường Cao Đạt nhận thầu sửa chữa, décor lại quán để bán Tết. Bàn bạc xong, cầm ly cà phê chưa kịp uống thì nghe sau lưng có tiếng người gọi: "Anh Sơn, anh nhớ tui hôn?" Chàng quay lại, một thiếu phụ ngoài bốn mươi đang nhoẻn miệng cười, gương mặt không đẹp nhưng có nét duyên dáng. Chàng hỏi lại: "Chị là ai? Xin lỗi nhen, tui già rồi nên trí nhớ kém lắm". Cô ta lại cười, hàm răng trắng tươi, đều đặn: "Anh quên tui rồi! Bích hồi trước bán vé số đó anh nhớ hôn?"

Sơn lẩm bẩm: "À, mà thiệt tình tui hổng nhớ! Sao chị biết tên tui?"

Bích nhắc: "Anh có nhớ cái cô bán vé số ẵm con mà anh hỏi cô mướn con người ta một ngày bao nhiêu tiền? Tội nghiệp đứa nhỏ làm vật thế thân hôn". Lúc này thì Sơn chỉ mang máng hình dung một cô bán vé số gầy gò, mặt mũi xanh mét ẵm một đứa bé khá dễ thương cách đây nhiều năm mà tính Sơn thường hay cà rỡn nên hỏi hơi "shock". À, nhớ ra rồi, lúc đó sau khi nghe Sơn hỏi, cô ta bật khóc, khóc nức nở vì cô ấy nói đó là con cô ấy thật. Ba nó, một tay thầu căn-tin ở khu công nghiệp, lừa rất nhiều chị em công nhân mà cô là một nạn nhân của hắn. Hắn phũ phàng xua đuổi, từ chối nhận con sau khi khiến cô công nhân bụng mang dạ chửa bơ vơ giữa đất Bình Dương. Hắn còn nói sao cô không phá đi, mấy đứa khác nó phá chứ ai để, tiền đâu mà nuôi?

Lặn lội về Sài Gòn kiếm sống sau khi sinh con, cô còn biết làm gì khác ngoài việc bán vé số vì con còn nhỏ quá, không tiện gửi. Và thế là khi Sơn hỏi, cô cảm thấy bị xúc phạm. Bao nhiêu đau thương buồn tủi đè nén bấy lâu bây giờ trút ra thành tiếng khóc. Khóc cho vơi nỗi oán hận, sầu khổ của phận người, của thân gái bơ vơ, xa nhà, lại không dám về quê, mang bao tai tiếng. Khóc như chưa bao giờ được khóc. Sơn bối rối. Chàng không ngờ mình lại làm cho cô gái kia bị chấn động mạnh đến thế! Rồi chàng gợi ý cho cô ta nói để bớt khóc: "Sao em không làm nghề khác cho nó khỏe hơn?", "Nghề gì anh?". Cô ta phản ứng rất nhanh, nín khóc. "Bán tàu hũ, sương sâm chẳng hạn." Sơn trả lời bừa. "Em đâu có vốn". Sơn nói tiếp "Hỏi mượn bà con họ hàng không được sao?" Cô ta trả lời, một câu trả lời quen thuộc: "Ai mà cho anh ơi!" Lúc đó Sơn không nghĩ bà con lại tệ thế! Nhưng anh cũng hỏi thêm câu cuối, vớt vát cho cô ta nín luôn: "Bao nhiêu mới bán tàu hũ được?" Thế là tiếng khóc sáng hôm ấy đã đưa đời cô sang một ngã rẽ khác. Cô hỏi: "Anh có nhớ anh đã cho em bao nhiêu tiền không?" Sơn bối rối "Không nhớ lắm. Cũng nhiều hả?"

Bích xà vào ngồi cùng bàn cà phê với chàng. Cô nhìn Sơn đằm thắm, nhỏ nhẹ nói: "Nhờ số tiền của anh, tui mới có ngày hôm nay". Sơn ngạc nhiên: "Ủa, thiệt sao?" Sơn chỉ nhớ mơ hồ anh thường tỏ ra hào sảng sau những thương vụ thành công. Bích nói tiếp: "Hôm đó anh hỏi tui bao nhiêu thì bán tàu hũ được. Tui nói đại. Khoảng hai triệu. Nhưng không ngờ anh rút luôn năm triệu cho tui. Lúc đó tui hết hồn, tưởng anh giỡn. Nên khi anh nói đi bán tiếp đi, mai nghỉ nhen. Tui đi thật nhanh vì sợ anh đổi ý. Hổng kịp cám ơn!".

Vậy mà đã hơn mười năm rồi sao? Bích nói nhờ số tiền ấy, nàng đã thuê một góc mặt tiền căn nhà kế quán cà phê hiện nay bán cơm tấm và hai mẹ con sống ổn định đến nay. Nàng đã sang lại một nửa căn nhà khi chủ nhà kẹt tiền, bán cho trả góp trong ba năm. Bích bây giờ bán cả cơm trưa văn phòng và giao cơm tháng cho mấy công ty và trường học. Nàng có tới bốn người giúp việc. Bích hỏi: "Bây giờ anh làm gì, ở đâu?" Sơn hững hờ, trả lời qua loa: "Làm việc vặt sống qua ngày", "Thiệt không anh?" Sơn thấy nàng cũng thật thà nên cho biết mình làm ăn thua lỗ, mất hết nhà cửa rồi, đang ở trọ mãi Gò Vấp. Bích gợi ý "Anh mướn gần đây không? Có phòng trọ giá rẻ nè, rồi nhận thầu mấy công trình quanh khu vực này, cũng nhiều lắm?" Sơn ậm ừ cho qua chuyện.

Nhưng cuộc đời có những khúc quanh không ai nói trước được! Hai ngày sau trong khi sửa mái tôn anh bị tôn cắt trúng vào tay, máu tuôn xối xả. Mọi người trong quán xúm lại đưa chàng ra trạm y tế băng bó. Trong khi đang dìu chàng về thì gặp Bích. Cô la lên: "Tội nghiệp quá! Thôi anh ở tạm nhà tui mấy bữa đi chứ làm sao đi xe về nhà trọ được". Và Sơn, sau khi cân nhắc đành phải đồng ý vì không còn sự chọn lựa nào khác. Đêm đầu tiên, chàng ngạc nhiên khi có đứa bé khoảng 10-11 tuổi mặt mũi xinh xắn khoanh tay: "Con chào chú". À, ra con bé bụ bẫm mà cách đây hơn mười năm còn ẵm ngửa đây. Chắc nó nghe mẹ nó nói gì nên hết sức cung kính lễ phép với Sơn từ rót nước đến đem cơm lên căn gác xép cho Sơn. Ngại quá, Sơn nói: "Thôi để tui xuống nhà ngồi". Nhưng anh chỉ ăn với một tay mà thôi, lại là tay trái nên khá lóng ngóng. Bích thấy vậy tính đút cho chàng ăn nhưng Sơn cương quyết từ chối vì thấy phiền hà quá.

Hôm sau Bích nói: "Bây giờ gần Tết rồi, anh ở qua Tết luôn đi vì anh về nhà cũng đâu ai chăm lo? Ở đây ăn Tết với mẹ con tui. Anh đừng nghĩ gì hết vì anh là người ơn của tui mà".

Những ngày sau, Sơn cho Bích biết hoàn cảnh của mình và nhấn mạnh: "Cô nghĩ coi, ai dám chứa một thằng mới ra tù còn mang bệnh hiểm nghèo nữa. Đừng cả nể với tui nhen". Nhưng Bích khẳng khái nói: "Tui đã từng bị khinh rẻ, bị bao tủi nhục trên đời này nên được giúp anh, người cứu sống hai mẹ con tui là ân huệ đó. Anh cho mẹ con tui trả bớt món nợ đó đi".

Và từ hôm đó, Sơn ở tạm trên căn gác xép, phía dưới là phòng khách, còn mặt tiền dùng để bán cơm. Trong phòng khách, Bích trang hoàng đơn giản nhưng xem ra cô nàng cũng có năng khiếu. Ngoài bức tranh về bốn loại hoa trên tường thì Bích rất ưa hoa cúc. Gần Tết, kế cửa ra vào là hai chậu cúc, hai góc nhà là hai chậu cúc, toàn cúc vàng. Sơn khen: "Cô trang hoàng nhà đẹp nhưng cô có biết cúc tượng trưng cho loại người nào không?", "Ai vậy anh?" Bích hỏi. Sơn trả lời: "Người quân tử". Bích lý sự: "Tui thấy nó cũng mộc mạc, dân dã, chắc tượng trưng cho mấy người nhà quê thôi anh à". Sơn có thời gian hay ghé thăm những người bạn ươm hoa trên Đà Lạt nên cũng biết đôi chút. Sơn nói: "Không, theo người xưa thì cúc là một trong bốn loại mai, trúc, cúc, tùng tượng trưng bốn mùa xuân, hạ, thu, đông. Bức tranh trên tường của cô là biểu trưng cho người quân tử". "Chà, hay dữ hen!" Sẵn dịp Sơn "nổ" cho vui: "Cô nên biết hoa cúc có đặc điểm 'Diệp bất ly chi, hoa vô lạc địa' (lá không rời cành, hoa không rụng xuống đất) tượng trưng cho khí tiết kiên trung của người quân tử. Hồi ở tù, có cậu Thảo cho tui xem bài giảng sư thầy có đoạn nói sự tích hoa cúc ở Việt Nam lại gắn liền với lòng hiếu thảo của con cái với cha mẹ. Chuyện kể rằng có hai mẹ con nhà nọ sống với nhau trong cảnh nghèo khó nhưng rất yêu thương nhau. Một hôm người mẹ bệnh nặng, người con thương mẹ đã tìm mọi cách để chạy chữa nhưng không được. Trước hoàn cảnh ấy, Bụt thương tình hóa thân thành một cụ già và chỉ cho người con vào rừng tìm hái bông hoa thần kỳ có số cánh hoa là số năm người mẹ được sống trên đời. Người con vượt qua khổ ải đã tìm được bông hoa nhưng trớ trêu thay bông hoa chỉ có năm cánh. Đau lòng nghĩ mẹ chỉ sống được thêm năm năm, người con đã xé nhỏ cánh hoa tới mức không thể đếm được số cánh hoa nữa. Nhờ vậy người mẹ đã khỏi bệnh và được sống rất lâu bên con. Hoa cúc vì vậy mà ẩn chứa ước muốn sức sống dồi dào và sự hiếu thuận".

Bích ngẩn người trước sự hiểu biết của Sơn: "Anh biết nhiều ghê ta! Mà sao Tết người ta hay chưng cúc nên tui cũng bắt chước mua mấy chậu". Sơn trổ tài thêm: "Theo phong thủy, hoa cúc vàng là biểu tượng của sự sống, tăng thêm phúc lộc và niềm vui. Vì vậy mà người ta thường đặt một chậu cúc vàng trước nhà mỗi dịp Tết đến". Tưởng nói cho vui, sáng nay Bích "tha" thêm mấy chậu cúc, vàng rực cả nhà.

Lần mò bước xuống cầu thang, chàng nhẩm cũng gần trưa rồi vì nắng lên cao. Quán đóng cửa nghỉ Tết rồi. Chàng chưa muốn ăn sáng, nên đánh răng rửa mặt rồi thay áo tính ra ngoài, thư giãn một chút.

Anh loay hoay thay áo vì chỉ có một tay thì cửa bật mở, Bích đi chợ về. Nàng bước lại gần: "Để tui. À, sẵn anh thử mặc cái áo mới mua sáng nay". Nàng lấy ra chiếc áo mới sọc ca-rô khá đẹp cho chàng. Khi nàng bước đến sát bên chàng giúp thay áo, Sơn nghe nồng nàn mùi nước hoa. Lâu lắm rồi chàng không còn biết đến phụ nữ. Nay mùi Chanel đánh thức những khứu giác tưởng đã ngủ yên từ lâu. Hình như có cả mùi riêng của nàng khi lại gần hơn. Bích cũng lúng túng khi cầm tay chàng xỏ vào áo, lâu lắm rồi không cầm tay đàn ông? Lại sợ tay kia của chàng bị đau vì còn đang băng bó nên nàng bối rối, luống cuống mất thăng bằng ngã dúi vào chàng. Phản xạ tự nhiên là chàng quàng tay đỡ Bích. Chàng thấy một cảm giác thật lạ khi ngực nàng chạm vào người chàng. Gã "đàn ông" cường tráng ngày nào như thức dậy trong người chàng sau những năm tháng bị tê liệt vùi dập trong bão táp của tù đày, tội lỗi, bệnh tật, sầu muộn… Bích mềm nhũn người trong vòng tay của chàng. Nàng yên lặng. Sơn chết trân, anh biết mình đang ôm Bích, nửa muốn đẩy nàng ra, nửa muốn giữ lại. Bích nhìn chàng, đôi mắt long lanh, từ một khoảng cách rất gần vì nàng chỉ thấp hơn chàng một chút. Sơn chao đảo. Bỗng dưng Bích vòng tay ôm lưng chàng, siết lại. Cứ thế, họ ghì chặt nhau. Hình như họ đang tìm thấy nhau hay lạc vào một thế giới khác. Đê mê, say đắm. Thứ cảm giác hay bản năng mà cả hai đều đánh mất lâu nay bất ngờ tìm lại. Giây lát sau, Bích thì thào sát vào tai Sơn: "Anh ở lại với mẹ con em nhen. Khỏi đi đâu hết". Sơn lặng người. Anh vuốt nhẹ mái tóc Bích. Mái tóc mềm xõa ra hai bên. Anh cúi xuống hôn lên mái tóc đó. Mùi bồ kết hay mùi hương của Bích tỏa ngát căn phòng.

Tiếng hát bên ngoài vọng lại:

Trần gian nhiều đau khổ rồi
Chờ bàn tay nhung gấm vuốt ve tươi lòng thế nhân
Giàu vui mong đón xuân về bằng cao sang
Nghèo lo xuân đến chân thành bằng tấm lòng

….

Sơn khẽ hỏi Bích: "Bài gì vậy em?" Bích thỏ thẻ: "Chắc là bài Xuân muộn đó anh". Chàng thấy ươn ướt trên vai. Hình như nàng đã khóc…

Nguyên Cẩn

NGUYỄN AN BÌNH

Nhà thơ, tên thật **Lương Mành**, sinh năm 1954 tại An Bình Cần Thơ. Cựu học sinh trung học Phan Thanh Giản Cần Thơ. Theo học Đại Học Sư Phạm Việt Hán và Đại Học Khoa Học Cần Thơ. Giáo viên Ngữ Văn trường trung học Đoàn Thị Điểm Cần Thơ, đã nghỉ hưu.

Bắt đầu tham gia văn nghệ rất sớm từ năm 16 tuổi. Trước năm 1975 có bài trên các tạp chí *Văn, Văn Học, Tuổi Ngọc*, các tuần báo khác như *Tiền Phong, Phụ Nữ Ngày Mai, Phụ Nữ Diễn Đàn, Điện Tín, Việt Nam, Tin Sáng, Thời Đại Mới, Sống. Thăng Tiến, Trắng Đen…*

Sau 1975 nghỉ viết một thời gian dài mới viết lại, có bài đăng trên các báo văn-nghệ trong nước và *Quán Văn,...* Thường xuyên tham gia viết cho tạp chí ngoài nước như *Thư Quán Bản Thảo, Trầm Hương, Tin Văn* (Văn Bút Nam Hoa Kỳ), *Việt Luận* (Úc Châu) và nhiều trang văn học nghệ thuật khác.

Tác phẩm đã xuất bản:
- Đường tim (thơ - 1970), Ngọn thủy triều (thơ - 1971)
- Hai phương trời nhớ (thơ - 1972)
- Hoa học trò (thơ - 1972)
- Nửa trời tương tư (thơ - 1972)
- Mờ bóng thiên thu (1973)
- Mưa hồng (thơ - 1973)
- Còn một chút mưa bay (thơ - 2013, NXB Hội Nhà văn)
- Mười năm bóng ngựa qua thềm cũ (thơ - 2016, NXB Hội Nhà văn)
- Hạ đỏ lên trời (thơ - 2018, NXB Hội Nhà văn)
- Thơ tình Nguyễn An Bình (thơ - 2018, NXB Nhân Ảnh Hoa Kỳ)
- Tình thơm màu giấy mới (thơ, nhạc - 2018, NXB Nhân Ảnh)
- Hành trình đất và nước (2018 - thơ, NXB Hội Nhà văn),

...

Thơ in chung:
- Trên đỉnh mùa xuân (1973)
- Những cánh phượng hồng (1973)
- Hoa xưa (1975, cùng Thạch Long)

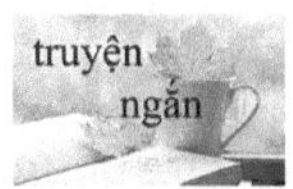

SÔNG NGOÀI KIA VẪN CHẢY

Ở cái đất Xẻo Nhum này ai mà không biết trại xuồng của Ba Nhị, ông này đúng là một nông dân nhà nòi có hơn mười công đất ruộng nhưng lại có đầu óc tính toán làm ăn không thua kém ai. Nhận thấy vùng sông nước chằng chịt ở nông thôn phương tiện di chuyển chủ yếu là xuồng ghe (thuở mà giao thông đường bộ và xuồng ghe làm bằng chất liệu composite chưa phát triển như bây giờ), ông bèn lập trại đóng xuồng mời một số thợ ở Ngã Năm có tay nghề về làm việc và huy động con cháu bà con thân thuộc học nghề, ông lại có xe đò chạy tuyến Cần Thơ - Sóc Trăng nên phương tiện chuyên chở mua sắm ít tốn kém và thuận lợi hơn người khác. Trại xuồng Ba Nhị nằm ở vị trí đầu một doi đất, một nhánh sông ra lộ cái xuôi về Phụng Hiệp, một nhánh rẽ về Ngã Sáu, đường thủy thuận lợi là thế còn đường bộ cũng dễ dàng vì cách quốc lộ chưa đầy một cây số nên xuồng ghe của trại được khách thương hồ đến mua nhiều, sản phẩm làm ra được đưa đi tiêu thụ khắp nơi nhất là vào mùa nước nổi, xuồng ghe làm ra tới đâu tiêu thụ hết tới đó, nên lúc cậu Ba đưa Ngàn đến học việc được chủ xuồng nhận ngay. Học việc có cái giá của học việc, chỉ được nuôi cơm ngày ba bữa, cuối tuần được phát cho chút đỉnh tiền tiêu vặt coi là cà phê hay mua ít đồ dùng cá nhân như xà bông bột giặt gì đó. Sau sáu tháng, người thợ cả sẽ đánh giá tay nghề sự chăm chỉ làm việc của ngườ học việc rồi báo cáo cho ông Ba Nhị định lương cho. Đối với thằng bé mới 15 tuổi, không cha không mẹ, được như thế là đã mừng lắm rồi, có chỗ ăn chỗ ở lại được học nghề còn đòi gì hơn nên Ngàn ở lại đó. Trước khi Ngàn ra về, cậu Ba giúi vào tay Ngàn ít tiền và buồn rầu nói:

- Mẹ con mất đi nhà ta không còn ai thân thiết, hoàn cảnh cậu con cũng thấy rồi đó, nghèo không thể cưu mang cho con ăn học đến nơi đến chốn như người ta được, cậu đành có lỗi với mẹ con vậy. Nên từ nay con cố gắng chăm chỉ học nghề sau này no ấm tấm thân, được vậy là cậu mừng rồi.

Ngàn không nói gì, chỉ nhìn cậu với ánh mắt buồn buồn đưa cậu xuống ghe, nhìn theo bóng dáng liêu xiêu của người cậu trên chiếc tam bản mỏng manh mỗi lúc một xa dần khuất sau bụi trâm bầu mà lòng trống trải. Vậy mà cũng qua năm năm kể từ ngày ấy, từ một cậu học việc không biết gì, cầm cây cưa, cây đục, cái bào lóng ngóng không biết thế nào cho đúng Ngàn đã trở thành một thợ đóng ghe xuồng thành thạo của trại xuồng Ba Nhị, có lẽ một phần nhờ sự siêng năng cần mẫn của Ngàn, một phần nhờ sự hướng dẫn tận tình của chú Được – người thợ cả của trại xuồng. Chú nhận thấy thằng bé sáng dạ lạ thường, chỉ cần chỉ dẫn thao tác một hai lần là thằng nhỏ nắm bắt ngay được bí quyết của nghề. Nghề đóng ghe xuồng cũng giống như bao nghề thủ công khác, muốn hàng bán chạy có uy tín với khách đòi hỏi người thợ phải có tay nghề cao, khéo tay, lại có kỹ thuật riêng, không phải nhìn người ta làm gì bắt chước mà được. Chiếc xuồng khi hoàn thiện phải vừa chắc vừa đẹp vừa phải cân bằng tuyệt đối khi di chuyển trên sông nước. Để hoàn thành một chiếc xuồng đạt yêu cầu, phải qua nhiều công đoạn vất vả từ việc cưa ván, bỏ mực, rọc dọn, vô vỏ, ráp cong, dằn… trong các khâu đó khâu ráp cong là khâu quan trọng nhất quyết định đến chất lượng của sản phẩm. Vì sao vậy? Cũng dễ hiểu thôi. Chú Được - người thợ cả - giải thích cho Ngàn hiểu: Dàn cong quyết định hình dáng của chiếc xuồng, nếu lọng dàn cong đẹp thì chiếc xuồng sẽ đẹp, bằng không thì coi như hỏng. Tất cả mọi công đoạn như thế Ngàn chỉ thao tác trong vòng ba tháng là đã thuần thục, có thể tự mình làm được một chiếc xuồng hoàn chỉnh, nên ngay tháng thứ tư chú đã đề nghị ông Ba Nhị trả lương cho Ngàn. Ngàn cũng quý chú vì ở nơi xa lạ này chú chỉ bảo Ngàn tận tâm, hơn nữa, ở lại trại ban đêm chỉ có hai chú cháu còn cánh thợ nhà cũng gần đâu đó nên tan việc mạnh ai nấy về nhà mình. Ngàn nghe bạn thợ kể lại quê chú miệt Sông Đốc, Cà Mau gì đó, con của một chủ trại xuồng có tiếng, phải lòng cô thôn nữ xuôi ngược thương hồ cha mẹ không chấp nhận, cả hai dắt díu nhau đi tha phương, không ngờ cô thôn nữ lại mãn phần sớm, ông Ba Nhị thương tình cho miếng đất chôn cất ở phía sau vườn, chú buồn không về quê nữa, sẵn có tay nghề chú ở lại làm cho trại xuồng ông Ba Nhị và ở luôn đến bây giờ cũng hơn mười năm rồi, cuộc đời của chú buồn vậy nên Ngàn rất thương chú.

Một đêm, hai chú cháu ngồi chờ nước ròng cất vó tìm con tôm con cá đặt ở cuối trại ghe, nhìn con nước lững lờ trôi từ sông cái vào, mấy cụm lục bình bập bềnh theo con nước vô định, Ngàn chợt buộ miệng:

- Con nhớ sông quá chú ơi.

Tiếng của chú Được như trôi theo dòng nước:

- Mày nói lạ, sông đang ở trước mặt mà nhớ cái nỗi gì?

Ngàn gãi đầu:

- Chú không biết đâu, con nhớ thiệt mà. Nhớ từng dòng sông bến nước hồi nhỏ đã đi, nhớ buổi họp chợ đông đúc, tiếng rao hàng mua bán trên sông, tiếng cười ồn ã chất phác, nhớ những bửa cơm chiều đơn sơ nhưng ấm áp bên cạnh người thân, nhớ ba mẹ, dì Tư, cái Trâm...

- Mày nói làm chú cũng nhớ nhà quá, không biết bây giờ ông bà già tao có còn sống không nữa.

- Sao chú không về thăm?

- Về làm gì? Hôm tao quyết đưa thím mày đi tìm hạnh phúc, ổng già còn nói với theo:

- Mày đi mà tao coi đứt như không có đứa con như mày.

Ngàn an ủi chú:

- Chắc ba chú giận mà nói vậy thôi mà.

- Tao cũng nghĩ vậy, nhưng thím mày mất rồi tao không muốn về nữa, phải chi lúc đó ông già tía tao không làm căng có lẽ thím mày không phải chịu nhiều vất vả phong sương mà chết sớm.

Câu nói của chú làm Ngàn nghĩ đến mẹ. Người đàn bà hiền hậu từng được xem là người đẹp nhất nhì của đất Cái Trâm ngọt phù sa sông Hậu phải lòng một anh thương hồ rày đây mai đó trên sông nước vấp phải sự ngăn cản của người mẹ. Không phải ngoại không ưng vì cha nghèo khó mà vì sợ mẹ không kham nổi sự vất vả của kiếp sống thương hồ nên mẹ đành ra đi theo tiếng gọi của con tim và Ngàn đã ra đời ngay trên nhánh sông mà mẹ cha xuôi ngược hằng ngày mưu sinh. Nhưng những ngày tháng hạnh phúc êm đềm ấy chỉ được năm bảy năm ngắn ngủi thì ba mất. Mẹ không lên bờ mà nối nghiệp cha rày đây mai đó. Ngoại xót lòng gọi mẹ về nhưng mẹ sợ người ta nói ra nói vào buồn lòng ngoại nên từ chối. Từ ngày ấy đằng sau những buổi chợ đông vui, tấp nập, phía sau những lời chào hỏi mua bán nói cười rôm rả là những nỗi nhọc nhằn khổ đau của người phụ nữ góa bụa thiếu hơi ấm tiếng cười bờ vai của người đàn ông mạnh mẽ. Ngày đó Ngàn còn nhỏ quá làm sao hiểu hết nỗi cô đơn nhọc nhằn của mẹ.

Rồi ngoại cũng mất, mẹ về chịu tang rồi về lại với sông, có lẽ chỉ sống với sông mẹ mới cảm thấy hạnh phúc, mẹ cho ghe hàng bông xuôi theo những nơi ngày xưa hai vợ chồng đã đi qua để giữ mãi hình ảnh thân thương của người chồng đã mất. Rồi mẹ lại theo cha bỏ lại Ngàn trong một đêm mưa gió. Người ta đưa Ngàn về cho cậu Ba, em mẹ, nhưng làm sao Ngàn ở được với người đàn bà không có chút tình cảm, mở lòng đón nhận đứa cháu côi cút của cậu, may mà có dì Tư, mẹ của Trâm, nghe tin xin cậu đón nhận Ngàn. Dì Tư cùng là bạn hàng bông của mẹ, gặp nhau trên sông nước, những lúc tụ thuyền nghỉ đêm ở một bến sông nhận làm chị em. Lúc đó Ngàn mới mười hai tuổi, sáng chiều Ngàn lại lang thang trên sông nước cùng chiếc ghe hàng bông của dì Tư, khi thì qua Cái Sâu, Mái Dầm, Phú Hữu khi thì ngược lên Vàm Xáng, Phong Điền, Cầu Nhiếm, Ba Xe, có lúc lại trẩy lên Ô Môn, Thới Lai, Cờ Đỏ, nơi nào có khách thì thuyền cứ đi, nơi nào có bến thì thuyền neo đậu lại. Có thể nói đây là khoảng thời gian Ngàn cho là đáng nhớ, vui vẻ nhất của đời mình, tuy ăn uống kham khổ nhưng trên ghe luôn ấm áp tình người và đầy ấp tiếng cười. Dì Tư xem Ngàn như con trai của mình, còn Trâm - con bé mới hơn mười tuổi, suốt ngày lủi thủi sống một mình trong ghe, làm bạn với mấy món đồ chơi cũ kỹ mà mẹ lượm lặt hay người ta cho ở đâu đó trên những nhánh sông chiếc ghe thương hồ đi qua. Bây giờ có thêm bạn, nó vui hẳn lên và luôn tíu tít với Ngàn. Ngược lại Ngàn cũng quý nó không kém nên luôn tìm cách làm cho nó vui. Ngàn tuy nhỏ cũng giúp cho dì Tư nhiều việc từ việc mua bán, lên bờ xách hàng bổ hàng, những lúc ghé lại đâu đó Ngàn tranh thủ lên bờ mua cho Trâm cái bánh hay cái kẹo mà Trâm thích, thậm chí Ngàn còn mua cả cái gương, cái lược, nơ cài tóc cho Trâm. Con bé ngắm nghía trước gương mãi còn đi khoe với dì Tư: "Mẹ ơi, anh Ngàn mua cho con cái nơ cài đầu nè, mẹ xem con cài có đẹp không". Dì Tư nhìn Ngàn cười hiền hậu làm Ngàn thấy đỏ cả vành tai. Ba năm sau cậu Ba nhắn tin cùng dì xin đón Ngàn về để học nghề lo cho tương lai. Dì Tư nghĩ cũng phải để Ngàn đi, hôm chia tay tự tay con bé ngắt một rổ bông điên điển bên triền sông rồi làm nồi canh chua thật ngon, cùng ơ cá rô kho tộ tiễn Ngàn. Con bé cứ thút thít mãi, dì Tư dỗ dành miết cũng không chịu nín, Ngàn cũng buồn lắm, hứa với nó có dịp sẽ về thăm. Thế mà cũng đã năm năm rồi còn gì, không biết giờ mẹ con dì Tư - người đã cưu mang nó trong thời gian khốn khó - đang xuôi ngược ở những ngã sông nào, hay họ đã bỏ sông lên bờ cũng không chừng.

Buổi trưa hôm ấy nhóm thợ trại xuồng dừng tay giải lao khi Út Thơm, đứa con gái út của ông chủ trại xuồng bưng một rổ khoai luộc rõ to còn bốc khói cùng với thùng trà đá cho thợ ăn giữa buổi. Út Thơm lựa một củ khoai to đưa cho Ngàn:

- Anh Ngàn ăn khoai nè, củ khoai này lớn nhất đó nghe.

Đám thợ cười vang, Út Thơm lừ mắt:

- Cười cái gì, ai cũng có phần mà, mấy anh siêng năng như anh Ngàn tui cũng quý chứ bộ.

Nói là nói vậy chứ ai mà không biết Út Thơm có tình cảm với Ngàn. Mà thằng Ngàn cũng tốt số thiệt, được con ông chủ để ý tới là nhứt rồi còn gì. Ngàn giả đò như không biết, lột vỏ củ khoai mà Út Thơm đưa cho ăn một cách tự nhiên.

Bỗng ngoài kia sông có tiếng rao hàng, một chiếc ghe hàng bông đang trờ tới, Út Thơm lên tiếng gọi, bước xuống bến nước để mua hàng. Đám thợ nhìn theo xem ghe hàng bông quen hay lạ. Ghe tấp bến, cô gái cầm dây cột vào cái cọc ở bến nước, Út Thơm chọn mấy thứ cần thiết, một vài nhà kế bên thấy vậy cũng tấp vào để mua. Một thợ trẻ chợt nói với Ngàn:

- Này Ngàn, con bé hàng bông trông xinh không thua Út Thơm hả mậy?

Ngàn đưa mắt nhìn anh bạn thợ, người ta xinh thì mắc mớ gì đến mình chứ. Tuy vậy Ngàn cũng nhìn ra bến nước, khi cô gái ngẩng đầu lên trao hàng cho khách Ngàn chợt giật nảy mình, ai giống cái Trâm quá vậy? Mà chắc không phải đâu, ghe hàng bông của dì Tư có bao giờ đi qua ngõ sông này, năm năm rồi chắc cái Trâm giờ đã là một cô thiếu nữ rồi còn gì. Tự dưng Ngàn thấy nôn nao trong bụng, chờ lúc thưa khách ghe sắp buông dây Ngàn gọi lớn:

- Chờ tôi một chút.

Ngàn đi ra bến nước nhờ cô hàng lấy cho mình gói thuốc lá, người thiếu nữ quay vào ghe lấy hàng, Ngàn nhìn kỹ cô gái lòng không khỏi kích động. Đúng là Trâm rồi, má lúm đồng tiền, đôi mắt to, gương mặt quen thuộc làm sao Ngàn quên được chỉ khác là cái mái tóc mượt dài. Ngàn trao tiền cho cô gái, hỏi nhỏ giọng hồi hộp:

- Em có phải là Trâm con dì Tư không?

Cô gái sững sờ nhìn Ngàn run run:

- Anh là ai mà biết vậy…

Ngàn mừng trong bụng, giọng lắp bắp:

- Anh là Ngàn đây mà. Trâm không nhận ra anh sao?

- Anh Ngàn? Ôi! Đúng là anh Ngàn rồi.

Ngàn ngó vào khoang ghe:

- Dì Tư đâu sao anh không thấy?

Trâm buồn bã:

- Mẹ mất đã hai năm rồi anh Ngàn ơi. Em đem hỏa táng rồi gởi hài cốt mẹ vào một ngôi chùa ở Cầu Nhiếm, trên đường em thường cho ghe dừng lại ghé thăm mẹ. Trước khi mất mẹ cứ nhắc anh mãi. Năm năm qua anh đi những đâu sao không tìm thăm mẹ con em?

- Cậu đưa anh về đây học nghề đóng xuồng. Anh nhớ dì Tư và Trâm lắm nhưng không biết đi đâu để gặp, đời sông nước bóng chim tăm cá biết đâu mà tìm.

Trâm rân rấn nước mắt:

- Gặp được anh ở đây em mừng quá.

Ngàn cũng ngậm ngùi:

- Anh cũng vậy, em đừng khóc Trâm ơi, làm anh buồn thêm. Vậy em đi hàng bông với ai, chồng con thế nào rồi?

- Chồng con gì đâu anh, em vẫn sống một mình.

- Trời đất! Vậy em lênh đênh sông nước khắp nơi chỉ có một mình sao, nguy hiểm lắm em biết không? Thân gái một mình em không sợ mấy tên ăn cướp, mấy thằng quỷ sứ làm hỗn sao?

Giọng Trâm không vui:

- Em cũng quen rồi anh Ngàn, em cũng biết giữ mình anh đừng lo. Mẹ không còn, anh cũng ở xa em còn biết nương tựa vào ai bây giờ hở anh.

Lòng Ngàn cảm thấy thương cho cô bạn nhỏ của mình:

- Tối nay ghe em đậu ở đâu?

- Em dự định ghé chợ xã bên kia cầu, bổ thêm một số hàng bông cần thiết, đợi con nước xuôi về Tân Bình Rạch Gòi rồi đi tiếp.

- Em chờ anh đến được không? Gặp anh rồi hãy đi, nhất định phải gặp. Dì Tư mất rồi anh không thể để Trâm một mình thân gái dặm trường như vậy.

Trâm nói lí nhí, ánh mắt reo vui:

- Dạ! Em sẽ chờ.

Trâm tháo dây cột dùng sào đẩy ghe ra giữa sông cho mũi quay về phía trước, nổ máy đi. Ngàn nhìn theo lòng chua xót, lững thững bước về trại xuồng, chú Được thấy hơi lạ bèn hỏi:

- Mua có gói thuốc mà lâu quá vậy Ngàn? Người quen à?

- Thưa chú, người quen.

- Phải con bé mà mày thường nhắc không?

Ngàn gật đầu không nói.

*

Sáng hôm sau không ai thấy Ngàn đâu, nháo nhác hỏi thăm, chú Được thủng thẳng nói:

- Thằng Ngàn xin phép về thăm cậu nó rồi nghe nói bệnh nặng gì đó, gấp quá nên nó không chào từ biệt ai hết chỉ nhờ tao chuyển lời lại, chắc vài bữa nó lên, mà không có nó công việc của trại vẫn suôn sẻ phải không? Thôi làm việc đi.

Nói vậy nhưng trong thâm tâm chú biết lần này Ngàn đi là đi luôn, nó nghe theo tiếng gọi của dòng sông, của kiếp thương hồ gắn bó từ trong máu thịt từ hồi còn đỏ hỏn lận mà, đi để trả nợ ân tình cho dòng sông và cho những người đã cưu mang cuộc đời nó, từ đây trên những nhánh sông đâu đó của miền Tây sẽ có thêm đôi vợ chồng trẻ vui kiếp sống thương hồ. Chú buồn nhưng ủng hộ quyết định của Ngàn, giống như chú ngày xưa quyết định đi theo tiếng gọi của tình yêu vậy mà.

Còn có một người cũng buồn như chú, Út Thơm - con chủ trại xuồng Ba Nhị nhưng biết làm sao được. Đời người ta cũng lạ, khi trôi nổi trên sông nước lại muốn bỏ sông lên bờ, nhưng cũng có người trên bờ lại muốn bỏ bờ về lại với sông. Cuộc đời là thế, chỉ có sông muôn đời vẫn vậy, vẫn chảy miên man không ngơi nghỉ, mang theo bao niềm vui và bấy nhiêu nỗi buồn, những hạnh phúc và những thống khổ của một kiếp người in dấu trên bao nhánh sông mình đã đi qua nhưng biết làm sao được. Sông mà.

Nguyễn An Bình

NGUYỄN THANH HIỀN

- Nick name: Steven N.
- Pháp danh: Đồng Thiện.
- Sinh nhật: 20/03.
- Nguyên quán: Diêu Trì, Bình Định.
- Hiện đang sinh sống tại thành phố Atlanta (Georgia).
- Đã lập gia đình và có một con gái.
- Nghề nghiệp: Công nhân (Logistics).
- Cộng tác viết bài cho báo *Chánh Pháp* với các bút danh (Hiền Nguyễn, Đồng Thiện, Du Tâm Lãng Tử, Tiểu Lục Thần Phong, Steven N). Ngoài ra có bài cho báo *Giác Ngộ, Trẻ* và trang mạng *thuvienhoasen.ogr* (không thường xuyên).
- Thơ tiếng Anh trên trang *allpoetry.com*.

Tác phẩm đã in:
- Giữa Con Đường Với Vết Trầm (Thơ)
- Mộng Trùng Hoa (Thơ)
- Em Vẫn Là nỗi Đau Đời (Thơ)

Tác phẩm chưa in:
- Hạc cầm
- Việt sử ca
- Theo em vào giữa giáo đường
- Mãi thôi ở giữa con đường
- Thơ tiếng Anh
- Tản văn và truyện ngắn
- Truyện dài

...

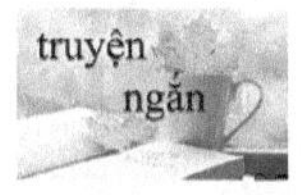

VÀNG HỜI

Mới bốn giờ sáng mọi người đã lục tục nhóm chợ rồi, ánh đèn dầu, đèn măng sông, đèn bạch lạp… lung linh như sao sa. Kẻ gánh người gồng, xe đẩy, cộ kéo… nườm nượp chuyển hàng vào chợ, các gian hàng trong mươi dãy lều cũng đã bày biện xong. Các bà, các cô tranh thủ làm tô bún, dĩa bánh bèo bữa sáng để chuẩn bị cho phiên chợ cuối tháng.

Mặt trời lên chừng tám con sào thì chợ đã đông nghịt, dân các tổng: Long, An, Thành, Thạnh, Thế, Mỹ, Tài… đổ về mua bán, trao đổi sản vật. Tổng Long Nhơn nổi tiếng trù phú và giàu có nhất vùng bởi vì vừa có chợ lại nằm bên bến sông. Người ta bảo: "Nhất cận thị nhị cận giang" quả thật không sai chút nào! Những tưởng phiên chợ sẽ rộn ràng lắm vì thường những phiên cuối tháng đều thế cả nhưng hôm nay có vẻ lạ lùng. Người ta tụm năm tụm ba xì xầm gì đấy, vẻ mặt mọi người có vẻ thần bí. Người ta kháo nhau:

- Bà Hộ Mễ chết rồi!

Bà Tư hàng xén kể lể:

- Tối qua thằng Lân, con trai, chở bả đi thâu tiền hụi, bả ngồi thế nào mà ngã ngửa ra chấn thương sọ não, chưa kịp chở đi nhà thương thì chết mất!

Cái tin bà Hộ Mễ chết làm xôn xao cả chợ và các tổng quanh vùng. Bà Hộ Mễ nổi tiếng giàu có, không biết tên cúng cơm là gì nhưng vì bà buôn gạo, thóc, ngũ cốc, chồng bà có hàm bá hộ nên người ta gọi là bà Hộ Mễ. Người ta đồn năm ngoái bà được vàng Hời nên đã giàu lại giàu thêm. Có người thấy bà có buồng cau vàng nhưng có kẻ khác lại khẳng định đó là buồng dừa. Nhiều người nói bóng gió về việc được vàng Hời thì bà cũng ỡm ờ:

- Trời đất, ai đồn chi thất đức vậy? Vàng Hời mà được thì cũng dễ chết lắm đa!

Thế rồi khi bà té xe chết, người ta nhớ lời bà nên càng tin chắc bà đã được vàng Hời. Ông Bảy Nề kể cho mấy bạn nhậu của ổng rằng:

- Vàng Hời vốn đã bị ếm, người Hời có lời nguyền ai mà lấy được sẽ chết bất đắc kỳ tử. Lúc tui còn nhỏ có theo nội lên chùa, nội tui dạy hễ ai được vàng Hời thì phải lên tháp chạy quanh bảy vòng, vừa chạy vừa hát:

Của thiên trả địa
Trời đất phân chia
Vàng Hời đất Việt
Chớ tiếc làm chi
Của thế người đi
Đó cho đây lấy
Linh tại tháp này
Lòng ngay lời thật
Thần Phật chứng tri
Từ bi gia hộ

thì sẽ giải được mọi bùa ngải và lời ếm trên vàng. Sau đó về phải cúng đình, phát chẩn… sẽ không bị chết, còn nếu không thì sẽ chết bất đắc kỳ tử. Bà Hộ Mễ được vàng Hời mà không làm theo nên phải chết oan mạng.

Ông Bảy Nề còn nói chứng:

- Xóm chùa có ông Sáu Sự được con ngỗng vàng bằng năm tay, cô Bốn Hóa được tượng Shiva vàng bằng trái cóc, thằng Đực được mặt chuyền hai lượng… nhưng có ai chết đâu, vì họ biết làm theo cách mà tui mới nói. Vàng Hời vốn không phải của mình, mình được thì mình phải biết làm phước thì mới an được chứ! Còn tham quá cứ muốn ăn hết thì bị vật là phải rồi.

Từ chợ Bà Bâu qua xóm chùa phải băng qua gò Yến, người ta đồn gò Yến ma nhiều lắm, những lúc chạng vạng hay gà gáy ma Hời khóc than tỉ tê nghe rợn cả người. Gò Yến có nhiều mả Hời nhất của mấy tổng quanh đây, những cái mả đắp bằng vôi, ô dước tròn lum lum như những con rùa khổng lồ. Những cái mả không biết có tự bao đời rồi, chẳng ai dám động đến. Ban ngày người ta còn dám băng qua nhưng khi chiều về mấy bà đi chợ về đành lội ngược ra con lộ rồi đi vòng về xóm chùa chứ không dám đi qua gò Yến. Ông Bảy Nề kể:

- Khi nội tui còn sống, ổng hay kể tích gò Yến cho tụi tui nghe. Gò Yến xưa là đất của người Hời, chỗ này là hành cung vua Hời thường tổ chức yến tiệc. Sau này nhập về nước mình, người mình đào được nhiều đồ cổ: chén bát, lu hũ, ghè… nên mới gọi là gò Yến.

Gò Yến nổi tiếng nhiều ma nên bao đời nay chẳng ai dám động đến, ấy vậy mà khi nghe bà Hộ Mễ được vàng Hời bọn trộm mộ từ đâu không biết kéo đến, đêm đêm đào những cái lỗ vừa một người chui lọt xuyên qua những cái mả Hời ấy. Chúng phá quách lôi ra đủ thứ đồ tùy táng quăng vung vãi khắp nơi. Chúng chỉ chăm chăm lấy vàng còn bao nhiêu đồ đạc bỏ hết. Cứ mỗi buổi sáng bọn chăn bò ra gò Yến nhặt bao nhiêu là chén bát, lu ghè… đem về đựng nước mưa, đựng thức ăn gà vịt.

Ông Bảy Nề còn bảo:

- Nội tui kể: những người Hời giàu có thường chôn sống trinh nữ theo để giữ vàng của họ. Những trinh nữ ấy bị cho uống rượu say, miệng ngậm linh sâm ngàn năm. Họ sẽ thành thần giữ vàng cho chủ. Ai mà động đến những ngôi mộ đó hay lấy trộm vàng sẽ bị vật chết! Vàng Hời bị ếm linh lắm, nhặt được mà không biết cách giải thì cũng bị trướng bụng như trống chầu mà chết, hoặc chết bất đắc kỳ tử. Gò Yến, Gò Đu, miễu Cây Da Sà… chỗ nào cũng có mả Hời chôn trinh nữ cả. Những đêm trăng ma Hời hát ca nghe ai oán lắm, đuốc xanh lập lòe chẳng ai dám ra vườn đái.

Đám ma bà Hộ Mễ lớn ơi là lớn, chiêng trống inh ỏi cả chợ Bà Bâu, cờ phướn rợp trời, vòng hoa, liễn… thì thôi phải biết, nhiều lắm! Nhà bà Hộ Mễ xưa nay không đi chùa bao giờ, ấy vậy mà hôm nay thỉnh hòa thượng Giác Huyền đến tụng kinh cúng đám cho bà. Sau khi an táng bà xong, người nhà bà mới hỏi:

- Bạch thầy! Liệu bà, mẹ của tụi con sẽ siêu thoát?

Thầy thật thà:

- Bần tăng vốn không có thần thông nên không biết bà ấy sẽ đọa hay siêu thoát. Bần tăng chỉ biết hết lòng chú nguyện cho bà thôi! Phần người nhà các vị cũng nên sắm sửa trai giới cúng thất trong bảy tuần, làm phước, bố thí, phóng sanh,... để hồi hướng công đức cho bà ấy! Cái quan trọng là các thí chủ phải thật tâm làm chứ không phải qua quýt cho xong hay làm màu để khoe mẽ với xóm giềng. Bần tăng tui đọc kinh thấy dạy: Trong bảy phần công đức thì người chết hưởng một còn lại của các vị đứng ra làm. Vì vậy khi các vị làm phước cũng chính là phần nhiều làm cho bản thân quý vị vậy!

Sau tuần thất thứ bảy có người đa sự lên chùa gặp hòa thượng Giác Huyền hỏi:

- Có phải bà Hộ Mễ được vàng Hời nên bị ếm mà chết?

Hoà thượng Giác Huyền cười:

- Bà ấy được vàng hay không thì bần tăng không biết, chuyện bùa ngải hay trù ếm bần tăng cũng không biết, nhưng có một điều là dân các tổng cũng nghe đồn nhiều người được vàng Hời nhưng không ai chết sao chỉ có mỗi bà Hộ Mễ chết? Theo thói thường, hễ khi được vàng hay của mà không do mình làm ra thì cũng nên làm phước, chẩn tế... để giải bớt oán kết của người chủ của món đồ ấy, thứ nữa để cái đức về sau.

Người nhà bà Hộ Mễ sau đám ma nghe lời thầy làm phước, chẩn tế nhiều lắm. Bọn cái bang quanh chợ Bà Bâu suốt mấy tuần liền được hưởng phước lây. Dân xóm chùa và các tổng cứ bàn tán mãi không thôi. Bà Tám bánh bèo xóm gốc me nói chắc nịch:

- Tui dám chắc bà Hộ Mễ được buồng cau vàng là thật! Bữa đó vợ chồng bả cùng ông nhà tui lên gò Yến dẫy mả, làm đâu chừng mươi phút thì ông nhà tui thấy hai vợ chồng bả cứ dấm dúi trong bụi cây ổ trầu, vẻ mặt khác thường. Ông nhà tui hỏi thì bả kêu đau bụng. Nói xong bả lom khom ôm bụng đi về, từ đó hai vợ chồng nghỉ bán ngũ cốc luôn, rồi tự dưng ăn xài xả láng, mua đất khắp nơi. Tụi thợ bạc của tiệm vàng Sáu Phụng kể cho ông nhà tui nghe là tụi nó thấy bà Hộ Mễ đem buồng cau vàng tới tiệm để cắt ra bán. Từ đó ông nhà tui mới suy nghiệm lại thì ra bữa nọ hai vợ chồng được vàng Hời nên bỏ về. Bả được vàng chẳng bao lâu thì chết bất đắc kỳ tử, quả thiệt đúng chứ đâu còn gì nữa mà ngờ. Kể cũng tội bả, chưa được hưởng bao lâu thì chết oan mạng vậy!

Sau khi bà Hộ Mễ chết, bọn con nít quanh chợ Bà Bâu bỗng dưng chạy nhảy rong chơi khắp nơi mà hát đồng dao:

Vàng Hời vàng Hời
Của mất thường người
Được chớ vội cười
Hãy mau làm phước
Lời ếm chưa trừ
Mà đem cất giữ
Mất mạng vong thân
Đồng cân đấu máu
Trinh nữ ngậm sâm
Ngàn năm giữ của
Vàng hời vàng Hời
Được hãy nhớ lời
Của thiên trả địa
Đền tháp đá bia
Hãy mau tạ lễ.

Ất lăng thành, 3/2019
Nguyễn Thanh Hiền

NGUYỄN QUANG VINH

Năm sinh: 1970
Quê quán: Thanh Hóa
Nơi ở: Sài Gòn, Việt Nam
Nghề nghiệp: Nhà báo
Sở thích: Nghiên cứu và sáng tác văn học nghệ thuật, du lịch, sưu tầm, lưu giữ và khảo cứu cổ vật, cổ ngoạn.

Tác phẩm: Á Nam văn uyển và "Duyên nợ phù sinh" giữa đời thường.

Á NAM VĂN UYỂN
VÀ "DUYÊN NỢ PHÙ SINH" GIỮA ĐỜI THƯỜNG

Có một bờ mây trải bước chân quen, có một lối mòn dẫn đến điểm hẹn tương phùng của văn hóa, nghĩa chữ đó chính là biệt khu Á Nam Văn Uyển hay còn gọi là Á Nam Lưu Niệm Đường. Á Nam Văn Uyển tọa lạc tại một hẻm lớn, đường số 27, đại lộ Phạm Văn Đồng, quận Thủ Đức, Thành phố Hồ Chí Minh. Nơi đây là văn đàn xưa được lập ra để làm nơi khói hương và lưu giữ chân thư hiện thời và chân bút thư truyền của nhà văn hóa, nhà thơ yêu nước Trần Tuấn Khải.

Trần Tuấn Khải tiên sinh sinh ngày 4/11/1895 tại Nam Định và từng được người đời ví như chân thi danh mệnh của một thời kỳ hiện sinh. Tiên sinh là nhà văn hóa, nhà thơ với các bút danh thường dùng Á Nam - Đông Minh, Đông Á Thị, Tiểu Hoa Nhân, Lâm Tuyền Khách, Giang Hồ Khách, Lôi Hoàng Cư Sĩ, Tam Minh. Sinh thời Á Nam tiên sinh là một kho tư liệu sống về chân nguyên và khí phách phong nho của Á Đông cốt cách. Tiên lượng ra thời cuộc, thấu được vận môn và hoài sinh cho tư tưởng tiến bộ thượng thời. Đó là những gì thấy được ở cuộc đời một người cầm bút như Á Nam tiên sinh. Năm 26 tuổi (1921-1922) xuất bản tập thơ đầu tay Duyên Nợ Phù Sinh 1 và 2. Nhiều học giả lúc ấy nhận xét đánh giá rất cao về tính nghệ thuật và nhân sinh quan tiến bộ trong Duyên Nợ Phù Sinh.

Cuối năm 1922, Á Nam tiên sinh được chủ bút tờ Khai Hóa (Hà Nội) mời về phụ trách ban biên tập và quản lý trang báo phát hành ở toàn khu Bắc Kỳ. Tập thơ thứ hai Bút Quan Hoài ra đời mang nội dung và tư tưởng của độc lập dân sinh và bài trừ ngoại chế. Tư tưởng này trái chiều với quan điểm và đường lối của người Pháp thời bấy giờ nên vừa ra mắt, Bút Quan Hoài đã bị chính quyền đương thời cấm và thu hồi (1927). Những chặng đường kế tiếp là khúc khuỷu gập ghềnh cho một sự nghiệp tiến thân bằng con đường văn bút và định hướng khai sinh cho lối rẽ cuộc đời. Thập niên 1930, Á Nam tiên sinh đã là một người có tiếng khắp xứ Bắc, Trung, Nam Kỳ. Một nhóm các danh sĩ có hệ tư tưởng tiến bộ đương thời như Phan Bội Châu, Huỳnh Thúc Kháng, Hoàng Tích Chu, Nguyễn Tường Tam và Á Nam tiên sinh thường liên hệ và đối thoại mật thiết với nhau. Cũng thời gian này tập thơ Chơi Xuân được phát hành qua hệ thống nhà sách Nam Ký và cũng bị nhà chức trách đương thời ra lệnh cấm và thu hồi vì nội dung có vấn đề trong quan điểm đối lập chính trị. Một chặng đường thư bút đi qua, vẫn theo vòng quay của bánh xe lịch sử, các tuyệt bút Hồn tự lập, với sơn hà 1, 2, Gương bể dâu, Hồn hoa, Thiên thai lão hiệp,… được Á Nam tiên sinh lần lượt cho ra đời. Mỗi tác phẩm một nét văn phong, mỗi bài sáng tác một cách thể hiện nhưng đích cuối cùng mà văn chương Á Nam muốn hướng tới chính là hệ tư tưởng tiến bộ tân thời của các nhà cải cách tư duy văn hóa.

Dòng đời có nhiều ngã để qua, chân bước khổ đau và số phận con người theo khuynh đảo của kỳ loạn thế nhân sinh. Á Nam tiên sinh theo lối mòn cốt cách mà đưa ước mong của một dân tộc thịnh trị vào tư tưởng khai hóa dân sinh tiến bộ. Bút văn của Á Nam tiên sinh thổi được hồn dân tộc vào ngọn lửa bùng sôi cách mạng tân thời mà một số nhà chí sĩ lúc bấy giờ đang khai phóng. Điều ấy cũng có nghĩa là "Đời không duyên nợ thà không sống - Văn có non sông mới có hồn" như chính tiên sinh từng nói. Bên cạnh cốt cách thanh nho thư học của Á Nam tiên sinh thì dòng hào khí Đông A chân truyền sẵn có trong người cũng đã phối hợp làm nên những kỳ tích cho văn bút một đời của tiên sinh để lại. Xa rời chân bước theo con đường Nam tiến (1954), Á Nam tiên sinh mang theo gia đình cùng ái nữ Lan Hinh (người duy nhất đang gầy dựng và duy trì Á Nam Văn Uyển hay Á Nam Lưu Niệm Đường hôm nay). Vào Sài Gòn lập nghiệp với bộn bề những khó khăn nơi đất khách, cũng từng rong ruổi khắp chốn như ai, Á Nam tiên sinh tham gia làng viết phía Nam qua các công việc như chuyên viên Hán học cho Thư viện Quốc gia, Nha Văn hóa Việt Nam Cộng Hòa, phụ trách các chuyên mục cho báo Đuốc Nhà Nam, Văn hóa nguyệt san, báo Vạn Hạnh…

Chân thư để lại nhiều vô kể, chân bút tồn tại mãi không phai. Sau năm 1975 người ta biết đến danh vị của Á Nam tiên sinh là một nhà văn hóa, nhà tư tưởng, nhà thơ yêu nước chân chính. Những đóng góp của Á Nam tiên sinh cho con đường khai sáng sự học trải dài từ Bắc chí Nam. Sách Việt Nam Thi Nhân tiền chiến có đoạn viết về văn chương Á Nam tiên sinh như sau: "Thơ Trần Tuấn Khải không chứa đựng triết lý bí hiểm, tư tưởng cao siêu, nó giản dị như một chân tình, nó rõ ràng như sự phơi bày trọn vẹn cả tấc lòng. Người đọc dễ dàng đạt ý và rung động qua trực cảm, vì Á Nam đã cấu tạo thơ mình bằng nhạc điệu quen thuộc của dân tộc, cho nên sức truyền cảm rất bén nhạy. Khảo sát thơ ông, chúng tôi bắt gặp đó đây những tư tưởng đã thành châm ngôn và cũng không ngoài việc gieo vào lòng người một ý chí bất khuất, một hùng khí ngùn ngụt, một nghĩa vụ thiết yếu của con người đúng với danh nghĩa 'làm người' của nó…"

Quả là như thế! Nếu gom lại cả một gia tài đồ sộ về văn bút lưu danh của Á Nam tiên sinh đang để lại cho đời mà lập riêng một tàng thư cho hậu thế cũng có thể chưa xứng hết với danh thơm và sự học của người. Dẫu biết rằng thế gian vạn vật đến từ hư không, hào quang lắm cũng trở về hư không. Nhưng ở đời, phàm những người làm được việc lớn cho sự học vô bờ như Á Nam tiên sinh là hiếm hoi là nhỏ giọt tựa phong biếc tàn đông, tựa ráng hồng trong cơn mưa bão. Nhìn thấy thế hậu nhân phải thán phục lắm thay!

Trở lại với Á Nam Văn Uyển một sáng lúc thu tàn đông ghé muộn. Bên lối mòn của vườn trước say hoa là hương thơm thoảng gió của hàng bạch sứ trổ bông khoe gió. Mấy chậu hàm tiểu bung trên cánh lụa mong manh đang khoe sắc trước nắng thơm dịu ngọt. Hoa hồng lựu cũng đong đưa gọi gió khi thấp thoáng tàng ong chia nhau lấy mật. Chân bước nhẹ lâng bên lối cỏ trở mình với mảnh mai của sương thu còn đọng. Á Nam Văn Uyển ẩn mờ trong sương mây màu rêu phủ nhạt một thời lưu dấu gót bước thu phong của lớp lớp tao nhân mặc khách viếng thăm. Chia làm hai khu riêng biệt, ngôi nhà gỗ phía trước khoác áo màu cổ tích với gian chánh giữa đặt bài vị và di ảnh Á Nam tiên sinh cùng các kỷ vật hiện sinh hiện thời. Những bút văn nổi tiếng của người được các thư pháp gia, họa pháp gia và văn nhân chính khách sưu tầm về đặt trang trọng vào nơi lưu thế.

Hai bên tả hữu với chánh môn thị gia là sách bút, thư văn, là ngọc pháp thư ngôn là hồn sông núi ẩn mình trầm mặc qua lớp lớp tịch thư cổ bút phong họa. Chưa trở thành một thư viện cổ pháp, nhưng nhìn những cuốn sách đã nhuốm màu thời gian nằm im trên kệ, trên bàn, trong tủ mà ai đó mới nhận ra rằng mình đang lạc bước chân như vào chốn tịch liêu nơi tàng kinh các của văn nhân xưa thường khi để lại. Một nén nhang thơm dâng lên bậc tiền bối với lời kính cẩn ngàn thu an tịnh. Khói mỏng nhẹ bay xuyên qua khe cửa, ngoài xa nơi âm vọng của đất trời có luồng khí quang chiếu tới. Có phải chăng hậu nhân hữu duyên hữu lượng một lần đến trăm lần quyến luyến mà tiền nhân hiển linh chỉ hào quang sáng lên như điềm lành khai quang khai nhãn. Tâm tịnh thanh nhàn, cõi lòng mông lung, khách đến cảm nhẹ mênh mang một niềm ưu vô ưu hạn như lĩnh hội duyên trần mà tự nhiên có.

Trở dọc ra phía sau là khu hậu đường với mấy gian nhà gỗ dựng cột thưng vách chung quanh. Nơi đây ái nữ Trần Thị Lan của Á Nam tiên sinh là nhà thơ Lan Hinh tuổi cũng đã thất thập cận bát tuần đang lưu dưỡng. Nữ

(Nữ sĩ Lan Hinh - trưởng nữ của Á Nam Trần Tuấn Khải.)

sĩ Lan Hinh là người một đời thay cha tận tụy với bút nghiên, người hàng ngày nhang khói, chăm chút và giữ hồn cho Á Nam Văn Uyển thư lạc bốn mùa. Dáng người mảnh mai như thân trúc sau hè, đôi mắt sáng nhưng hơi vương chút u buồn trên khóe lệ, giọng nói lúc nhanh lúc chậm của mênh mông tuổi đời chìm nổi nhưng cũng không mất đi cốt cách nhẹ nhàng của văn phong thư bút truyền gia. Nữ sĩ Lan Hinh từng được người đời biết đến như một kỳ thư văn bút của tự hào dòng dõi Trần gia. Các tác phẩm Bến Nào, Đạo Thường, Vườn Hồng do bà sáng tác và chủ biên và giữ bản quyền đã ra mắt bạn đọc từ nhiều năm trước và đã được nhiều học giả cũng như bạn đọc đánh giá rất cao. Vẫn giọng nói nhè nhẹ nhưng thanh thoát lạc giữa dòng đời phải nhiều gạn đục mới khơi được trong, nữ sĩ Lan Hinh tâm sự: "Cha tôi một đời gắn với nghiệp bút, lưu lạc từ Bắc vào Nam giữa lúc biến loạn vô thường. Thanh danh của một đạo nghiệp kỳ môn ông vẫn giữ. Sống không hổ với danh tiếng của một văn nhân thanh khiết, thác không phiền với thế sự còn lắm nhiễu nhương mà buồn lòng tủi hận. Gia tài cha để lại ngoài đồ sộ thư bút văn án là cái lẽ cương thường trong đạo lý với dân tộc, với quốc thể, với tổ tiên con cháu. Một mực sáng trong, đó là tính cách và con người của Á Nam cho hậu thế…"

Ong vẫn về lúc hoa vừa mới nở, gió vẫn reo lúc cánh lá rơi vàng. Á Nam Văn Uyển vẫn khoác màu sương khơi của mực bút thư chiều khi một lần khách đến. Tương sinh trong cõi phù sinh, tương phùng trong ngọc bút tao phùng, đó là chân nguyên trong thư tịch mà Á Nam tiên sinh đã dạy. Trời chiều chuyển giấc, ánh dương chạm tầng không mây để lại người về muôn vàn luyến nhớ khi đến với cõi phù sinh một thuở. Vạn vật nơi đây sẽ tồn tại mãi mãi cùng sương mây dù cho dòng đời có đổi nhưng sao chắc hẳn không dời. Á Nam Văn Uyển đang cần một sự khởi sắc trong kế hoạch trùng tu tôn tạo và tái thiết hoàn thiện thêm cho cơ sở vật chất đang bị mai một với thời gian. Hình bóng của tịch liêu sẽ còn đổ dài trên lối cỏ, người đến, người đi sẽ còn mãi nhớ về ký ức những lần ngang qua. Á Nam Văn Uyển hay Á Nam Lưu Niệm Đường sẽ ở lại trong lòng người như thế!

Tác giả: **Nguyễn Quang Vinh**

(Organization Of Journal Cooperation & Internationnal Communication - Phnom Penh - Combodia)

NH.H.NGUYEN

- Tên thật: **Võ Nguyễn Như Hà**
- Sinh ra lớn lên tại thành phố Tam Kỳ, tỉnh Quảng Nam.
- Từng học trung học Trần Cao Vân niên khóa 81/84.
- Học Đại học Ngân hàng Thủ Đức.
- Hiện định cư và làm việc tại Đức quốc.
- Đã lập gia đình và có một con gái.
- Địa chỉ liên lạc: Ringstr 98, 66953 Pirmasens Germany
- Số điện thoại Viber 0173 8819641
- Email: nhuhathienvy@gmail.com

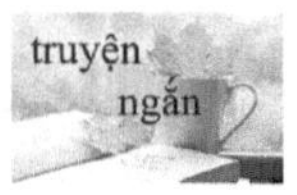

CHUYỆN TÌNH MÙA GIÁNG SINH

Căn nhà cũ kỹ của ba mẹ tôi được mấy đứa con chung tay sửa sang lại trông khang trang, rộng rãi hơn. Tường được quét vôi trắng, nền nhà được lót gạch men, hình những ô gạch to hình vuông, điểm tô thêm những hình thoi màu vàng nhạt. Chiều xuống trời mưa lớn, mưa như trút nước. Đường quốc lộ ngang nhà vắng bóng người qua lại. Giọt mưa to táp xuống mặt đường tung lên lại những cụm bột nước trắng xóa.

Giáng sinh năm nay, hai vợ chồng thằng cháu tôi có khách, khách từ châu Âu về thăm nhà. Người Bác Hai già lớn tuổi.

Gian trước căn nhà rộng, đứa cháu kinh doanh, buôn bán kiếm thêm thu nhập nuôi một nhà năm miệng ăn. Tầng trên lầu rộng dài làm trường mầm non giữ trẻ. Dưới nhà gồm mấy máy chơi game, trò chơi trẻ con, bấm tít tít cả ngày nhức cái đầu, sát góc tường nó bày biện mấy chai nước ngọt, sữa đậu nành, phin cà phê, cùng mấy loại thuốc lá, trà Lipton...

Phía bên trái gồm hồ cá, mấy bộ bàn ghế gỗ cho khách ngồi. Năm ni nghe có Việt kiều về thăm nhà nó trang trí thêm cây Giáng sinh nhựa hàng China, ánh đèn sáng nhấp nháy, mấy sợi dây kim tuyến giả tuyết phủ chạy vòng cây thông nhựa, mấy thiệp Giáng sinh treo lủng lẳng, nhìn cũng ra vẻ có chút không khí Giáng sinh.

Nó than thở: "Ngoài mình mưa suốt, bão lụt triền miên, nhất là mùa Giáng sinh, khổ thiệt luôn. Nghe Bác Hai về với lại con bán cà phê trang trí chút cho khách ngồi, mấy đứa trẻ em mà con giữ thấy màu xanh, màu đỏ cũng thích nữa".

Nhìn gian hàng bác Hai nó buột miệng hỏi: "Con bán gì vậy con, đông khách không?" Nó như đọc được thắc mắc trong đầu bác Hai nó, trả lời nhanh như điện: "Con vừa bán hàng vừa trông coi, giữ trẻ em cho người ta". À thì ra vậy...

Nói tới đây tự nhiên nó kêu lên:

"Cu Pèng ơi, cu Pèng ơi có người đón", thằng nhỏ đang ngóng chờ nghe tiếng gọi lao vụt ra, phóng lên ngồi phía trước xe Honda, chui vào trong cái áo mưa to đùng đang chờ sẵn, chiếc xe rồ máy chạy mất... Bác Hai thấy ai ai đó rất quen quen... nhất là đôi mắt...

... Hình như là nàng.

Đêm xuống rất nhanh, bác Hai nó trăn trở không ngủ được. Trời mưa, tiếng mưa rả rích, tiếng gió rít lên trong đêm.... Nó thức dậy thật sớm, nấu nước sôi pha cà phê đón khách. Bác Hai nó dậy theo.

"Con pha trà Mai Hạc, Bác Hai uống nhen. Bác thích ăn sáng món gì con mua, nào là bún bò Huế, bánh mì chả lụa, xôi, mỳ quảng hay cao lầu Hội An?" Nó tha thiết mời ăn.

"Món gì cũng được con à, ờ mà hôm qua người đón cu Pèng là ai vậy?" Bác Hai nó hỏi.

Nó suy nghĩ, cố nhớ lại chiều hôm qua....

"Chắc mẹ cu Pèng đó chứ ai, ủa mà bác Hai quen hả?"

"Không, không con ạ, hình như và cũng hình như không", bác Hai ú a ú ớ cà lăm.

Mà sao sáng sớm bác Hai hỏi về mẹ cu Pèng, nó thắc mắc trong đầu.

Vợ nó lật đật lấy giỏ đi chợ lo cho bữa cơm trưa.

Bữa cơm trưa ngon thiệt, nó đãi bác Hai và mọi người đủ thứ món, nào sườn chua, nào rau muống luộc, nào cá rô chiên chấm nước mắm ớt tỏi.... Nó luyên thuyên hỏi "Nghe nói ngày xưa bác Hai là không quân lái máy bay hả? Sau những lần hành quân về thăm nhà bác Hai đều thăm dì

Tr hả... Nghe bà nội nói ngày xưa bác Hai đẹp trai lắm, nhiều người yêu bác Hai mà bác Hai chỉ yêu mình dì Tr thôi, hai người yêu nhau tha thiết mà răng không thành?"

Bác Hai nó ngưng ăn, rút điếu thuốc... châm lửa đốt, thả hồn theo khói quay ngược về quá khứ trên 40 năm mà cứ ngỡ như mới hôm qua. Bác Hai nó chưa kịp kể, nó chen ngang chọc cười, rên rỉ "cả một trời yêu bao giờ trở lại... Ôi ta xa nhau tưởng chừng như đã...".

Bác Hai cười, nụ cười như ẩn chứa điều gì đó..." Bi chừ có muốn nghe không?"

"Nghe, nghe... bác Hai đợi chút xíu, con dẹp chén dĩa, khoan khoan kể đã". Nó nói.

Giọng bác Hai buồn chầm chậm, xa vắng, mơ hồ: "Hồi đó tụi con chưa ra đời, chiến tranh khốc liệt, cuối năm bảy tư tình hình chiến sự thay đổi. Mùa Giáng sinh năm đó bác Hai từ chiến trường trở về, bác Hai muốn đưa dì Tr đi cùng, dì ấy không chịu đi, không chịu xa ba má của dì ấy, dì khóc sướt mướt. Bên gia đình dì Tr không hiểu tình hình thế sự lúc đó, bác Hai trong trận chiến cuối cùng, theo máy bay Mỹ rời khỏi Việt Nam. Rồi cuộc đời lại thay đổi, cuộc tình nghiệt ngã chia xa từ đó..."

Thằng cháu tôi cũng buồn cho người bác Hai này, số phận lận đận long đong đường tình yêu. Nó thương bác Hai.

Nó hỏi: "Bác Hai có muốn gặp lại dì Tr không? Con giúp cho, nhưng bác Hai phải làm theo cách của con".

"Vậy nghĩa là con có kế sách..." Bác Hai nó hỏi lại.

Nó khẳng định như đinh đóng cột:

"Không là kế sách mà là kinh nghiệm thực tiễn... Để con coi chiều nay con dò la tin tức ai đón cu Pèng, tình hình bây giờ khó lắm, ngoài Trung mình trời mưa suốt, mưa dầm mưa dề đàn bà ra đường mặc áo mưa trùm kín mít như Ninja, một cục màu đen di chuyển, con ở đây lâu rồi cũng không nhận ra, có điều con để ý nhìn màu xe Honda, nhìn dáng xe con đoán thôi. Để chắc ăn thì tuần sau coi bộ tốt hơn chiều ni, vả lại chiều ni thứ Sáu, thứ Bảy và Chủ nhật con không giữ trẻ".

"Vậy chiều ni mình làm cái chi đây?".... Bác Hai nó nôn nóng hỏi.

Nó nói như tâm sự, giọng ấm áp:

"À, mà bác Hai có chuyện ni không tin cũng không được, mấy tay Việt kiều mà con biết..." Rồi nó phân tích y như mấy nhà tư vấn phân tích bất động sản nào là Việt kiều Mỹ xóm Ba Hen, Việt kiều Úc xóm Tứ Bàn, Việt kiều Nga xóm Giếng Trụ, Việt kiều Canada xóm chợ chiều, chợ mai.... hầu hết Việt kiều về đây đều hát bài "Một lần nào cho tôi gặp lại em", nhạc của Vũ Thành An. Người nào cũng có tâm trạng riêng hết. Người nào người nấy cũng tìm về dĩ vãng, thời vàng son đã qua, những cuộc tình khắc cốt ghi tâm. Người nào cũng mong được gặp người mình yêu ngày xưa..., dù chỉ một lần.

"Mà bác Hai phải hát bảy lần, đàn ông con trai bảy vía, đàn bà con gái chín vía, cho nên bác Hai phải hát liên tục bảy lần không được nghỉ, không được đứt đoạn, không được lẫn lộn qua bài khác. Nghĩa là phải dốc lòng dốc sức ra hát.... Bác Hai biết bài này mà".

"Chọn bài khác được không?" Bác Hai nó hỏi.

Bài hát "Một lần nào cho tôi gặp lại em" linh lắm, mấy tên Việt kiều kia đều gặp lại người yêu cũ, một cách tình cờ hết....

Bác Hai nó hai mắt tròn xoe, mở lớn nói "Có thiệt không đó?"

Nó chững giọng, còn nghiêm nghị cho thêm long trọng.

"Bác Hai biết không, dân xứ mình người ta hay dị nghị, hay xì xầm, lời ra tiếng vào không tốt, với lại bác Hai gặp lại người ta cũng thể hiện phong độ của một người không quân lái máy bay ngày xưa chứ, ... nghĩa là phải có duyên, tình cờ thì hay hơn".

Nghe thằng cháu thuyết giảng bác Hai thấy cũng chí lý, thôi thì thuận theo ý Trời, ráng hát cho được bảy lần, vừa cầm micro khõ khõ vài cái để thử giọng mà sao tim bác Hai đập nhanh quá, tay run run....

"Ba ơi, ba ơi em khóc". Tiếng đứa con gái nó gọi. Nó bỏ chạy vào phòng lo cho thằng con nhỏ tám tháng tuổi vừa thức giấc.

Tôi theo sau nó, thấy thằng bé nằm ngửa nhoẻn miệng cười tươi đợi nó thay tã.

"Nói thiệt, con với vợ con không biết tính sao đây cô ơi...", nó vừa thay tã vừa lo, rồi lầm bầm tiếp: "Nghe đâu bà ngoại cu Pèng, dì Tr mà bác Hai muốn gặp ăn chay trường, tịnh tu trong tịnh xá không tiếp xúc với ai từ mười năm nay rồi. Tội nghiệp thật, già gần tám mươi rồi, đâu có tiền mà cũng ráng dành dụm bỏ cả ngàn đô-la mua vé về gặp người yêu cũ, chi khổ vậy trời, để được cái chi đây?”

“... Để... để... nghe em nói... tôi vui một lần...”. Vũ Thành An nói vậy mờ. Bác Hai nó đứng sau lưng nó tự bao giờ... giọng trầm buồn, than thở.

Đứa con gái nhỏ của nó nắm lấy cánh tay nó lắc, vừa lắc vừa nói:

“Có phải ông Vũ Thành An hại ông bác Hai tốn nhiều tiền không hả ba?” Nó nhìn đứa con gái trân trân cứng miệng không trả lời.

Tôi tần ngần đứng bên vừa mắc cười, vừa nghĩ bụng... có thêm xóm nữa... xóm bến xe có tay Việt kiều châu Âu....

Cái đồ chơi bằng nhựa made in China của con gái nó ở dưới giường chập mạch tự nhiên giựt lên bản nhạc Giáng sinh “Jingle bells, Jingle bells…” làm mọi người giật mình....

(còn nữa)

Nh.H.Nguyen

NHƯ QUỲNH de PRELLE

Như Quỳnh de Prelle, cung Bảo Bình tháng 2, thế hệ 8x, hiện đang sống và làm việc tại Brussels, Vương quốc Bỉ. Đã từng làm việc trong lĩnh vực sản xuất phim và viết kịch bản, truyền thông tại Việt Nam. Học bổng Quỹ Ford của Hoa Kỳ tại Hà Nội về chuyên ngành Viết kịch bản và sản xuất phim.

Thơ xuất bản và đăng tải trên các tạp chí *Sông Hương, Viết và đọc, Văn chương Việt, Văn nghệ quân đội, Du Tử Lê, Nhật Lệ...* và các trang văn chương bên ngoài không gian Việt Nam, tiếng Việt, tiếng Anh và tiếng Pháp.

Góp mặt trong các tuyển tập in chung cùng nhiều nhà thơ Việt Nam khác, tuyển tập in chung cùng 14 nhà thơ tại Brussels... Đọc thơ tại các liên hoan văn hóa vì hoà bình, các chương trình thi ca tại Brusels, Bỉ.

Tác phẩm đã xuất bản:
- Biến đổi khí hậu (NXB Hội nhà văn và Domino Books, 4-2019).
- Buổi sáng phủ định (NXB Đà Nẵng và Domino Books, 4-2018).
- Người mang nước (NXB Sống và Amazon, Hoa Kỳ, 4-2018).
- Song Tử (NXB Thuận Hóa, 2-2017).

Ban Biên tập trang Văn học Unescom trân trọng giới thiệu cùng bạn đọc tác giả Như Quỳnh de Prelle (hiện định cư tại vương quốc Bỉ). Đây là lần đầu tác giả Như Quỳnh cộng tác cùng trang Văn học Unescom, mở đầu bằng ấn phẩm RA KHƠI. Bài phỏng vấn dưới đây được thực hiện bởi Nguyễn Vỹ (Vy Thượng Ngã). Qua bài phỏng vấn này, bạn đọc sẽ biết thêm vài nét về sinh hoạt văn chương tại Bỉ.

NGUYỄN VỸ PHỎNG VẤN
TÁC GIẢ NHƯ QUỲNH de PRELLE

Nguyễn Vỹ: Xin chào chị Như Quỳnh!

Nguyễn Vỹ cảm ơn chị đã nhận lời mời nhín một chút thời gian chia sẻ thân tình với Nguyễn Vỹ những mẩu chuyện xoay quanh chủ đề liên quan đến văn chương. Qua mỗi bài đăng trên trang Facebook cá nhân, Nguyễn Vỹ thấy chị dành phần lớn thời gian trong một ngày cho thi ca, như: tham gia sự kiện đọc thơ (nếu có), chuyển ngữ tác phẩm, viết-đọc-sửa chữa… và, nguồn động lực nào, đến từ đâu đã tiếp thêm năng lượng, sức mạnh cho chị theo đuổi con đường chị đã chọn?

Như Quỳnh de Prelle: Cảm ơn Nguyễn Vỹ dành thời gian trò chuyện với tôi, dù chúng ta lệch giờ nhau theo chiều thời gian ngược lại nghĩa là buổi sáng của tôi là buổi chiều của bạn… khi mọi người đi ngủ thì tôi còn thức. Câu hỏi của bạn có thể là một đề tài nghiên cứu cho một tác giả cũng như một thế hệ như tôi, tại sao thời này còn vẫn yêu và say thơ thế…

Để trả lời câu hỏi của bạn, tôi lại phải dài dòng kể lại hành trình thơ sống trong tôi như thế nào, để bạn hình dung, một tình yêu để tồn tại mấy chục năm trong đời, nó thường trực, day dứt đầy say sưa…

Tôi viết thơ từ nhỏ, từ những bài thơ ngắn, theo thể tự do, và theo kiểu thinker, suy nghĩ và chiêm nghiệm, dù tôi chỉ chiêm nghiệm trong đầu óc ít ỏi hiểu biết, chữ nghĩa của tôi… như cái chết, cuộc thế, nhân sinh… nếu xếp trong những mối quan tâm chung của nhân loại thì tôi chú ý những câu chuyện như thế trong tư duy, nhận thức của mình và tôi quan tâm đến thi ca từ những câu chuyện ấy chứ không phải những vần điệu dù tôi sống trong không khí của dân ca, truyền thống và truyện Kiều… Thơ theo tôi suốt từ khi đó đến nay, qua nhiều chặng đường đời như những mối tình kéo dài nhiều năm, sự tuyệt vọng, cô độc của tuổi thanh xuân… giữa lúc chấp chới của cái chết mà tôi hình dung thì thơ luôn bên tôi, cùng tôi những đêm dài của tuổi trẻ cô đơn… tôi viết trong im lặng, không có nhu cầu xuất hiện về chuyện viết như thơ dù tôi là một trong những người dùng Blog, Facebook rất nhiều… viết giúp tôi cân bằng, như một sức mạnh và nghị lực. Tôi phải lựa chọn nhiều lần để tiếp tục hay không, cho đến khi ở một cuộc sống hoàn toàn khác, sau khi sinh hai bạn nhỏ, tôi quyết định trở lại như một nhu cầu tự nhiên và sự cần thiết, tôi phải viết, viết hết ra mọi thứ, đó là công việc và trách nhiệm, tôi sẽ làm việc với nó, những con chữ nhảy múa trong đầu tôi.

Từ năm 2015, tôi quyết định xuất hiện chính thức ở các trang văn chương bên ngoài Việt Nam, và xuất bản các tác phẩm của mình. Việc xuất bản cho tôi nhiều trải nghiệm với bạn đọc, sự say mê lớn lao hơn những gì tôi có đó là sự tương tác, ảnh hưởng đến những người viết khác, một cộng đồng viết tự do và tự lập… họ lao động nghiêm túc, miệt mài với nhiều cách để đến với thi ca và tồn tại cùng thi ca. Tôi ở giữa mối giao thoa của thời gian và không gian, các vùng văn hóa khác nhau, và tôi nhận ra, sự kết nối và lan tỏa, tinh thần và cảm hứng. Thi ca cứ cùng tôi như thế, hàng ngày, hàng giờ, các sự kiện tiếp nối nhau, và tôi làm việc, sống cùng nó như thế, và tất cả đều cả đều là phi lợi nhuận, làm việc ở góc độ tình nguyện và tự giác. Mọi người cần đến nhau, chia sẻ và trao đổi, học hỏi lẫn nhau bằng nhiều cách, trong đó có cách đọc tác phẩm và hiểu nhau qua tác phẩm… Tôi viết như sống, sự tồn tại duy nhất của mình xung quanh tất cả mọi việc khác như gia đình, con cái và học hành. Đó là công việc tôi lựa chọn, tự nguyện và phi lợi nhuận nhưng nhiều ý nghĩa, giá trị quan trọng đối với cá nhân tôi. Tôi không coi thi ca, văn chương hay chữ nghĩa là cuộc chơi hay những trang trí vinh danh. Tôi yêu nó với tình yêu tận hiến, vô điều kiện ngay cả khi nó lặng lẽ bên tôi nhiều năm. Thi ca như ID, ego của tôi, phải thú thật như thế. Có lẽ, tôi cũng là một người đơn giản, không nhiều nhu cầu khác, viết thơ là đủ. I am zen. Thơ đến với tôi trước cả khi tôi yêu, trước cả khi tôi lập gia đình và có các bạn nhỏ. Thơ đã chung sống như thế nhiều năm, chắc còn sẽ tiếp tục khi cũng vì thi ca, tôi mất nhiều thứ lớn lao hơn những gì tôi đang có, tôi chấp nhận mọi mất mát ấy.

Nguyễn Vỹ: Đất nước Bỉ, thành phố chị đang sống, Nguyễn Vỹ thấy rằng họ rất thường tổ chức những sự kiện dành cho văn chương nói chung và thi ca nói riêng, đơn cử bức ảnh chụp một nhóm các nhà thơ nhiều quốc gia khác nhau, đứng ở vỉa hè tay cầm loa đọc thơ, hay đọc trên sân khấu,… Hoạt động ấy không chỉ dừng lại 1-2 ngày, thậm chí kéo dài cả tuần lễ. Vậy, với chị, Bỉ có phải là quốc gia ưa chuộng thơ?

Như Quỳnh de Prelle: Câu hỏi của bạn thật tuyệt vời. Bỉ là một nước rất nhỏ, lịch sử cũng rất mới hơn 200 năm thôi nhưng họ có những di sản hay giá trị mà rất ít người Việt biết đến nhưng thế giới thì ai cũng biết hay châu Âu thì luôn biết về họ không chỉ là trái tim châu Âu. Bỉ là nước không hoành tráng như Pháp về văn chương nói chung, không có giải thưởng lớn như Mỹ hay Anh, không có thị trường sách rộng lớn như các quốc gia khác nhưng họ là nước tổ chức các sự kiện văn hóa từ bản địa đến dành cho các di dân nhập cư, mới đến thì tôi nghĩ không ai làm tốt hơn họ, và tử tế công bằng như họ. Bạn hình dung nhé, bất cứ nghệ sỹ nào đến đây, dù bạn là ai, như tôi không phải tị nạn hay là tị nạn, đến bằng thuyền và những cái chết kề bên, không tiền bạc… bạn được đón tiếp, được thể hiện đúng năng lực, công việc của mình… Tôi tích cực tham gia các lớp học cũng như các hoạt động xã hội ở đây một cách trực tiếp nên tôi biết được nhiều cách tổ chức, hệ thống cũng như văn hoá của họ, sự quản lý của họ dành cho mọi người các cơ hội sống và phát triển như thế nào. Tôi không khẳng định họ ưa chuộng thơ hay không, vì điều đó không quan trọng với nhận định nghĩa là họ yêu thơ hay thích thơ, sống vì thơ... mà tôi sẽ kể các câu chuyện để bạn hình dung, thơ ca và văn chương sống đúng đời sống của nó ở một xã hội như thế.

Con trai tôi, học lớp 1, vào các ngày thứ Năm bạn ấy sẽ học về thơ. Các bài thơ rất ngắn gọn, dễ thuộc về thời gian, về mùa, màu sắc... có những bài có tên tác giả, có bài không có tên... như truyền miệng. Đọc thơ bao gồm các tiêu chí như rõ ràng, đúng nhịp điệu, thuộc thơ bằng trái tim và trình diễn theo đúng phong cách của mình, nhớ tên tiêu đề và tác giả. Còn tôi thì choáng váng với các sự kiện hàng tuần, hàng ngày... họ đọc thơ khắp nơi, các sự kiện văn hóa, các liên hoan văn hóa, các cafe văn học hàng tuần, hàng tháng, các buổi tại các nhà hát hoàng gia trang hoàng... Ở đâu tôi cũng thấy đông người, kín chỗ dù khán phòng lớn hay nhỏ, kể cả giữa buổi trưa. Nhiều bạn trẻ, người khuyết tật... đến chỉ nghe đọc thơ và gặp tác giả nói chuyện. Ở đây có 3 ngôn ngữ chính, và ai cũng biết tiếng Anh, nên sự giao tiếp rất đa dạng, vì ngôn ngữ đa dạng. Họ chào đón các ngôn ngữ khác cũng tự do và thoải mái. Không khí nghệ thuật và thi ca tràn ngập quanh tôi, khi tôi bước ra khỏi cửa nhà, tôi bước vào bến Metro, ngoài đường... Các bảo tàng ở Bỉ bạn có thể đi hết cả đời không hết... Nhiều sự kiện đến mức, tôi nhận thông tin, các thông báo cần phải thu xếp, nếu bạn tham gia nhiều nghĩa là bạn phải trả cho nhiều chi phí nữa, có những hội thảo ngắn, bạn phải trả rất nhiều tiền để tham gia một khóa học mới với những tư liệu mới, có nhiều khoá học về viết, về thi ca... dành cho cả trẻ em, người lớn. Họ rất năng động và tích cực, với thi ca và các hoạt động văn hoá. Bạn có thấy rằng không khí ấy tạo nên cho bạn sự cảm hứng lớn, không gian tự do hơn để bạn lựa chọn, và cơ hội đến với bạn do chính bạn cầm lấy và thích ứng. Bạn có thể tìm thấy tờ rơi, thông tin các sự kiện văn hoá mọi nơi như khách sạn, các bến tàu, nhà gare, các quán cafe và toilet công cộng... Tôi vô cùng ngạc nhiên khi họ dán poster các sự kiện nghệ thuật, văn hoá khắp cửa ra vào toilet ở các quán cafe ở trung tâm thành phố. Đó là tự do, là con người, rất con người, không định kiến. Nghệ thuật sống như thế, thi ca tồn tại như thế, không có ranh giới, bức tường nào hết.

Nguyễn Vỹ: Những lần đọc thơ như thế, chị đọc thơ bằng tiếng Việt hay tiếng nước ngoài? Nếu được đề nghị đọc bằng tiếng Việt, chị hoặc một người nào đó có cần phiên dịch? Hay để thơ tự xóa nhòa rào cản ngôn ngữ, khoảng cách địa lý mà thâm nhập vào tâm hồn thông qua giọng đọc, nhịp điệu, cách nhấn nhá một bài thơ khi đọc lên?

Như Quỳnh de Prelle: Ở đây, có hơn 180 quốc gia trong một thủ đô nơi tôi đang sống, họ tôn trọng các ngôn ngữ khác, tính nguyên bản. Vì thế, dù có giỏi ngôn ngữ của họ, họ vẫn luôn ưu tiên cho các tác giả mới như tôi đọc tiếng mẹ đẻ là tiếng Việt. Có một sự may mắn là lần nào tôi đọc tiếng Việt họ cũng đều thích thú với giọng đọc và cách trình diễn của tôi. Vì thế, tiếng Việt trở thành một ID với tôi và phong cách của tôi. Tôi luôn đọc các bản dịch của mình sau khi đọc tiếng việt hoặc đọc song song cùng với các nhà thơ khác, tôi đọc tiếng Việt và họ đọc tiếng Pháp với bản dịch của tôi. Như bạn biết đấy, nghe đọc thơ sẽ không chỉ phần ý nghĩa bài thơ mà âm điệu, giọng nói và trình diễn là phần quan trọng, khi họ xác định được ID của bạn, phong cách thi ca của bạn, chuyện hiểu một bài thơ sẽ không quá khó khăn nữa. Tôi cũng từng tham gia một cuộc thi thơ, họ ưu tiên dành cho các nhà thơ như tôi, được gửi bản viết bằng tiếng Việt và có bản dịch kèm theo. Thế giới ngày càng rộng mở hơn, bình đẳng hơn, chúng ta có cơ hội nhiều hơn đến với nhau trong những vòng tròn không bị đóng kín lại, mà có nhiều cách để xen kẽ, len lỏi với nhau thật bền vững.

Nguyễn Vỹ: Sự kết nối trong văn chương, theo chị có ý nghĩa như thế nào đối với người viết?

Như Quỳnh de Prelle: Các người viết về cơ bản là cô độc, họ sáng tác không theo đám đông, không theo phong trào, không đại diện cho ai cả. Tôi nói về người viết tự do như tôi. Nhưng sự kết nối trong cộng đồng giữa các tác giả với tác giả, tác giả với bạn đọc ở đâu cũng cần thiết vì nếu là người viết chuyên nghiệp họ phải có cộng đồng của họ, họ phải có không gian của họ. Bạn đọc cũng thế, họ tìm đến tác phẩm để hiểu thời đại của mình, tại sao lại không cần kết nối. Trong khi đó, nhu cầu giao tiếp vẫn là nhu cầu cơ bản nhất của nhân loại mà, chúng ta đừng tự đánh mất đi các quyền cơ bản ấy, tác phẩm cũng thế, bạn đã xuất bản thì bạn có trách nhiệm với tác phẩm, với bạn đọc… kể cả sự kết nối vô hình, không tương tác. Bạn phải lắng nghe được sự vô hình vô ảnh ấy.

Sự kết nối trong văn chương còn là cách thừa nhận, trân trọng nhau, trân trọng tác phẩm. Cái thời đại của các lý thuyết vài cuốn sách hay sự kỳ bì tôi nghĩ qua lâu rồi, tác phẩm đương đại cũng khác nhiều cách thức thể hiện dù các giá trị không thay đổi như tình yêu, khát vọng đổi thay, hòa bình, chống lại cái ác, khủng bố… Tôi thích đọc và phát hiện những bạn trẻ mới, tác giả mới. Không phải vì họ hoàn toàn xuất sắc mà họ có quyền có những cơ hội và chia sẻ cũng như thích ứng trong cộng đồng viết, tôi biết là họ sẽ đi xa hơn, viết nhiều hơn và hay hơn... Vậy tại sao chúng ta không kết nối?… Kết nối để tìm thấy sự đa dạng, thừa nhận sự khác nhau chứ không phải kết nối để chia rẽ, bè phái nhau. Với cuộc cách mạng về thông tin và Internet như hiện nay, con đường của văn chương cũng như cách các tác giả xuất hiện cũng khác nhiều, họ tự do, độc lập hơn. Chỉ cần viết và đăng ở Blog, Facebook, họ cũng có bạn đọc, mà không có ràng buộc nào cả. Tự tìm đến nhau, tự xa nhau theo những nhu cầu, sở thích. Mỗi người viết cũng là mỗi bạn đọc, họ cũng đóng nhiều vai chứ không chỉ riêng là nhà văn hay nhà thơ, hay công việc sáng tác… phê bình, vì thế, chỉ có tự do và giá trị, không định kiến thì mọi cuộc gặp gỡ đều thoải mái, vô tư. Tác phẩm còn đó hay biến mất cũng không ý nghĩa, quan trọng bạn có đủ sức đi và đủ sức chịu đựng, cố gắng để có tác phẩm thực sự, sự xuất hiện đúng lúc… chứ không phải những tuyên ngôn sáo rỗng, gào thét.

Bằng cách nào đó, thì mọi sự tích cực, làm việc nghiêm túc, hiệu quả thì luôn được trân trọng, văn chương cũng là một công việc như thế, coi văn chương của người viết hay người nghệ sỹ, làm nghệ thuật theo nghĩa rộng thì công việc đó tác động đến xã hội rộng lớn hơn, sự liên kết mạnh hơn. Bạn đã bao giờ nghe đến từ nhà thơ sân khấu chưa, nhà thơ trình diễn và luôn xuất hiện với các màn biểu diễn, sân khấu và ánh đèn, chứ không riêng gì việc xuất bản sách theo cách nào đó… Vì thế, cách nhìn nhận nghề nghiệp rộng hơn, sẽ thấy sự kết nối rộng hơn, nhiều ý nghĩa hơn.

Nguyễn Vỹ: Cộng đồng sinh hoạt văn chương nơi chị sinh sống có tổ chức in ấn tạp chí, sách, báo hay tuyển tập tác phẩm của bạn văn như một dấu ấn lưu niệm? Chị cho Nguyễn Vỹ biết thêm điều làm nên sự khác biệt trong hoạt động tuyển chọn, in ấn giữa "họ" và "mình" như thế nào?

Như Quỳnh de Prelle: Tôi cũng chưa có dịp tham gia nhiều xuất bản ở đây nhưng tôi có thể kể vài chuyện cho bạn biết việc xuất bản ở đây thú vị thế nào.

Chuyện mà tôi thích thú nhất được biết là một nhà thơ, từng là tị nạn đến Bỉ, rất tích cực việc đọc thơ, viết và xuất hiện ở các trang online khác bằng tiếng Anh, ngôn ngữ gốc của cô ấy là tiếng Arab. Một ngày, có nhà sách nổi tiếng ở đây email mời cô ấy, có muốn xuất bản sách để có quốc tịch không? Thế là cô ấy xuất bản vài cuốn sách bằng tiếng Hà Lan được dịch từ nguyên gốc tiếng Arab. Sau 10 năm ở Bỉ cô ấy có quốc tịch với tư cách một nhà thơ. Các nghệ sỹ luôn được chào đón khi họ lao động nghiêm túc và có tác phẩm.

Chuyện tiếp theo là tôi được mời tham gia một dự án Văn chương quốc tế tại Brussels, cùng với 14 nhà thơ khác, đến từ các nước khác nhau, chúng tôi được xuất bản một tập thơ đa dạng ngôn ngữ, 14 ngôn ngữ trong đó có các ngôn ngữ chung ở đây như tiếng Pháp, Hà Lan, tiếng Đức… và tôi chuyển ngữ bài thơ gốc của 14 nhà thơ ấy sang tiếng Việt cùng một bài thơ tiếng Việt của tôi giữa các ngôn ngữ khác. Việc xuất bản do kế hoạch và các quỹ tài trợ, họ thực hiện theo chương trình kế hoạch của họ.

Xuất bản sách như tôi biết, họ tìm các tác giả, tác phẩm, họ chi trả và việc xuất bản cũng khá khắt khe nếu theo tiêu chí tác giả và bạn đọc, sự nổi tiếng và chất lượng đi kèm. Dịch giả được trả một số tiền xứng đáng. Như tôi vừa viết vừa tự chuyển ngữ tác phẩm của mình, mong một ngày gửi đi khắp nơi và được xuất bản ở đây. Tập thơ thứ 5 của tôi đang trong quá trình hoàn thành cùng 3 ngôn ngữ khác như Pháp, Anh và Hà Lan… làm việc vô cùng căng thẳng và đòi hỏi sự khắt khe.

Ngoài ra các tác phẩm của bạn được chuyển thể dưới nhiều dạng khác nhau của trình diễn thì bạn có thể công bố tác phẩm tại nhà, các nơi công cộng, các nghệ sỹ và nhà thơ tự do cũng khá nhiều từ các nơi đến Brussels và họ có những sân chơi của họ, rất tuyệt vời. Như cuốn sách của chúng tôi, một cách đến với công chúng trong các liên hoan ra thì chúng tôi đọc nó ở trên đường phố, mọi nơi chúng tôi đến gặp gỡ… nghĩa là từ tác phẩm in ấn đến tác phẩm trình diễn khoảng cách không quá lớn và không khó khăn gì cả.

Nguyễn Vỹ: Sẽ thế nào nếu Việt Nam cũng có những hoạt động xuống đường đọc thơ, vào nhà hát đọc thơ,… hay có thêm "Tuần lễ của thi ca"? Chị nghĩ điều ấy sẽ khả quan chứ?

Như Quỳnh de Prelle: Bạn thật là một người phỏng vấn cừ khôi, vì những điều này tôi luôn nghĩ đến cho một Việt Nam, một quê hương xa xôi của tôi về một hành trình văn chương cũng như thi ca. Thực ra tôi nghĩ không khó để làm chuyện ấy và nhiều người có thể làm được nó, nhưng có ai còn yêu thơ nhiều đến thế để làm. Ngay cả **cafe thi ca** cũng có khó đâu, nhiều các nhóm hoạt động văn chương ở Sài Gòn tôi thấy họ vẫn làm tốt mà, như Quán Văn, Văn học Unescom… hay các nhóm nhỏ các bạn trẻ ngoài Hà Nội, họ vẫn đọc thơ cùng nhau… Nhưng làm theo một diện rộng lớn và chất lượng thì lại là câu chuyện khác liên quan đến hoạt động văn hoá nghệ thuật theo chương trình quốc gia. Ví dụ bên tôi có đến 3 ngôn ngữ, mấy chính phủ chứ không có một chính phủ đâu. Khi họp về tổ chức và thực hiện các dự án, họ đều có mặt đầy đủ như chính quyền, các vấn đề chính trị liên quan… Họ dùng các chân rết ở địa phương như các thư viện, các cafe văn hoá… để thực hiện các dự án của mình, và các nhà thơ đều có cơ hội tham gia… Họ duy trì liên tục được theo các chương trình quốc gia, các sự kiện văn hoá lớn… tôi nghĩ rằng cách tổ chức quản lý là câu chuyện dài dòng không chỉ dành riêng cho văn chương hay thi ca… mà chúng ta vẫn đang gặp phải. Hay như ngày thơ, thay vì làm rổn rảng ồn ào rồi quên nhanh, chúng ta làm cả tháng các sự kiện, đưa tin và các Website văn hoá về thi ca… thông tin đến bạn đọc sẽ khác, ảnh hưởng sẽ khác… Tôi không nhìn thấy tên tác giả Việt Nam nào ở các trang chuyên nghiệp ở bên ngoài với các ngôn ngữ khác, không có dịch giả, không có tác giả… Và con đường của chúng ta cũng kỳ lạ là dịch các tác phẩm nước ngoài rất nhiều, mà tác phẩm Việt Nam dịch sang ngôn ngữ khác dường như không có, lý do tại sao chắc ai cũng rõ và cố tình không muốn làm… Người Việt phải chuyển ngữ cho chính người Việt để người ngoài họ tự tìm đến chứ chúng ta không mong đợi người ngoài tìm đến thì mới là tác giả lớn, nhà văn lớn. Suy nghĩ đó hoàn toàn sai lầm và ngược đời. Chuyện đọc thơ nơi này nơi kia nếu là thực chất không phải là câu chuyện quá khó, cái chính là chúng ta xuất hiện thế nào, làm việc với quản lý ra sao để việc đó vừa công khai và chuyên nghiệp, tôi nghĩ vẫn là chuyện dài của các người viết, nghệ sỹ ở Việt Nam... Vì câu chuyện sáng tác và sự xuất hiện đúng lúc, đúng thời điểm hay vị trí của mình không phải ai cũng có con đường chuyên nghiệp từ đầu, họ mong đợi và hy vọng quá nhiều chăng… hay sự tự lập, tự do thiếu bóng để chúng ta thấy qua nhiều thế hệ dường như cách đứng vững bền lâu quả là khó khăn… Đừng nghĩ gì quá lớn lao, hoành tráng và nghiêm trọng, khi bạn nghĩ rằng nghệ sỹ hay **nhà văn, nhà thơ là một công việc chuyên nghiệp**, bạn sẽ làm việc với nó bằng sự chi tiết, tỉ mỉ, cẩn thận và hiểu biết, kết quả sẽ khác hơn là cứ mang cái định kiến tôi chỉ sáng tác, sáng tạo, việc khác người khác lo… khi bạn ở tầm một nghệ sỹ thì cái hiểu biết cơ bản nhất về xã hội, luật pháp vẫn là con đường chính để bạn trở thành một người xuất hiện chuyên nghiệp chứ không mong chờ sự may mắn, tung hô… hay dựa dẫm vào bóng lớn cây cao nào đó che chở cho. Tôi luôn nghĩ đến thực chất của tài năng và lao động quá khứ cũng như cách làm việc sẽ đưa tác phẩm của bạn đến với bạn đọc, công chúng một cách tự nhiên mà vẫn chuyên nghiệp. Mọi cuộc chơi đều tàn nhanh nhưng những gì bạn đã làm nghiêm túc với tác phẩm chắc sẽ không phụ bạc lại ngòi bút và công sức của bạn.

Nguyễn Vỹ: Quay trở lại câu chuyện cá nhân, chị đã theo đuổi thơ Tân hình thức được bao lâu rồi?

Như Quỳnh de Prelle: Tôi viết nhiều thể loại trong thơ lắm, haiku, thơ xuôi, kiểu phim hay kịch cũng có… và Tân hình thức tôi viết cũng nhiều khi đọc tư liệu về nó, cũng là một cuộc chơi chữ thú vị. Khi tôi xuất hiện chính thức với thơ nói chung thì Tân hình thức cũng nằm trong dòng chảy ấy mà Nhà thơ Nguyễn Đức Tùng có nói là tôi viết trong bóng tối rối bời....

Nguyễn Vỹ: Làm sao nhận biết một bài thơ là thơ Tự do hay Tân hình thức?

Như Quỳnh de Prelle: Ôi một câu hỏi mang tính kỹ thuật với một người rất **dốt** như tôi về chuyện thế nào một cách chi tiết, trích dẫn theo kiểu lý thuyết. Chắc bây giờ không ai nói thế nào về một bài thơ tự do nữa vì thơ tự do là thế nào không ai nói đến nữa, nhưng về Tân hình thức thì vẫn còn nhiều người nói đến, các bạn có thể tìm đọc báo giấy Tân hình thức của nhóm các nhà thơ Tân hình thức Việt do chú Khế Iêm chủ biên, và có rất nhiều tư liệu hay.

Nguyễn Vỹ: Có ý kiến cho rằng thơ truyền thống, thơ Tự do, thơ Tân hình thức không quan trọng đối với người viết vì, tâm hồn họ có sự rung cảm thế nào họ bật lên thành giai điệu trên trang viết thế đấy; quan trọng viết xong đó có là thơ hay không mà thôi. Thể loại chỉ là lớp vỏ, nội dung mới là vấn đề cần nhắc đến. Chị nghĩ sao về điều này?

Như Quỳnh de Prelle: Như tôi, tôi chưa bao giờ làm được bài thơ nào niêm luật như các cụ ngày xưa, nhưng tôi cũng chưa bao giờ phủ nhận thơ thể loại ấy vì tôi lớn lên trong bầu không khí cổ xưa ấy, và nó đã giúp tôi thoát khỏi cái không khí huyễn hoặc mê đắm truyền thống để viết tự do, viết như mình thấy cần viết. Còn ai thích Tân hình thức và theo đuổi thì là lựa chọn của mọi người mà, chúng ta đều có quyền bình đẳng trước các lựa chọn, tôi thi thoảng vẫn thích Tân hình thức vì đó là thể thơ có nhiều thử thách, mỗi lần viết nó tôi như đang nhảy, đang múa, tôi rất thích. Có nhiều người thích thơ tân hình thức của tôi, nhưng có những người họ cũng hay bắt bẻ phải thế này mới chính xác… Kiểu như thế, làm sao tôi chạy theo sự bắt bẻ được. Tôi muốn dành thời gian tập trung cho sáng tạo nhiều hơn là tranh cãi, còn khi thiện chí thì bạn sẽ thấy sự rộng lòng của mọi người đón nhận tác phẩm của bạn, phong cách của bạn… Thể loại hay nội dung, với tôi đều là sự lựa chọn của mỗi người vì thế, các tác giả cứ tự nhiên và tự tin với lựa chọn của mình, và bạn đọc họ đọc thể loại nào, tác giả nào hay thích ai cũng là chuyện của họ thôi. Nếu chỉ nói nội dung như những văn bản để khoe chữ, ý nghĩa thì gây ra nhiều tranh cãi lắm. Vì với tôi, giá trị và tư tưởng ở tác phẩm là quan trọng. Mà bạn biết đấy, bao cuộc bể dâu các tác phẩm nghệ thuật vẫn luôn giữ các giá trị như tình yêu, gia đình, con người, cái đẹp, cái thiện và cái ác… nghĩa là nội dung vẫn chỉ có thế, cách thể hiện bóc tách nội dung khác nhau chứ. Phim ảnh cũng vậy, thế kỷ 21 họ kể câu chuyện theo một hình thức khác dù vẫn là tình yêu và đấu tranh, sự phản bội… thi ca và nghệ thuật không còn là những văn bản nữa mà sự trình diễn nhiều phương thức biểu đạt hơn để tìm đến ý nghĩa của tự do và cá nhân… Tôi nghĩ, chúng ta nên bỏ hết các ý nghĩ hay định kiến định hướng mọi chuyện trong sáng tác và nghệ thuật. Tác phẩm hay tác giả tồn tại là sự tồn tại, đón nhận và thừa nhận nhau, tôi nghĩ là câu chuyện khó hơn nhiều chuyện hay dở. Vì thế, hãy tự do trước chữ, trước tác phẩm, tác giả mà bạn biết, có cơ hội tiếp xúc hay đọc nó. Khi tôi đang viết đừng bao giờ hỏi tôi viết về cái gì, tại sao, các bạn đọc chữ với hàng ngàn ý nghĩ khác nhau, ý niệm khác nhau từ một bài thơ… Đó là tác phẩm, tôi không định hướng nhưng chắc chắn một điều rằng, trong tác phẩm của tôi luôn chú ý đến con người và giá trị của họ với những quyền sống, quyền được chết với nhân phẩm, sự tôn trọng và xót xa… chứ không phải định kiến, thù hận.

Nguyễn Vỹ: Chị có ý định mở rộng thể loại trong sáng tác? Chị đã tiến hành được bao nhiêu phần trăm trên hành trình ấy rồi?

Như Quỳnh de Prelle: Tôi chưa bao giờ ngưng viết thơ vì thơ luôn là dễ nhất với tôi. Truyện ngắn và chớp tôi vẫn viết mà không xuất hiện nhiều thôi vì thơ vẫn là số 1 với tôi. Tôi đã từng bỏ đi vài cái tiểu thuyết khi thời 20 tôi viết, và tôi bỏ đi hết, đến giờ tôi có đến 3 cái tiểu thuyết đang viết dở, vì tôi không ngồi một lúc để hoàn thành trong sự căng thẳng được… hoặc tôi chưa đủ độ để viết thể loại ấy một cách mạnh nhất, vì thế tôi viết và để đó, lúc nào xong thì tôi cũng không sốt ruột lắm vì tôi cần sống nhiều hơn với thực tại và hình như **tôi không tham vọng lớn với tiểu thuyết** dù tôi luôn ý thức cần đổi voice của chính mình. Các dự án và việc học tập của tôi cũng khiến tôi phải thu xếp gọn lại các việc được ưu tiên trước cũng như các lựa chọn phù hợp với sức khỏe, khả năng của mình…

Nguyễn Vỹ: "Biến đổi khí hậu" là tập thơ in riêng thứ 4 của chị sắp ra mắt. Chị có thể nói thêm một chút về tập thơ này?

Như Quỳnh de Prelle: Tập thơ này là một quá trình lựa chọn khá mâu thuẫn của tôi sau **Buổi sáng phủ định**, tôi nghĩ tôi cần xuất hiện một

kiểu khác, mới mẻ hơn… Tôi làm khá nhiều bản thảo khác nhau và cuối cùng tôi quyết định làm **Biến đổi khí hậu**, đề tài tôi quan tâm đến thiên nhiên và trái đất cũng như các vấn đề xã hội toàn cầu. **Biến đổi khí hậu** thực chất là sự biến đổi tha hóa của loài người trước tự nhiên, trước chính môi trường sống, sinh thái của mình, trước tương lai của trẻ nhỏ.… Đó là cuốn sách bao gồm thơ và hình ảnh tôi đã chụp, các tác phẩm tranh vẽ của hai bạn nhỏ nhà tôi là một phần quan trọng trong cuốn sách. Bạn đọc chờ đợi nhé, một cuốn sách thơ-book art được đầu tư và làm rất cầu kỳ về kỹ thuật, trong sự tối giản ngôn ngữ của thi ca và những thông điệp khác nhau. Khi quyết định làm tập thơ này hồi tháng Mười Một thì cũng là lúc sau đó, tôi tham gia xuống đường cùng các nghệ sỹ ở đây trong đoàn 75 nghìn người tại trái tim châu Âu vì *Biến đổi khí hậu*, mở đầu cho những cuộc xuống đường liên tục sau đó cho chiến dịch này.

Nguyễn Vỹ: Trong tương lai gần, chị có đang ấp ủ ý định gì lớn lao không?

Như Quỳnh de Prelle: Tôi không bao giờ nghĩ điều gì lớn lao ngoài việc lên kế hoạch mọi công việc của mình cũng như đời sống một cách rõ ràng, chi tiết. Và tôi thực hiện nó bằng sự say sưa sau khi **đã lựa chọn và quyết định.** Hiện tại, tôi tiếp tục các dự án mới bằng cách chuẩn bị và làm việc với các đồng nghiệp khác, các nhà thơ, các nhà tổ chức cho đến lúc mọi việc hoàn thành và trình diễn ở sân khấu. Chúng tôi làm việc với nhau bằng các hội thảo, trao đổi để đi đến quyết định cách thức thực hiện. Thời gian các dự án thường kéo dài vài tháng và tập trung nhiều việc khác... chưa kể các dự án cá nhân riêng nữa. Càng làm nhiều việc thì càng nhận ra, bao giờ mình sẽ gác bút, trong khi nghề viết thì không có ngày nghỉ, không có chế độ về hưu... Lúc nào tôi cũng nghĩ là tôi sẽ nghỉ hưu sớm việc viết lách này dù hàng ngày tôi làm việc với cường độ rất lớn như việc đọc, viết, chuyển ngữ xen lẫn giữa các ngôn ngữ hoàn toàn khác nhau.

Nhiều thứ đến bất ngờ lắm, rồi sự từ chối bất ngờ từ chính tôi đối với những cơ hội, cánh cửa khác nhau... nên tôi cứ làm việc hàng ngày chịu khó như việc tôi cần làm, phải làm với tình yêu và trách nhiệm và nó như thế nào, tôi không mơ mộng và ảo tưởng. Nhưng khi nào cần xuất hiện hoàn thành và kết hợp tôi luôn sẵn sàng không sợ khó khăn.

Cảm ơn những chia sẻ rất thú vị từ chị Như Quỳnh. Nguyễn Vỹ mong gặp chị những lần sau.

Sài Gòn-Brussels, tháng 4-5/ 2019

Như Quỳnh de Prelle

SỸ LIÊM

Tên thật **Hà Sỹ Liêm**, sinh năm 1963 tại Sài Gòn, định cư tại Paris từ 1979, trở lại Sài Gòn sinh sống năm 2003, hiện tái định cư tại Paris.
Khởi viết từ năm 1985. Bút danh: Sỹ Liêm, Tú Bì. Bài viết trên các tạp chí *Hợp Lưu, Văn Học* (Hoa Kỳ), *Làng Văn* (Canada),... và những trang web thực hiện tại hải ngoại.

Tác phẩm đã xuất bản:
Tập truyện ngắn:
- Tình nghĩa thầy trò (Miệt Vườn, Winston Salem, HK, 1992).
- Những mảnh đời chấp vá (Miệt Vườn, Winston Salem, HK, 1993).
- Ví dầu tình bậu muốn thôi (NXB Văn hóa – Văn nghệ, 2015).

Thi tập:
- Em là tác phẩm đại văn chương
- Theo ta chữ nghĩa lên trời lãng du (NXB Hội Nhà văn, 2016; Nhà xuất bản Nhân Ảnh – Hoa Kỳ, 2018).
Và góp mặt trong nhiều tuyển tập thơ in chung khác.

THƯƠNG NHỚ MỘT TỜ

Tôi nằm nghiêng vào cửa buồng lắng nghe tiếng ngáy của ba tôi. Ổng có tật lớn, hễ nằm xuống giường chừng mười phút là cất tiếng ngáy như sấm dậy. Mẹ tôi rất khổ sở vì tật đó của chồng vào những năm đầu chung sống với nhau, nhưng nghe mãi rồi bà cũng quen. Đêm nào không nghe ba tôi ngáy là bà lo ngại chồng mình có chuyện buồn phiền hay đau ốm khó ngủ ngon giấc.

Mỗi lần nghe mẹ tôi căn nhằn: "Ngủ cái gì mà ngáy như sấm, nằm gần ông chẳng ai ngủ nghê gì được" là ba tôi chống chế: "Người ngủ hay ngáy là người vô tâm không để ý đến chuyện vặt vãnh, không để tâm hãm hại em. Ngủ mà ngáy là ngủ ngon, có đầy đủ sức khỏe…"

Nhờ tiếng ngáy ấy mà mỗi lần tôi muốn làm gì lén lút trong đêm, tôi chỉ nằm im giả ngủ đợi khi ba tôi "kéo gỗ" là tôi ra tay ngay.

Từ ngày theo gia đình về Cần Giuộc chạy giặc Đồng Minh đánh Nhựt, tôi biết rồi quen và kết thân với cậu Một Tờ, một người bà con xa của mẹ tôi. Tôi thích cậu, mê cậu như mê nhân tình bởi vì cậu Tờ rất nuông chiều tôi, sẵn sàng thỏa mãn mọi đòi hỏi, sở thích của tôi. Dù khó khăn cách mấy, cậu cũng cố làm cho tôi vui lòng. Tôi thì theo dính cậu, còn ba mẹ tôi thì cấm cản tôi không cho tôi lết theo cậu bởi vì cậu ở dơ không ai bằng. Một năm, cậu tắm bốn lần và gia tài cậu chỉ có hai bộ đồ thay đổi. Ít tai dám đứng gần cậu vì từ người cậu bốc ra một mùi thật khó ngửi, nhứt là hai mảng ghẻ nhầy nhụa trên hai ống quyển của cậu, xông lên như mùi thúi của bệnh cùi. Thoạt đầu tôi muốn mửa mỗi khi xáp tới gần cậu, nhưng lâu dần tôi quen với mùi đặc biệt ấy.

Mới đêm hôm qua, ba tôi vừa cảnh cáo tôi:

- Ba cấm con từ rày về sau không được ngủ chung với thằng Tờ nữa. Người nó vừa dơ vừa hôi thúi như chồn mà sao con có thể nằm cạnh nó ngủ được chớ? Nó mà lây ghẻ hờm của nó cho con thì chỉ có nước trời cứu con mà thôi. Nó mắc bệnh phong tình đó, con biết không?

Tôi dạ dạ vâng vâng, hứa hẹn đủ thứ để khỏi ăn đòn. Tối lại, tôi thấy bồn chồn muốn ra hàng ba chui vô nóp của cậu.

Đợi tiếng ngáy ngủ của ba tôi trỗi lên thật đều, tôi lồm cồm ngồi dậy, nhẹ nhàng tuột xuống khỏi bộ ván gõ lẻn ra tìm chỗ cậu Tờ ngủ. Con Mực chạy tới gừ gừ. Tôi đưa tay lên môi nói nhỏ:

- Tao đây mầy, đừng có sủa. Hư bột hư đường hết nghen mậy.

Nó đến bên tôi vẫy đuôi mừng, vành trăng lưỡi liềm chiếu ánh sáng yếu ớt xuống vườn quýt, cam và xoài trước sân nhà. Tôi bước nhẹ tới bên chiếc nóp khẽ gọi cậu Một Tờ. Bóng cậu ngồi ở đầu hàng ba. Cậu búng tay gọi tôi. Cậu hỏi:

- Anh chị Bảy ngủ chưa sao mà mầy dám ra ngoài nầy vậy?

Tôi đáp:

- Bộ cậu không nghe tiếng ngáy của ông già đó sao?

Cậu ừ một tiếng nhỏ rồi kéo tôi ngồi xuống bên cậu:

- Tao đã chuẩn bị sẵn sàng từ nãy giờ. Đợi mầy ra là tụi mình xáp trận.

Tôi nghe mùi xoài tượng và mùi nước mắm đường dầm ớt xông lên mũi. Dịch vị tôi hoạt động ngay, nước miếng tươm ra trong họng. Tôi nuốt nước miếng đánh ực nghe rõ mồn một trong đêm thanh vắng. Cậu Tờ và tôi đã ăn nhiều lần món xoài tượng chấm nước mắm đường dầm ớt cay xé họng rồi mà lần nào nghe mùi xoài, mùi nước mắm đường xông lên mũi là tôi bắt chảy nước miếng ào ào không sao cầm giữ nổi.

Xuyên qua ánh trăng mờ nhạt, tôi thấy cậu Tờ cắt từng miếng xoài xếp hàng lên dĩa bàn. Cậu một miếng, tôi một miếng. Tiếng xoài tượng vỡ giữa hai hàm răng nghe thật giòn. Vị chua chua cộng với vị mặn mặn, ngọt ngọt, cay cay làm tôi ngây ngất. Vừa nhai vừa hít hà, tôi nghe khẩu vị mình trào dâng một cảm giác đê mê lạ lùng. Thoáng một cái hai cậu cháu đã nuốt gần hết trái xoài tượng lớn bằng cổ chân. Cậu Tờ nhường cái hột cho tôi. Chấm hột xoài vào nước mắm đường đặc kẹo, tôi cạp sạch đến tận vỏ cứng của nó. Cậu Tờ bảo tôi đưa hột xoài cho cậu rồi cậu túm hết vỏ xoài đi thẳng ra ngoài vườn. Một đỗi sau, cậu trở vô căn dặn tôi:

- Không được khoe với ai hết nghe chưa. Tao hái trộm xoài của anh chị Bảy đãi mầy, ổng bả biết là chết cả mầy lẫn tao.

Tôi trấn an cậu:

- Bộ cậu nói tui ngu lắm sao. Vả lại cậu sợ gì chớ? Cả ngàn trái xoài đầy ngật trên cây, mất một trái làm sao ba má tui biết được?

Cậu Tờ giải thích là cậu leo cao không được, cậu hái xoài dưới thấp. Xoài dưới thấp mất trộm dễ bị ba má tôi phát giác vì ba tôi rất tinh ý. Sáng nào ba tôi cũng đi vòng quanh vườn kiểm soát xem đêm qua xoài có bị hái trộm không. Xoài đã tới mùa hái rồi, ba mẹ tôi đã bán mão cho người ta. Mất xoài không tiếc chỉ sợ mất uy tín với bạn hàng.

Những lần cậu Tờ và tôi ăn xoài, ba má tôi cũng biết xoài bị mất trộm nhưng ông bà chưa nghi người trong nhà hái trộm mà chỉ cho là hàng xóm tham lam. Lần nào cũng vậy, sau khi ăn xong là cậu Tờ đem chôn vỏ, hột xoài, ra ao rửa thật sạch chén đựng nước mắm đường.

Hết thèm xoài, cậu Tờ rủ tôi ra ruộng bắt cá nhảy hầm. Cậu đào một cái hầm rộng bằng cái mâm bên bờ đất, sâu độ nửa thước, trét bùn thật láng chung quanh. Cậu và tôi ngồi cách hầm xa xa chờ nghe tiếng cá nhảy từ thửa ruộng bên này qua thửa ruộng bên kia lọt xuống hầm. Tai cậu rất thính, vừa nghe tiếng động là cậu chạy nhanh tới rọi đèn bấm xem. Gặp cá kèo cửng, cậu bắt thả vào ruộng. Gặp cá lóc lớn bằng cườm tay, cậu đập đầu trét bùn kín từ đầu đến đuôi cá, xuyên một que cây vào miệng cá rồi chất rơm đốt lửa lên thui. Qua ánh lửa bập bùng, nét mặt cậu nghiêm nghị, khi thì cau lại, lúc thì giãn ra theo từng nhịp trở mình cá trên ngọn lửa hừng hực. Lớp bùn đen đổi màu dần dần trở nên đỏ ửng. Cá vừa chín thì đống lửa rơm cũng vừa tàn.

Cậu cắm đứng con cá bọc kín trong lớp bùn xuống nền đất ướt trên bờ đắp rồi trải lá chuối khô bắt đầu dọn tiệc. Gia vị chỉ có một ít rau dấp cá, một gói muối tiêu, vài ba trái ớt xanh. Cậu bảo tôi ngồi xếp bằng trên mặt đất đợi cậu đãi ăn món cá nướng đất, món sở trường của cậu. Qua ánh đèn bấm, cậu bóc lớp bùn trên mình cá. Vảy cá theo lớp bùn non bị bóc đi, phô lớp thịt trắng tinh bốc khói bay nhè nhẹ. Mùi thơm đặc biệt tỏa ngát quanh chúng tôi. Dịch vị tôi lại làm việc nhanh chóng. Nước miếng ứa ra đầy miệng. Cá ngọt làm sao. Cậu nhường nạc cho tôi, còn cậu mút xương và lãnh cái đầu cá. Trong đêm thanh vắng, tôi nghe rõ tiếng cậu nhai đầu cá giòn rụm.

Những đêm có nước ròng, cậu rủ tôi đi bẫy cá nhảy hầm và nướng ăn tại chỗ. Ngán cá, cậu tổ chức đi bắt con nha, một loại cua nho nhỏ như con còng. Có đêm cậu bắt được hàng nửa thùng thiếc. Nha luộc ăn không ngon bằng nha nướng. Mùi nha nướng thơm như cua nướng. Thịt nha ngọt không thua gì thịt cua.

Tình bạn giữa tôi và cậu Tờ ngày thêm khắng khít. Một ngày vắng cậu, tôi buồn rã rượi. Ba má tôi ngăn cấm tôi chừng nào tôi lại càng quyến luyến cậu chừng nấy.

Hai ống chân ghẻ của cậu đối với tôi chỉ là nỗi bất hạnh trong cuộc đời trai tráng của cậu. Vì nó mà cậu bị mọi người hắt hủi, bạc đãi. Hằng tháng cậu lặn lội tới nhà thương quận Cần Giuộc xin thuốc uống và bom-mát về thoa ghẻ, nhưng chờ cả ngày trời, nhà thương chỉ phát cho cậu một hũ bom-mát nhỏ bằng đầu ngón cái, không đủ trét đầy một phần ba ống quyển. Trét bom-mát lên mặt ghẻ, chỉ chừng vài giờ sau nước vàng làm trôi mất thuốc. Cậu nghe thiên hạ bày: uống hay chích trụ sinh thì chóng lành bịnh, nhưng làm sao có trụ sinh mà trị bịnh? Ai cho cậu? Tiền đâu cậu mua? Cậu nghèo rớt mùng tơi. Lối xóm có ai nhờ tát ao, gặt lúa, làm công việc vặt vãnh, cậu chỉ có đủ tiền mua thuốc rê, thứ rẻ tiền nhất để kéo cho đã cơn ghiền. Không có giấy quyến, cậu quấn bằng lá chuối khô hoặc lá trâm bầu.

Món thuốc duy nhất còn lại để trị bịnh ghẻ của cậu là hột lịch mọc đầy ngoài đồng. Mỗi lần cậu Tờ làm thuốc mới, tôi đều có mặt để giúp cậu một tay. Hai cậu cháu đi hái trái lịch ngoài đồng đem về dùng chày đâm tiêu đập nhè nhẹ cho hột lịch rơi xuống nền gạch. Gom hột lại được chừng một tô nhỏ. Cậu đem ngâm vào cái thau. Hột lịch nhỏ như hột é, ngâm trong nước ít lâu sẽ nở ra và dính keo lại với nhau.

Cậu nấu nước sôi để nguội rửa hai mảng ghẻ trên hai ống chân cho sạch rồi nắn hột lịch thành hai cái máng xối đắp lên trên. Cậu vuốt vuốt cho hột lịch dán chặt vào mặt ghẻ. Chất nhờn của hột lịch bám sát vào da, hít hơi nóng của ghẻ làm cậu cảm thấy dễ chịu. Hai cái máng xối hột lịch cũ cứng như củi. Tôi thường chơi trò thả tàu trên mặt ao với hai cái máng xối hột lịch khô cứng ấy. Chúng chồng chềnh trên mặt nước trôi theo gió ra giữa ao rồi chìm lỉm. Tôi thương cậu quá, tôi thấy không gớm chút nào hết. Có những đêm ghẻ hành, ngủ không được, cậu lăn trở rên khe khẽ. Nằm bên cạnh, tôi cũng thao thức, xót xa giùm cậu.

Cũng tại vì hai ống chân ghẻ mà cuộc tình đầu đời của cậu tan vỡ và cho đến tuổi trên bốn mươi cậu vẫn chưa có một người đàn bà an ủi, vỗ về.

Vào tuổi 22, cậu quen và yêu một cô thôn nữ tên Thoa, con gái một trung nông bên làng Thuận Thành. Tuy là gái quê nhưng cô Thoa khá đẹp lại giỏi nữ công, gia chánh. Cậu Tờ cũng thuộc loại trai làng có học, dù chỉ đỗ bằng tiểu học. Cậu lại biết ăn nói, hiền lành. Trong làng ai cần nhờ gì, cậu đều giúp đỡ, không hề từ chối, từ thảo đơn, thưa gởi kiện tụng, thậm chí tới viết giùm thơ tình, cậu cũng giúp luôn. Cuộc tình Thoa-Tờ khá thơ mộng. Đầu thôn, cuối làng, ai cũng biết cuộc tình ấy. Hai người thề non hẹn biển sẽ yêu nhau suốt đời.

Bỗng một chiều đau đớn nhứt đời cậu, cô Thoa và cậu hẹn gặp nhau tại đình làng để dứt khoát chuyện cưới xin. Hai người ngồi sát vào nhau tình tự. Cậu ôm cô Thoa vào lòng, xin hỏi cưới cô làm vợ. Cô Thoa đẩy nhẹ cậu ra, láo liêng nhìn chung quanh sợ có ai trông thấy. Chiếc khăn tay rơi xuống đất, cô Thoa cúi xuống lượm, một mùi thịt thúi phảng phất qua mũi cô.

Cô hỏi trổng:

- Mùi gì y như là mùi chuột chết vậy anh Tờ?

Cậu Tờ giật mình đánh thót:

- Mùi gì đâu?

- Anh không nghe thấy sao?

- Không… không có… mùi gì hết.

Cô Thoa đưa mũi đánh mùi chung quanh, lúc ngước lên, khi cúi gần sát đôi chân cậu Tờ. Cậu đã biết mùi đôi chân ghẻ của mình bị người yêu khám phá. Cậu ngượng cứng cả mình mẩy. Cậu lo sợ, nghe lòng tê tái. Hạnh phúc sắp vuột khỏi tầm tay cậu rơi vỡ tan tành. Đôi chân ghẻ làm ung thúi cuộc tình vừa nảy nở trong tim hai người.

- Chắc có con gì chết sình trong đình nên bốc mùi hôi thúi dữ vậy đó.

Cậu Tờ nắm tay cô Thoa nói nhanh:

- Ờ… ờ thúi thiệt. Thôi, tụi mình về đi Thoa.

Cậu đưa cô Thoa ra cửa đình rồi hai người chia tay nhau. Cậu về nhà như kẻ mất hồn. Cậu đã cố giấu đôi chân từ nửa năm nay. Cô Thoa chưa hề biết bệnh tật của cậu. Mỗi lần hẹn hò cô Thoa, cậu rửa ghẻ thật sạch, băng bó cẩn thận. Lần gặp này, cậu bận quá nên quên bẵng đi khuyết điểm của mình. Cậu hối hận. Cậu buồn và tự trách mình. Suốt hai ngày trời, cậu bỏ cơm trốn biệt trong phòng. Bịnh không hẳn là bịnh nhưng tay chân cậu rã rời, đi đứng hết muốn nổi.

Cô Thoa chưa biết gì cả. Cô vẫn nghĩ rằng mùi hôi thúi kia phát xuất từ một con vật gì đó chết sình trong ngôi đình làng. Hình ảnh cậu Một Tờ vẫn rạng rỡ trong trái tim cô.

Nhưng rồi việc gì phải đến đã đến. Trai tráng trong làng ganh tức với cậu Tờ, phao tin đến tai cô Thoa:

- Già kén kẹn hom! Con Thoa nó hết người thương rồi hay sao mà nhè chọn cái thằng Tờ ghẻ hờm!

- Hai mảng ghẻ trên hai ống chân thằng Tờ cho con Thoa nó hít đã dữ a! Ngủ quên nó gác hai ống chân thúi đó lên, con Thoa có nước chết ngắc chớ sống sao nổi!

- Nó lén lên Sài Gòn chơi bời mắc bịnh kín nên thân thể nó mới ra nông nỗi đó! Mang bệnh đó làm sao sanh con đẻ cái được mà con Thoa nó ham?

Cô Thoa nghe đầy tai những lời chế giễu độc ác. Cô sực nhớ lại mùi hôi thúi ở lần gặp gỡ cuối cùng với cậu Tờ. Tiếng đồn rõ ràng là sự thật. Từ trên đỉnh cao hy vọng, tin yêu, cô rớt xuống vực sâu tuyệt vọng và khiếp đảm.

Từ đó, cậu Tờ không bao giờ còn gặp lại cô Thoa nữa. Mối tình đầu đời của cậu giãy chết ngay sau lần hẹn hò ấy.

Cậu kể lại cho tôi nghe, mắt cậu long lanh màn nước mỏng. Cô Thoa hãy còn sống bên làng Thuận Thành. Cô đã là một bà mẹ tám con, đứa con gái đầu lòng đã 19 tuổi. Nay cô đã làm bà và có cháu ngoại. Chồng cô là một nông dân lực lưỡng, suốt đời chỉ biết cầm cuốc làm ruộng rẫy.

* * *

Nhựt đầu hàng Đồng Minh. Chiến cuộc Việt Nam rẽ sang một lối khác. Việt Minh nổi dậy khắp nơi. Pháp quay trở lại Việt Nam. Gia đình tôi bỏ Cần Giuộc về Chợ Lớn, tôi tiếp tục việc sách đèn. Buổi chia tay với cậu Một Tờ tôi khóc thật nhiều như thể chúng tôi không còn bao giờ gặp nhau nữa.

Cậu ôm đầu tôi, vỗ về:

- Cháu về trển mạnh giỏi. Ráng ăn học để sau này thành tài giúp dân, giúp nước. Thỉnh thoảng cậu sẽ lên thăm cháu. Chợ Lớn-Cần Giuộc không cách xa nhau mấy cây số đâu.

Tôi lặng thinh siết chặt tay cậu như không muốn rời xa. Tôi nghĩ cậu nói vậy cho tôi yên lòng chứ tôi biết chắc là cậu sẽ khó mà gặp tôi vì cậu làm sao có tiền mua vé xe đò lên thăm tôi.

Đúng như điều tôi nghĩ, tôi rời làng Phước Lâm đã ba năm mà tôi và cậu Một Tờ chưa gặp lại nhau một lần. Tôi hỏi thăm ba má tôi thì mới hay cậu đã bỏ làng Phước Lâm đi đâu không ai biết.

Rồi một ngày, tôi nghe được tin sét đánh về cậu Một Tờ: cậu đã bị Việt Minh xử bắn! "Chánh quyền cách mạng" bắt cậu về tội làm gián điệp cho Pháp! Người ta dựng lên một tòa án nhân dân tại ấp Phước Kế, đọc bản án "phản quốc" và bắn cậu Tờ ngay trước cửa đình làng Phước Lâm, nới mà cách hai mươi mấy năm về trước, cậu và cô Thoa gặp nhau lần cuối cùng.

Tôi lén ba má tôi về Cần Giuộc tìm thăm mộ cậu Một Tờ. Không ai biết đích xác cậu được chôn cất ở đâu vì người ta kéo xác cậu đi mất sau cuộc xử bắn. Bà con lối xóm bàn tán xôn xao một dạo về bản án "phản quốc" của cậu Một Tờ. Ai cũng bất nhẫn trước cái chết của cậu. Cậu Tờ làm sao làm gián điệp cho Pháp được. Tiếng Pháp cậu dốt đặc kia mà! Người ta chỉ thấy cậu thường đi về xã Long Phụng với áo quần, giày nón mới rồi tình nghi cậu lấy tiền của giặc điểm chỉ này nọ. Thực ra, cậu đã bỏ ruộng đồng lặn lội lên Trảng Bom làm cây rừng với một người quen. Có tiền cậu sắm áo quần, nón, giày mới thỉnh thoảng trở về quê chơi, đãi bạn bè nhậu nhẹt.

Tôi ngồi trước thềm nhà cũ, nhìn hai mảnh vườn xoài và cam quýt. Bao nhiêu kỷ niệm êm đềm của một thời chạy giặc, kết bạn vong niên với cậu Một Tờ chợt sống dậy trong tâm tưởng. Vườn xoài bây giờ không còn xum xuê như thuở nào nữa. Những trái xoài màu vàng trắng vẫn còn lắc lư, đong đưa trong gió như nhắc tôi nhớ những đêm cậu Tờ trộm xoài cùng tôi ngồi ăn ngấu nghiến với nước mắm đường dầm ớt xanh. Hình dung miếng xoài tượng giòn khứu chấm thật sâu vào chén nước mắm đường dầm ớt đặc kẹo bỏ vào miệng nhai rôm rốp không còn làm tôi thèm chảy nước miếng như thuở nào nữa. Nó sẽ làm tôi ê răng, thè lưỡi vì thiếu vắng một người, một người dơ dáy bẩn thỉu nhưng tôi yêu và quý nhất trong đời.

Tôi rảo bước trên từng bờ đất đắp ngăn chia hàng hàng lớp lớp ruộng nước trải dài đến ngút ngàn. Tôi bồi hồi nhớ đến những đêm bắt cá nhảy hầm với cậu Tờ. Một cây lịch vướng vào chân tôi. Tôi cúi xuống ngắt một cành đầy hột. Bóp nát hột ra, vô số hột nhỏ li ti rơi nằm trong bàn tay tôi. Tôi nhổ một bãi nước bọt, cắm đầu hột lịch vào. Một tiếng "tách" bật lên, hột vỡ đôi. Không còn cậu Tờ nữa, ai sẽ dùng hột lịch chế thành một thứ thuốc trị ghẻ không bao giờ lành. Cây hột lịch bây giờ mọc khắp nơi. Chúng tha hồ mọc. Cậu Một Tờ giờ đã thành người thiên cổ. Ghẻ cậu đã lành hay vẫn còn hành nhức cậu từng đêm?

Giữa hoàng hôn đồng nội, tôi lững thững bước đi như kẻ mất hồn. Ngang qua cổng đình làng, tôi dừng lại nhìn vào trong. Cửa đình mở rộng, tối om. Ở một chỗ nào đó trong đình thuở xa xưa, cậu Một Tờ và cô Thoa đã cùng nhau nói chuyện tương lai và cũng nơi đó, cuộc đời của cậu đã kết thúc thật tang thương.

Bỗng dưng tôi rùng mình, tưởng chừng như oan hồn của cậu còn phảng phất đâu đây!

Sỹ Liêm

THÁI QUỐC MƯU

Sinh ngày 11 tháng 2 năm 1941.

Quá trình văn học:

- Viết văn, làm thơ từ năm 1962, với bút hiệu Liêu Tần Tử.

- Bút danh: Liêu Tần Tử, Bằng Giang, Liêu Tiên Sinh và tên thật.

Tác phẩm đã xuất bản:

- Gió quyện hương đồng (tập văn, thơ), Dân Việt, Inc. 1998.
- Phía sau cuộc đời (truyện vừa), Dân Việt, Inc. 1999.
- Kỷ vật cho đời (thơ), Dân Việt, Inc. 2007.
- Như giọt sương sa (thơ), Dân Việt, Inc. 2008.
- Thơ Đường luật Thái Quốc Mưu, Dân Việt, Inc. 2008.
- Thơ tứ tuyệt Thái Quốc Mưu, Dân Việt, Inc. 2008.
- Tản mạn - Chuyện vặt đời thường, Dân Việt, Inc. 2008.
- Truyện ngắn Thái Quốc Mưu, Dân Việt, Inc. 2008.
- Kỷ niệm một đời cầm bút, Dân Việt, Inc. 2013
- Tập tản văn: phê bình – biên khảo, phiếm, tản mạn…
- Nhạc phẩm: Tình khúc quê hương (viết chung với các nhạc sĩ: Bằng Giang, Nguyễn Hữu Tân, linh mục Trần Đoàn (nhà văn Lã Mộng Thường), Lưu Nhất Vũ, Nguyễn Long).

- Viết chung trên 66 tác phẩm văn học ở Mỹ, Pháp, Canada, Úc…

- Khoảng 100 trang Web đăng bài.

- Có truyện đọc trên Radio VNCR, VOA, BBC và Tiếng Nước Tôi.

- Có truyện đăng khoảng 100 Website & Báo chí khắp nơi.

Đặc biệt, giáo sư tiến sĩ Nguyễn Quang ở Việt Nam đã viết cuốn "Phê bình văn học – Viết về nhà văn / nhà thơ Thái Quốc Mưu". Có lẽ đây là lần đầu tiên một tác giả dành 400 trang sách để viết chỉ một người làm văn học. Sách do Công ty Amazon ở Hoa Kỳ ấn hành.

SỰ THẬT MỘT VÀI NHÂN VẬT
TRONG BỘ TIỂU THUYẾT TAM QUỐC DIỄN NGHĨA
CỦA LA QUÁN TRUNG -
SO VỚI BỘ CHÁNH SỬ TAM QUỐC CHÍ CỦA TRẦN THỌ.
BÀI 1

(Tiếp theo bài 3)

Thái Diễm (蔡琰), còn gọi là Sái Diễm, tự Chiêu Cơ (昭姬). Kết hợp chung thành: "Kiến An Thập Nhất Tài Danh"

Người đời gọi Văn học Kiến An là vì nền văn học này bộc phát trong thời Hán Hiến Đế nên dùng niên hiệu Kiến An của ông làm cái mốc thời gian với văn học Lưỡng Hán (Tây Hán và Đông Hán) và nền văn học thời Lục Triều.

Lục triều (六朝), 220 hoặc 222-589 là một danh từ dùng để chỉ 6 triều đại đặt kinh đô tại Kiến Nghiệp/Kiến Khang (nay là Nam Kinh) gần Trường Giang, gồm các nước: Đông Ngô (222–280) / Đông Tấn (317-420) / Lưu Tống (420-479) / Nam Tề (479–502) / Lương (502–557) / Trần (557–589).

Còn 6 triều đại có quan hệ kế thừa, đã sử dụng niên hiệu của các triều đại trên trong biên niên ký sự chính thống, giai đoạn này là Lục triều, hoặc Ngụy-Tấn-Nam-Bắc triều, gồm các nước: Tào Ngụy (220–265) / Tấn (265–420) / Lưu Tống (420–479) / Nam Tề (479–502) / Lương (502–557) / Trần (557–589).

Năm 204, đánh bại Viên Thiệu ở Nghiệp Thành, Tào Phi gặp Chân phu nhân (dâu Viên Thiệu), Tào Phi ham mê sắc đẹp của Chân thị bèn ép Chân thị lấy mình – dù chồng bà là Viên Hy vẫn còn sống. Sau khi tiếm ngôi Nhà Hán, Tào Phi xưng là Tào Ngụy Văn Đế (曹魏文帝), Chân thị được Ngụy Văn Đế Tào Phi phong làm Chân phu nhân, năm 205 Chân phu nhân hạ sinh Tào Duệ.

Ngụy Minh Đế (曹魏明帝) tức Tào Duệ (曹叡, 205-239); tự Nguyên Trọng (元仲), trị vì từ năm 226 đến 239. Tào Duệ là vị vua thứ 2 của Tào Ngụy, có thực quyền.

Ngụy Minh Đế Tào Duệ không có con, xin con của Nhậm Thành vương Tào Giai (曹楷) là Tào Phương – là hoàng thân quốc thích Nhà Tào Ngụy – làm con nuôi rồi lập thành thái tử.

Tào Phương (曹芳), 232–274, tự Lan Khanh (蘭卿), ở ngôi 239-254, mới 7 tuổi đã làm hoàng đế thứ 3 của Tào Ngụy. Do lên ngôi lúc còn nhỏ, quyền chính về tay Tư Mã Ý. Năm 251, Tư Mã Ý chết, quyền bính nhà Tào Ngụy lọt vào tay hai người con của Tư Mã Ý là Tư Mã Sư và Tư Mã Chiêu.

Năm 253, Tào Phương có ý muốn dẹp quyền lực dòng Tư Mã, bị Tư Mã Sư đoán được bèn truất phế và lập Tào Mao lên ngôi hoàng đế.

Tào Mao (曹髦) tự Ngạn Sĩ (彦士), 15/11/241- 2/6/260, tước Cao Quý Hương Công (高貴鄉公), con trai của Đông Hải Định Vương Tào Lâm và là cháu nội Ngụy Văn Đế Tào Phi. Lên ngôi lúc 14 tuổi. Năm 260, Tào Mao muốn trừ khử Chiêu, bị Chiêu giết và lập Tào Hoán lên thay, tức Ngụy Nguyên Đế Tào Hoán (246–302).

Tào Hoán Ngụy Nguyên Đế, sanh năm 246, tên thật Tào Hoàng (曹璜), là con trai của Yên Vương Tào Vũ (曹宇) là vị vua cuối cùng của nhà Tào Ngụy.

Năm 263, Tư Mã Chiêu điều binh diệt nước Thục Hán xong, được vua Ngụy phong tước Tấn Vương. Năm 265, Tư Mã Chiêu đau nặng, bèn lập con cả là Tư Mã Viêm lên thay.

Tư Mã Viêm làm Tấn Vương, không bao lâu bèn buộc hoàng đế Tào Hoán tức Tào Ngụy Nguyên Đế thoái vị vào ngày Nhâm Tuất tháng 12 năm Ất Dậu (tức 4 tháng 2 năm 266). Tư Mã Viêm soán ngôi Tào Ngụy, lên ngôi hoàng đế vào ngày Bính Dần cùng tháng (tức 8 tháng 2), xưng là Tấn Vũ Đế. Nhà Tào Ngụy mất về dòng họ Tư Mã. Vương triều Tây Tấn ra đời.

Quan Tư Không nhà Tấn là Trương Hoa yêu mến tài năng của Trần Thọ, tiến cử Thọ làm Hiếu Liêm, bổ nhiệm làm Dương Bình Lệnh.

Bản thân được ổn định, Trần Thọ tiếp tục viết bộ Tam Quốc Chí, ghi lại tất cả mọi diễn tiến trong thời kỳ Trung Quốc bị phân ba nước: Ngụy, Thục Hán, Đông Ngô. Tổng cộng 65 thiên, sớm trở thành một trong 24 bộ chính sử lớn nhất của Trung Hoa.

Bốn bộ sử liệu sau đây đã góp phần không nhỏ cho Trần Thọ hoàn thành bộ Tam Quốc Chí:

I. Ngụy thư của Ngụy Thâu

II. Ngụy lược của Ngư Hoạn

III. Ngô thư của Vi Chiêu

IV. Tấn Thư của Phòng Huyền Linh và Lý Diên Thọ

Riêng Thục Hán không có chính sử, Trần Thọ phải tự thu thập tư liệu để viết.

Trong 4 bộ Sử Thư nêu trên đây, chỉ có hai bộ: Ngụy Thư của Ngụy Thâu và Tấn Thư của Phòng Huyền Linh và Lý Diên Thọ là đáng chú ý nhất.

A. Bộ Ngụy thư của Ngụy Thâu:

Ngụy Thâu (魏收), 506–572, tự Bá Khởi, thụy Văn Trinh, là con trai của thái học bác sĩ (bác sĩ ở đây xin hiểu là tiến sĩ của ta, không là bác sĩ như của ta) Ngụy Tử Kiến, người Hạ Khúc Dương huyện Cự Lộc, Hà Bắc (nay thuộc Bình Hương, Hà Bắc) là nhà văn, nhà sử học thời Bắc Tề, chủ biên bộ chính sử Ngụy Thư, năm Thiên Bảo thứ 5 (năm 554), đến năm Thiên Bảo thứ 10 (năm 559) mới hoàn thành.

Bộ Ngụy thư có 114 quyển, gồm Đế kỷ 12 quyển, Liệt truyện 92 quyển, Chí 10 quyển, chép về lịch sử hưng thịnh và suy vong của Bắc Ngụy thời Nam Bắc Triều từ khi Đạo Vũ Đế kiến quốc năm 386 cho đến khi Đông Ngụy Hiếu Tĩnh Đế bị phế truất năm 550.

Khi viết, Ngụy Thâu có lòng thiên vị, thiếu trung thực, phán xét sai lầm, lệch lạc nên đây là bộ sử bị phê phán nhiều nhất. Chẳng hạn, với chủ đích tâng bốc tổ tiên của tác giả qua hình thức ca ngợi Bắc Ngụy quá trớn, mà hạ nhục tổ tiên đối thủ chính trị với tổ tiên mình và bản thân tác giả. Người đương thời gọi Ngụy Thư là "Uế thư" (sách nhơ bẩn như rác rưởi). Ngoài ra, còn viết sai lầm lịch sử, cụ thể, trước Bắc Ngụy nước Đại chỉ là tiểu quốc, từng là chư hầu của các nước Tiền Yên, Tiền Tần, Tây Tấn, Hậu Triệu nhưng, trong Ngụy Thư lật ngược lại cho rằng nước Đại là một cường quốc, từng làm bá chủ các nước nêu trên, những nước mà trước kia nước Đại chỉ là chư hầu.

Ngoài ra, tác giả chỉ đưa tên hoàng đế Đông Ngụy là Hiếu Tĩnh Đế vào bộ Ngụy Sử mà cố tình "bỏ quên" không viết tên tuổi các vị hoàng đế phía Tây Ngụy chỉ vì nước Tây Ngụy vốn là kẻ thù địch của Đông Ngụy, trong khi tác giả Ngụy Thâu làm quan ở triều Đông Ngụy. Mặt khác, trong Ngụy Sử, Ngụy Thâu không trung thực khi gọi các nước thuộc Nam Triều và các quốc gia lâng bang bằng quốc hiệu, mà chỉ viết các quốc gia ấy là thứ man di, mọi rợ,… Vì thế, đến đời Tùy, Tùy Văn Đế sai thuộc hạ soạn lại toàn bộ bộ Ngụy Thư.

Tùy Văn Đế (隋文帝), 541-604 tên thật Dương Kiên (楊堅), tự Na La Diên (那羅延), Tây Ngụy Cung Đế ban cho họ Phổ Lục Như (普六茹), là con của Dương Trung. Ông là người sáng lập triều đại nhà Tùy, ở ngôi từ năm 581 đến năm 604. Sau khi xem xong bộ Ngụy Sử (hay Ngụy Thư) của Ngụy Thâu, thấy Ngụy Thâu viết không chính xác, thiếu trung thực, ông không hài lòng bèn truyền lệnh cho Nhan Chi Suy cùng Ngụy Đạm soạn lại, chưa xong thì Tùy Văn Đến bị chính con ruột của mình là Dương Quảng, dùng độc tửu giết chết!

Những năm cuối đời, tính tình Tùy Văn Đế thay đổi thất thường, giết người một cách tùy ý. Có lần đến kho vũ khí tuần tra, thấy trong kho hơi dơ bẩn, ông ra lệnh bắt trưởng kho, hạ lệnh tử hình.

Lại còn nghe lời giềm pha của người con thứ là Dương Quảng phế con trưởng là thái tử Dương Dũng, lập con thứ là Dương Quảng làm hoàng thái tử.

Tháng Bảy âm lịch năm Nhâm Thọ thứ 4 (604), khi Tùy Văn Đế đang bệnh, bị hoàng thái tử Dương Quảng hại chết, thọ 64 tuổi,

Dương Quảng (楊廣) hay Dương Anh (楊英), tự A Ma (阿), sau khi giết chính cha ruột của mình là Tùy Văn Đế, để soán ngôi, xưng là Tùy Dạng Đế (隋炀帝), 569 đến 11/4/618) (có sách viết là Tùy Dượng Đế).

Sau khi soán ngôi của vua cha, Tùy Dạng Đế sai Dương Tố, Phan Huy, Trử Lượng, Âu Dương Tuân cùng Nhan Chi Suy, Ngụy Đạm họp thành nhóm chủ biên, nghiên cứu, viết tiếp Ngụy Thư, đến khi hoàn tất, có 114 quyển.

Tùy Dạng Đế có công hoàn tất Ngụy Thư (hay Ngụy Sử), nhưng y sớm trở thành tên bạo chúa. Giết anh ruột nguyên là thái tử bị phế Dương Dũng, rồi giết tất cả con cái của Dương Dũng. Hãm hại em trai là Dương Tú, Dương Lượng. Bức tử em gái là công chúa Lan Lăng. Lại bắt xây thành quách, cung điện ở Đông Đô vô cùng xa xỉ,…

Về sau Đường Trường Nhụ chủ trì tu chỉnh, nhuận sắc bộ Ngụy Thư (Ngụy Sử) mới được hoàn chỉnh như ngày nay.

B. Bộ Tấn Thư của Phòng Huyền Linh và Lý Diên Thọ.

Tấn thư (晋書) là 1 trong 24 bộ chánh sử của Trung Hoa, do Phòng Huyền Linh và Lý Diên Thọ biên soạn năm 648, do lệnh Đường Thái Tông Lý Thế Dân.

Đường Cao Tổ (唐高祖), 566 đến 25 tháng 7 năm 635, tục danh là Lý Uyên (李淵), tự Thúc Đức (叔德), là vị hoàng đế khai quốc của triều Đường. Ông ở ngôi trên 8 năm (618-626). Trước, Lý Uyên là tôi thần nhà Tùy, cai quản khu vực tỉnh Sơn Tây ngày nay.

Lợi dụng khi triều đại nhà Tùy mục nát, Năm 617, Lý Thế Dân khuyên cha là Lý Uyên chống lại nhà Tùy. Khởi đầu đánh chiếm kinh đô Trường An. Xong, Lý Uyên tự phong là "đại thừa tướng", hưởng tước Đường Vương. Để che giấu ý đồ, Lý Uyên tôn Dương Hựu lên ngôi làm hình nộm, tức là Tùy Cung Đế.

Tùy Cung Đế (隋恭帝) 605-14 tháng 9 năm 619, tên húy là Dương Hựu (杨侑), là hoàng đế thứ 3 của triều Tùy. Theo truyền thống, ông được xem là vị hoàng đế cuối cùng của triều đại do là người đã chính thức thiện nhượng cho Lý Uyên - hoàng đế khai quốc triều Đường - mặc dù sau đó, Dương Đồng đã xưng đế và tiếp tục tại vị cho đến năm 619. (Tùy Thư Dạng Đế Truyện chép rằng: "Ban đầu Dương Hựu được phong là Trần Vương và sau được cải phong là Đại Vương, song trong Cung Đế Bản Kỷ cải chính rằng Dương Hựu ngay từ lúc đầu đã được phong là Đại Vương. Tức là Dương Hựu không có thọ chức Trần Vương).

Sau khi cướp ngôi nhà Tùy, Lý Uyên xưng đế hiệu là Lý Cao Tổ, phong vợ là Đậu thị làm Thái Mục hoàng hậu. Con trưởng là Lý Kiến Thành làm đông cung thái tử.

Đậu Thái Mục hoàng hậu ở với Đường Cao Tổ Lý Uyên có 4 người con trai và một người con gái, theo thứ tự: Lý Kiến Thành, Bình Dương Chiêu công chúa, Lý Thế Dân, Lý Huyền Bá và Lý Nguyên Cát.

Lý Thế Dân nghĩ mình có nhiều công lao với vua cha, nên giành ngôi vị thái tử với anh trưởng là thái tử Lý Kiến Thành. Vào ngày 2 tháng 7 năm 626, Lý Thế Dân cho phục kích tại Huyền Vũ Môn giết chết người anh ruột của mình là thái tử Lý Kiến Thành và người em trai ruột là Lý Nguyên Cát.

Biết rõ tâm địa của Lý Thế Dân, Đường Cao Tổ Lý Uyên (có lẽ sợ chết mà cũng không thể bắt tội con) bèn truyền ngôi cho Lý Thế Dân.

Đường Cao Tổ Lý Uyên lên làm thái thượng hoàng, an hưởng tuổi già đến cuối đời. Lý Thế Dân tức vị, xưng đế hiệu là Đường Thái Tông. Đường Thái Tông (唐太宗), trị vì từ 23 tháng 1-598 đến 10 tháng 7-649. Ông là con trai thứ hai cũng là người nối ngôi Đường Cao Tổ Lý Uyên.

Đường Thái Tông trị vì được 24 năm (626-649) niên hiệu là Trinh Quán (貞觀). Suốt thời gian tại vị Đường Thái Tông chỉ dùng duy nhất niên hiệu này.

Thuở nhỏ, Lý Thế Dân đã biểu lộ tài hoa, giỏi thư pháp, âm nhạc, tinh thông thập bát ban võ nghệ, có tài cầm quân, thạo binh pháp, rất can đảm, không nề những việc hiểm nguy. Khi tấn công thì như thác trào nước lũ, ào ạt như vũ bão,... đối phương luôn kiêng dè, nể sợ.

Lúc 18 tuổi, đã nắm binh quyền, được nhiều danh tài tìm đến đầu phục. Có những kẻ giàu khả năng, thiện chí như Lý Tĩnh, Uất Trì Kính

Đức, Tần Thúc Bảo, Từ Mậu Công, Trình Giảo Kim,... Ông được xem là khai quốc hoàng đế, đồng sáng lập nhà Đường với vua cha là Đường Cao Tổ Lý Uyên.

Đường Thái Tông là một vị vua tài ba, đem cường thịnh tột đỉnh đến nhà Đại Đường. Ông được coi là một trong những vị hoàng đế vĩ đại nhất trong đất nước Trung Hoa, không kém gì các vì vua như Tần Thủy Hoàng Doanh Chính, Hán Cao Tổ Lưu Bang, Tống Thái Tổ Triệu Khuông Dẫn.

Bộ Tấn Thư có 132 quyển gồm Mục Lục 1 quyển, Đế Kỷ 10 quyển, Chí 20 quyển, Liệt Truyện 70 quyển, Ký Tái 30 quyển. Phần Mục Lục có 2 quyển, bị mất. Hiện nay chỉ còn lại 130 quyển. Sách kể về lịch sử các sự kiện bắt đầu từ Tư Mã Ý thời Tam Quốc đến khi Lưu Dụ phế Tấn Cung Đế lập nhà Lưu Tống năm 420, đồng thời sách còn bổ sung hình thức "Ký Tái" (ghi chép thêm), dùng để tường thuật tình hình chính quyền của 16 nước.

Nhóm tác giả "Tấn Thư" tổng cộng có 21 người bao gồm:

- Ba người trông coi việc tu sửa: Phòng Huyền Linh, Chử Toại Lương, Hứa Kính Tông.

- Tác giả của ba chí Thiên Văn, Luật Lịch, Ngũ Hành: Lý Thuần Phong

- Thể lệ tu sửa đã định: Kính Bá (chú thích: không có lưu truyền lại)

16 người khác: Lệnh Hồ Đức Phân, Lai Tế, Lục Nguyên Sĩ, Lưu Tử Dực, Lư Thừa Cơ, Lý Nghĩa Phủ, Tiết Nguyên Siêu, Thượng Quan Nghi, Thôi Hành Công, Tân Khâu Ngự, Lưu Dận Chi, Dương Nhân Khanh, Lý Diên Thọ, Trương Văn Cung, Lý An Kỳ và Lý Hoài Nghiễm.

Ngoài ra Đường Thái Tông Lý Thế Dân còn viết thêm bốn thiên bàn luận lịch sử trong phần Tuyên Đế Kỷ Tư Mã Ý, Vũ Đế Kỷ Tư Mã Viêm, và hai phần liệt truyện là Lục Cơ, Vương Hi Chi, cho nên mới có tựa đề là "Ngự Soạn" (do vua soạn thảo).

Tam Quốc Chí của Trần Thọ ra đời cùng lúc Hạ Hầu Trạm biên soạn cuốn Ngụy Thư. Sau khi ông đọc Tam Quốc Chí của Trần Thọ rồi, tự thấy không bằng liền tự đem đốt bản thảo của mình. Điều này cho chúng ta thấy, sự xuất hiện tác phẩm Tam Quốc của Trần Thọ đã khiến nhiều học giả đương thời nể trọng. Còn giới quan lại Thục Hán chê Trần Thọ là kẻ vô tình, bất trung, tuyệt Hán!

Tam Quốc Diễn Nghĩa, được La Quán Trung viết vào đầu nhà Minh. (nhà Minh hay triều Minh (明朝) *từ 23 tháng 1 năm 1368* đến 25 tháng 4 năm 1644, là triều đại cuối cùng của người Hán trong lịch sử Trung Quốc. Năm 1368, Hàn Tống Ngô vương Chu Nguyên Chương sau khi tiêu diệt Trần Hữu Lượng, Trương Sĩ Thành và Phương Quốc Trân cùng các thế lực quần hùng, cùng năm ngày 4 tháng Giêng âm lịch đăng quang tại phủ Ứng Thiên, lấy quốc hiệu Đại Minh. Đầu thời kiến quốc, Minh Thái Tổ Chu Nguyên Chương định đô tại phủ Ứng Thiên (nay là Nam Kinh), đến năm Vĩnh Lạc thứ 19 (1421), Minh Thành Tổ Chu Lệ dời đô đến phủ Thuận Thiên (nay là Bắc Kinh). Khoảng cách giữa chánh sử Tam Quốc Chí của Trần Thọ ra đời với tiểu thuyết Tam Quốc Diễn Nghĩa của La Quán Trung khoảng trên một ngàn năm. Trong thời gian đó bộ chánh sử Tam Quốc Chí đã được quần chúng lưu truyền và các giới văn học nghệ thuật đã tiếp tay phổ biến qua hình thức kịch, ca hát, tuồng tích, văn thơ… Tất nhiên, những thể loại đó được thêm thắt, hư cấu không ít… và La Quán Trung cũng đã dựa vào các giả thuyết, hư cấu ấy để viết Tam Quốc Diễn Nghĩa, làm sao tránh khỏi sơ xuất?

Chính việc biên chép Tam Quốc Diễn Nghĩa của La Quán Trung sai sót, thiếu trung thực, đề cao quá đáng những nhân vật của Hậu Hán mà đè bẹp những nhân vật chống nhà Hán. Cho nên, về sau, rất nhiều người chỉnh sửa, nhuận sắc nguyên bản của La Quán Trung cho đúng sự thật. Những bộ Tam Quốc Diễn Nghĩa ra đời sau đó được lưu trữ đến ngày nay, gồm có: Tam Quốc Diễn Nghĩa năm Dần với niên hiệu Hoằng Trị đời Minh (1494) /Tam Quốc Diễn Nghĩa năm Nhâm Ngọ với niên hiệu Gia Tĩnh (1522) gồm có 24 cuốn 240 tiết. Những bộ Tam Quốc Diễn Nghĩa đã lưu hành trước đây, nội dung đều có chỉnh sửa, nhưng không khác nhau nhiều.

Bản gốc, Tam Quốc Diễn Nghĩa của La Quán Trung so với bản của đời nhà Nguyên, có những khác biệt:

- Loại bỏ một số phần mê tín, nhân quả báo ứng và những tình tiết hoang đường.

- Viết thêm, nội dung làm cho nội dung bộ truyện thêm phong phú.

- Tô vẽ tính cách và hình tượng nhân vật cho sâu sắc, đậm nét hơn.

- Nâng cao ngôn ngữ, tăng cường thêm sức hấp dẫn của nghệ thuật.

- Làm nổi bật lên một cách minh bạch và mãnh liệt mang tính văn học.

Tuy nhiên vẫn còn nhiều điều sai sót.

Đến đầu đời Thanh, 1664, Mao Luân cùng con trai là Mao Tôn Cương, người Tràng Châu tỉnh Giang Tô, bắt đầu tu đính truyện Tam Quốc Diễn Nghĩa. Phải mất 15 năm, đến đời Khang Hy thứ 18 (1678) mới hoàn tất.

Trọng tâm của Mao Tôn Cương trong việc chỉnh sửa Tam Quốc Diễn Nghĩa gồm thêm bớt, nhuận sắc, sắp xếp lại các hồi mục, câu đối, câu văn, câu thơ lẫn lộn, lời trùng, sai sót,… và tước bỏ các chương tấu không cần thiết, dồn 240 tiết vào 120 hồi và thêm vào đó những lời bàn,… Từ đó bản Tam Quốc Diễn Nghĩa do Mao Tôn Cương nhuận sắc được lưu truyền rộng rãi.

Đến năm 1958, Nhà xuất bản Văn học Xuất bản xã ở Bắc Kinh lại thêm một lần hiệu đính bản của Mao Tôn Cương. Công việc chỉnh sửa, hiệu đính lần này rất kỹ. Họ dò lại, đối chiếu từng câu, từng chữ, từng tên riêng với bản của La Quán Trung. Sau só, đem bản sửa chữa ấy đối chiếu lại với bản của Mao Tôn Cương để tìm những chỗ chữ sai, hỏng mà hoàn chỉnh. Tóm lại, vẫn giữ gần như nguyên bản của họ Mao.

Đa số những bản in gần đây đều theo bản hiệu đính của nhà xuất bản này.

Như vậy, ta có thể hiểu, ban đầu bộ tiểu thuyết Tam Quốc Diễn Nghĩa do La Quán Trung viết, về sau, Tam Quốc Diễn Nghĩa trở thành bộ sách của rất nhiều tác giả.

***

Tài liệu tham khảo có trích đoạn:

- Kể chuyện Tam Quốc của Lê Đông Phương.

- Tướng soái cổ đại Trung Hoa của Trịnh Phúc Điền, Khả Vĩnh Quyết, Dương Hiệu Xuân.

- Khổng Minh Gia Cát Lượng đại truyện của Trần Văn Đức.

- Tam Quốc Chí của Trần Thọ.

- Bách khoa toàn thư.

- Trần Thọ, Tam Quốc Chí, do Bùi Tùng Chi chú.

- Kể chuyện Lưỡng Tấn Nam Bắc triều của Thẩm Khởi.

- Kể chuyện Tam Quốc, Nhà Xuất bản Đà Nẵng, 2007 của Lê Đông Phương.

- Kể chuyện Tần Hán, Nhà Xuất bản Đà Nẵng, 2007 của Lê Đông Phương, Vương Tử Kim.

- Tam Quốc bình giảng, Nhà Xuất bản Tổng hợp An Giang, 1989 của Nguyễn Tử Quang (1989).

- Tướng soái cổ đại Trung Hoa, Nhà Xuất bản Lao động, 2006 của Trịnh Phúc Điền, Khả Vĩnh Quyết, Dương Hiệu Xuân

- Kiến Thức net.

- ...

Thái Quốc Mưu
(Atlanta, 02-8-2016)

TRẦN HOÀNG VY

- Tên thật: TRẦN VĨNH, sinh ngày 15/5/1952
- Quê quán: Bình Sơn, Quảng Ngãi.
- Tốt nghiệp ĐHSP khoa Ngữ văn, TP.HCM. KI. TTBD. Viết văn Nguyễn Du.
- Làm thơ, viết văn khi còn là HS, SV tại Sài Gòn, thơ đăng trên các báo *Tia Sáng, Điện Tín, Sóng Thần, Thời Tập, Văn học, Phương Đông...* Sau 1975 đăng thơ trên các báo trong nước và hải ngoại.
- Đã xuất bản 16 tác phẩm gồm thơ, truyện cho tuổi mới lớn, thiếu nhi, tản văn, tiểu luận…

SỢI TƠ VẮT QUA HỒ VÀ
CHIẾC LÁ VÀNG CỦA ZEN MASTER BODHI

Forest Park, khu công viên rừng gần ngàn ha cuối mùa đông như đắm mình trong giá băng lạnh lẽo. Hơi nước như sương mờ mỗi buổi sáng trưa chiều tối. Cây sồi cổ thụ tuổi ngót nghét vài trăm tuổi, trơ những thân cành như những sợi dây leo khổng lồ, xoắn vặn chắc vào nhau thành những bắp cây như thừng chão, cổ quái những hình thù nghệ thuật với đủ các trường phái, bên cạnh những hang hốc của duy nhất loại sóc nâu, với những cái đuôi trông giống hệt những chùm bông lau di động, rượt đuổi bắt, cắn la chí chóe. Con đường mòn toàn cây phong hai bên như những hàng người tư lự, xếp hàng đi sâu vào xứ sở của nước, lá mục và vô số những nấm lạ, rải thảm đến tít tắp của màu xanh xám mờ mịt, ẩm ướt.

Tiếng quạ bỗng xao xác, quang quác phía rừng thông. Chợt vút cao tiếng kêu của loài chim lạ, lảnh lót, vang xa và trầm ấm. Tiếng bầy quạ im bặt. Cạnh khu hồ xanh, nước đã đóng băng từ hơn tháng trước, lấp lánh phản chiếu ánh dương quang buổi sáng, bóng dáng chiếc áo dài nâu thấp thoáng và dừng hẳn ở khu nhà lục giác, trông như cái ngó sen, chập chờn trên làn nước băng lạnh.

Tỳ kheo dáng dấp người châu Á, nước da ngăm đen, đầu trọc nhẵn bóng, hàm râu quai nón xoăn tít ép sát vào hai bên quai hàm. Nhìn ông, khách có cảm giác như đứng trước một pho tượng đồng hun của thế kỷ thứ XV, XVI, khoác hờ lên trên tấm khăn màu nâu đất đã bợt bạt màu sương gió. Trong khi gió buốt từ khu rừng vẫn không ngừng len lỏi, lách qua rừng cây như mũi dao nhọn đang lách từ từ vào da thịt...

Tỳ kheo vẫn nghiêm trang, đứng nhìn chăm chú vào tia nắng lấp lánh phía mặt trời mọc, mặt lạnh giá như lớp băng mỏng ngài đứng dưới chân. Khách im lặng, quan sát. Dõi theo cái nhìn như có lửa ấm của tỳ kheo, khác với toàn thân như có lớp băng bàng bạc phủ. Bất giác nụ cười như trẻ thơ mấp máy sau làn râu rậm, khách nghe như có tiếng người từ trong sâu thẳm vang vọng lại:

- Chào ông! Ông từ đâu đến? Tôi có thể giúp được gì cho ông?

- Thưa… thưa…? - Khách chợt ngập ngừng, lúng túng bởi chưa tìm được tên gọi để xưng hô.

- Không sao. Ta là zen master. Mọi người vẫn gọi ta là Bodhi!

- Vâng! Gọi ngài là thiền sư (zen master)… và tôi phải hiểu như thế nào về ý nghĩa "Bồ đề" hay "Giác ngộ" (Bodhi). Khách kính cẩn nghiêng người.

- Ha, ha… "Giác ngộ" ư? Lúc ta tỉnh thức, bỗng thấy vạn vật này, vũ trụ này dường như không có, chỉ mịt mù mưa gió, nắng lửa. Hỏi thấy được gì khi chính nó là không? Hãy cứ gọi ta như sự vốn có. Trong năm giới của tỳ kheo, ta hành thiền và tu thiền, tên gọi là zen master (thiền sư) thế thôi!

- Vâng! zen master! Tôi ở cách đây chừng một dặm (khoảng 1,6km), sáng sớm thường hay tập thể dục ngang đây… - Khách nhỏ nhẹ trả lời.

- Tập thể dục? Điều lợi cho sức khỏe, nên làm! Nhưng mỗi ngày ông ngang đây thấy gì? Sao hôm nay mới vào đây?

- Dạ, cám ơn zen master đã khen! Hàng ngày ngang đây, tôi vẫn hiểu là một khu rừng. Suốt mùa đông, cây rụng hết lá, chỉ có tuyết băng phủ trắng, đi sâu vào cảm thấy rất lạnh, nên tôi ngại vào. Hôm nay thời tiết ấm áp hơn, tôi muốn…

- Khám phá, tìm hiểu chứ gì? Khu rừng vẫn là khu rừng. Hình thức thay đổi theo bốn mùa là thuận theo tự nhiên để sinh tồn và phát triển theo qui luật đào thải. Mùa đông qua, mùa xuân đến, ấm áp và sinh khí đang dần sinh sôi nảy nở. Muôn loài sẽ ùa kéo về. Có điều là…

Một tiếng chim thánh thót, ấm áp vút rơi ngang trời, lay động những cành khô, rào rạt trút giá băng xuống lòng hồ xanh ngăn ngắt, cắt ngang lời nói của thiền sư.

- Ôi! Hồng hạc lại đến sớm trước ta, từ phương Bắc quê hương của nữ thần Tuyết…

Thiền sư bỏ lửng câu nói. Câu chuyện chấm dứt, dang dở khi thiền sư ngồi xuống, lấy trong chiếc bình bát ra cái bánh bích quỷ nhỏ, ông bóp vụn ra và rải xuống mặt hồ và cả trên cái trụ hình hoa đăng ẩm ướt rêu xanh. Dường như có tiếng cá quẫy dưới lớp băng mỏng. Khách giật mình, sởn gai ốc khi thấy một con nhện hình thù như một nhúm rêu úa, đang đu đưa theo sợi tơ mỏng, bay lay phay trong không gian, bắt ánh sáng nắng, cứ loang loáng như có, như không. Con nhện đang lần theo sợi tơ tiến về phía những vụn vỡ của chiếc bánh, rải trên cái trụ hoa đăng. Thiền sư miệng lầm rầm đọc mật ngôn, khách nghe như có lời chào buổi sáng bằng tiếng Anh "Good morning! Good morning!" Thiền sư chào… lũ cá, con nhện hay chào mình? Khách ngẩn ngơ tự hỏi!…

oOo

Nắng rực rỡ, những chiếc lá còn đang là mầm, là nụ, xanh mỏng manh, tím nhàn nhạt như muốn phô bày hết sự sống và sinh sôi nảy nở, lóng lánh muôn vàn hạt sương li ti, vốn là từ hơi nước, chuyển hóa qua mấy tầng lớp của sự sống, giống như con người, luôn chuyển hóa cùng với thời tiết, thích nghi mọi hoàn cảnh để sinh tồn, song sự an nhiên, bình yên thì mỗi loài đều có cách khác để mà xây dựng cả với niềm tin cao cả.

Khách đang đứng giữa ắng lặng của khu hồ xanh Forest Park. Ba hôm rồi không thấy bóng thiền sư, những vụn vỡ của chiếc bánh cũng đã không còn. Nhìn xa ra phía mắt hồ, dưới ánh nắng lấp loáng được lọc qua của muôn tàng xanh lá non, sợi tơ nhện mỏng tan như vẫn còn vắt ngang đâu đó, giữa cành cây phong sang đến ngọn tùng non hăm hở chọc thẳng lên bầu trời xanh, nối qua chiếc lá sẫm màu của cây sồi già trầm mặc… nhưng tịnh không nhìn ra chú nhện màu rêu hôm trước…

- Ô! Thiện tai! Thiện tại! Lại có duyên hội ngộ ông đây…

Khách giật mình, lời nói như mọc dưới đất vọng lên. Phía sau những bông hoa súng nước màu vàng nhạt, thiền sư xuất hiện, hai mắt nheo nheo, mặc dù phía ấy không hề có chói nắng!

- Ta sẽ chào nhau hôm nay. Ngày mai sẽ là quá khứ! Duyên hội ngộ còn tùy…

- Dạ thưa! Zen master sẽ đi đâu ạ?

- Ta về nơi từ đó ta đến! Ông có nghe về một ngôi làng nghèo nàn, xa xăm chưa? Ngôi nhà ở Nat Purwa… xứ Ấn Độ của ta đó!

- Sau đó thiền sư sẽ làm gì?

- Như các ông cần phải lao động, làm lụng để có cái ăn, cái mặc, duy trì sự sống. Với ta ư? Chỉ cần cái đẹp, cái tịnh. Ta tìm viên mãn trong bộn bề và thay đổi của vạn vật… Ví như chiếc lá vàng này - Thiền sư xòe tay, trong lòng bàn tay là chiếc lá bồ đề, đúng hơn là gân của một chiếc lá bồ đề óng ánh như được kết lại bằng những sợi tơ mầu nhiệm!

- Đẹp quá! - Khách buột miệng khen!

- Chỉ là… bộ xương khô!

- Chắc phải qua hàng chục năm?

- Chiếc lá bồ đề, nơi Đức Phật nhập niết bàn, đem để dưới lớp băng của rặng Himalaya…

- Ôi, trên hai ngàn năm rồi ư?

- Ta chỉ mới lấy lên từ hơn tháng trước! Đem so những gân lá với sợi tơ nhện cũng chỉ là cái có. Không bằng! Không bằng!

Khách đưa mắt tìm kiếm sợi tơ nhện, chỉ thấy những sợi nắng xuyên qua tầng tầng kẽ lá, nhảy múa trên dòng nước mặt hồ yên tĩnh.

- Lũ quạ đã đi xa từ khi bầy hồng hạc trở về. Thường cái thô thiển hay biến mất trước cái tinh tế, vô nhiễm. - Thiền sư chuyển đề tài và quay lưng bỏ đi.

Tia nắng buổi sớm như rẻ quạt, lóng lánh sắc màu kỳ bí của thiên nhiên. Chiếc lá bồ đề do con người chế tác đã trở thành tơ, kim cương bất hoại nhưng so với sợi tơ nhện kia vẫn không sắc sảo tinh tế hơn.

Bàn tay thiên nhiên thì bề bộn, ngồn ngộn sinh sôi từ cuộc sống. Con người với trí huệ tài hoa chỉ góp phần xếp đặt cho ngăn nắp và đúng vị trí của sự vật.

Thiền sư đã rẽ vào khu trồng hoa vô ưu, ngài lại đọc mật ngôn, nghe như có tiếng "All or Nothing" rền rền dưới màu xanh ngổn ngang của cỏ dại…

Trần Hoàng Vy

TRẦN HỮU DŨNG

Sinh năm 1956, tại Chợ Gạo, tỉnh Tiền Giang.
Hội viên Hội Nhà văn VN, Hội Nhà báo VN.

Tác phẩm đã xuất bản;

- Thơ Trần Hữu Dũng (1973),...
- Lúc 0 giờ (2011),
- Biến tấu với những mảnh vỡ cuộc sống (2016).
- Âm thanh những giấc mơ (2016).

... ...

CHUNG QUANH BÀI THƠ "GIANG HỒ" CỦA PHẠM HỮU QUANG

Tôi gặp Phạm Hữu Quang khoảng năm 1979 khi anh lên Sài Gòn lo in ấn tờ Văn nghệ An Giang. Lúc đó anh chuyển từ nghề dạy học về công tác Hội Văn nghệ An Giang, chọn công việc đi in báo là dịp giao tiếp, thù tạc với giới văn nghệ mà anh quen biết. Quen nhau qua những bài thơ đăng báo nên nhanh chóng chúng tôi là bạn "chí cốt".

Phạm Hữu Quang sinh năm 1952, quê ở Bắc Đuông, Thốt Nốt, Cần Thơ. Đang học Đại học Sư phạm Thành phố Hồ Chí Minh cùng với nhà văn Nguyễn Nhật Ánh, anh chuyển về Đại học Cần Thơ, ra trường dạy học một thời gian, sau chuyển về Hội Văn nghệ An Giang.

Cha mất sớm, còn mẹ và chị. Lúc chị đi lấy chồng, anh sống thui thủi bên mẹ. Có lẽ hoàn cảnh gia đình côi cút sớm tạo nên tâm trạng u uẩn, day dứt và lạc lõng khôn nguôi trong lòng Quang:

Em suốt đời chẳng hiểu được mình
Vẫn như bé khi về bên chị
Cây gáo chẳng hóa thành cây thị
*Nhưng chị em vẫn mãi nàng tiên... **

Những năm đi học, Quang tham gia nhóm thơ Về Nguồn ở Cần Thơ, ra tập thơ đầu tay in ronéo Người tình quê hương. Kế tiếp là tập thơ thiếu nhi Đàn gà con - Văn nghệ An Giang xuất bản năm 1980, tập thơ cuối cùng do bạn hữu gom lại in cho anh là Ngẫu hứng chiều sông Hậu - Văn nghệ An Giang năm 2000. Đấy là "đứa con tinh thần" mà anh chưa nhìn thấy mặt, thì đã lặng lẽ đi xa.

Phạm Hữu Quang viết ít, chậm rãi, nghiền ngẫm đến nát nhàu tứ thơ, câu chữ mới viết ra. Bản thảo anh còn nhiều bài thơ dở dang, anh chần chừ, chờ đợi một chữ, một tứ thật "đắt", giống hệt như đọc thơ bạn anh cũng khó tính như thế. Có lần anh nhắc đến bài thơ tôi viết, sau cơn mưa đồng bằng, nắng cứ trải dài miên man không dứt, vô tận, anh bảo rằng nhà văn Sơn Nam rất mê, chép lại đi, tôi thật tình quên mất. Anh trách tôi : "Sao mày vô tình quá, chưa 'sống chết với thơ'!"

Vốn to con, tướng Quang thấp đậm, tóc, râu xù xì, trông hơi ngầu nhưng lại lành tính. Bạn bè vẫn gọi đùa anh là "con gấu ngủ đông" chưa chịu thức giấc. Trong bàn nhậu Quang ít nói, cứ lầm lì uống, không bao giờ bỏ bạn, tới khi nào tiệc tàn, lừ đừ đứng dậy ra về, lúc đó trông anh thật cô đơn, xiêu đảo.

Lên Sài Gòn, Quang thường ghé báo Văn nghệ thành phố kiếm tôi, Bùi Chí Vinh, Vũ Ngọc Giao, anh Joseph Huỳnh Văn… bù khú và nhậu. Với cái bị vắt vai, áo jean bạc màu, anh lặng lẽ ngồi hút thuốc. Tôi nhớ nhất lần anh lãnh tiền đi dự trại viết văn ở Hà Nội, cứ lần chần mãi ở thành phố, mấy lần tôi đưa ra ga xe lửa, anh lại lộn trở lại nhà tôi, đập cửa đòi ngủ nhờ.

Bữa đó nhậu tại quán Trống Đồng có Bùi Chí Vinh, Nguyễn Quốc Chánh và nhà thơ Nguyễn Đức Sơn từ Blao xuống, người mà anh rất ngưỡng mộ. Anh rủ cả nhóm về nhà anh ở Long Xuyên chơi. Hết tiền, chúng tôi chạy về nhà chị Ý Nhi kế xưởng nhựa Bình Minh quận 6, gửi xe, mượn tiền, mướn nguyên chiếc xe hơi thẳng xuống nhà anh. Những cuộc nhậu liên miên với chuột đồng khìa, cá rô chiên xù, Quang đích thân đi chợ, làm bếp, mua rượu đãi bạn. Anh trò chuyện rôm rả, thú vị với nhà thơ Nguyễn Đức Sơn - ăn chay, không uống rượu - mang ra khoe tập thơ Những bài thơ tình đầu của anh Sơn mà Quang cất giữ hơn 20 năm.

Hiếm hoi lắm tôi mới thấy Quang vui, mở lòng ra hết cỡ, thoát khỏi cái bóng khật khừ ma ám của mình.

Ta vô cớ cười rung như tiếng lạc
Ta về, ừ nhỉ ta về thôi
Ô hay bến thuyền kèo cột gãy
*Qua mùa hoạn lộ chẳng còn vui... **

Khi cả bọn từ giã quay về lại Sài Gòn, Quang có nhờ Bùi Chí Vinh chuyển bài thơ "Giang hồ" mới làm cho anh Chim Trắng đăng ở báo Văn nghệ TPHCM. Tuần sau báo đăng, nhiều người khen ngợi, ngưỡng mộ có tìm đến tòa soạn hỏi thăm anh.

Suốt đời Quang là những dự tính dở dang, những bài thơ chưa thành hình, những chuyến đi giang hồ vặt các tỉnh, thành phố nào Cần Thơ, Bạc Liêu, Châu Đốc, nào Sài Gòn, Đà Lạt, Hà Nội… nhất thiết phải lên đường về một nơi chốn nào đó. Có lần anh nhảy lên Phương Bối, ngủ một đêm với nhà thơ Nguyễn Đức Sơn, tâm sự vơi đầy rồi lộn về.

Nhà thơ Nguyễn Trọng Tín kể: "Bữa nhậu ở Hà Nội có Nguyễn Quang Lập, Bảo Ninh, bỗng Nguyễn Đình Chính đọc lại hai câu thơ:

Giang hồ ta chỉ giang hồ vặt
Nghe tiếng cơm sôi cũng nhớ nhà

Rồi nói: - Biết thơ ai không?... của Phạm Hữu Quang. Mọi người hãy uống gởi cho Quang một ly đi".

Khi tai biến mạch máu não lần thứ nhất, Quang gượng dậy, dù liệt nửa thân, anh gắng gượng tập đi, tập viết lại. Những bức thư ngắn Quang gửi nhờ tôi lãnh giùm nhuận bút báo Công an thành phố, chữ rất khó đọc. Tôi mừng thầm vì bạn phục hồi phần nào. Thế mà cơn tai biến mạch máu não lần thứ hai lại đến, Quang mất lúc 12 giờ 45 phút ngày 28/4/2000 ở tuổi 49!

Rất nhiều người thuộc bài Giang hồ mà không hề biết tác giả là ai. Có lần người bạn tôi ở Huế vào chơi, hứng lên ngâm:

Tàu đi qua phố, tàu qua phố
Phố lạ mà quen, ta giang hồ

… …

Vợ con chẳng kịp chào xin lỗi
Mây trắng trời xa trắng cả lòng

… …

Giang hồ ba bữa buồn một bữa
*Thấy núi thành sông biển hóa rừng **

Trời ơi, cái giọng Huế buồn đẫm, quán vắng chiều mưa lai rai không dứt, sao mà thê thiết, mà nhớ bạn tôi Phạm Hữu Quang quá thể!

Con của Quang nay đã lớn, vào làm phóng viên báo An Giang, chị Phạm Thị Thà - vợ anh - làm ở Công đoàn tỉnh An Giang, nay nghỉ hưu nơi anh định cư, chọn làm quê hương thứ hai sau Bắc Đuông. Có lần anh Lê Hoàng - NXB Trẻ - dự định in một tập thơ tuyển cho Phạm Hữu Quang, do họa sĩ Việt Hải trình bày, Việt Hải mất đột ngột vì tai nạn xe, vẫn chưa thấy tập thơ ra mắt bạn đọc…

Phạm Hữu Quang đi xa 19 năm rồi, thơ anh vẫn còn có người nhớ, đọng lại ít nhiều trong lòng bạn đọc, thơ anh tha thiết như dòng sông Hậu quê nhà: "Sông cứ chảy. Ừ, sông cứ chảy!"

*Trích thơ Phạm Hữu Quang

Trần Hữu Dũng

TRẦN LAN HƯƠNG

Họ và tên: Trần Lan Hương
Địa chỉ: 45/1b khu phố Thạnh Quý, phường An Thạnh, thị xã Thuận An, tỉnh Bình Dương.
Ngày tháng năm sinh: 02/12/1959
Số điện thoại: 0919 605 868

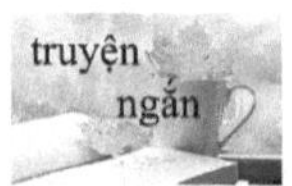

ĐỒNG LÕA

- Nếu để ông ta chết, tôi sẽ chia cho anh một phần năm gia tài.

- Một phần năm là bao nhiêu?

- Hơn mười tỉ.

Hơn mười tỉ? Hắn sững sờ há hốc mồm. Trời ơi, một trăm triệu hắn còn chưa dám mơ nữa là mười tỷ? Tại sao lại không chứ? Việc đó quá dễ đối với một bác sĩ dù mới ra trường như hắn. Phân vân làm gì. Lão ta là con mà còn muốn giết cha, hắn chỉ chậm một chút, tắc trách một chút. Nhằm nhò gì. Hơn nữa người cha của lão kia cũng rất nguy kịch. Hắn có mổ cũng rất khó hy vọng...

Và thế là ba tỉ đã được chuyển vào tài khoản của hắn. Thằng con sau khi quyết định giết cha cũng tráo trở bớt của hắn đi hơn phân nửa. Nhưng như thế cũng là tốt chán rồi.

Có tiền thật sướng. Hắn nhanh chóng lên làm phó giám đốc rồi giám đốc bệnh viện. Địa vị danh vọng cứ như diều gặp gió. Đài truyền hình địa phương cũng mời hắn đến phỏng vấn và bình chọn là một tấm gương thanh niên tiêu biểu. Trong bệnh viện, hắn cũng là một biểu tượng để đội ngũ y bác sĩ học tập. Và hắn quyết tâm đưa bệnh viện của hắn cũng là một điển hình. Nhưng chính lúc hắn đang cảm thấy gần kề với chiến thắng thì trưởng phòng hành chính báo cáo với hắn:

- Thưa anh! Phó giám đốc Hùng nhập dụng cụ y tế lần này rất kém chất lượng. Các bác sĩ kêu ca quá.

- Anh gọi ông ấy lên đây cho tôi!

Phó giám đốc Hùng vừa bước vào phòng, hắn đã đập tay trên bàn và hét lớn:

- Anh làm ăn cái kiểu gì vậy hả?

- Thưa anh! Đúng là chất lượng bên cung cấp đưa cho ta không đúng như trong hợp đồng đã ký. Em đã thiếu kiểm tra khi nhận về nên đã phát ngay cho các khoa. Hiện tại em đã cho thu hồi toàn bộ và báo bên cung cấp cắt hợp đồng. Em biết mình đã thiếu trách nhiệm ạ.

- Phần trách nhiệm của anh sẽ được bàn trong họp Ban Giám đốc ngày mai. Có cần tôi lên lớp anh về dụng cụ y tế quan trọng như thế nào với y bác sĩ, với bệnh nhân không? Tìm ngay nơi có chất lượng để họ cung cấp và tuyệt đối không để sai lầm này được xảy ra lần thứ hai nghe chưa.

Mặt hắn đỏ bừng vì tức giận. Phó giám đốc Hùng co rúm lại sợ hãi... Mà sao hắn không tức giận được cơ chứ. Mục tiêu của hắn là đưa bệnh viện thành một điển hình của tỉnh cơ mà. Hắn không muốn dừng lại chỉ là giám đốc. Cái ghế hắn nhắm phải cao hơn...

Phó giám đốc Hùng ra ngoài đã lâu rồi nhưng cơn tức giận của hắn vẫn chưa nguôi. Vì thế khi nghe tiếng gõ cửa, hắn quát lên cộc lốc:

- Vào đi!

Nắm cửa xoay và một người xuất hiện. Như lò xo, hắn bật dậy. Miệng lắp bắp:

- Anh... Anh... Anh...

- Dạ vâng! Em đây!

Thằng đàn ông "ba tỉ" như trên trời rơi xuống. Miệng đang cười xun xoe nịnh bợ. Hắn cố nuốt nước bọt cho cái miệng khỏi khô cứng:

- Anh gặp tôi có chuyện gì?

- Dạ. Chuyện cung cấp dụng cụ y tế cho bệnh viện...

- Sao? Hắn lại thấy cái cổ khô cứng lại.

- Dạ. Vợ em là người ký hợp đồng.

Thì ra thế! Hắn nghĩ thầm và thấy bình tĩnh hơn.

- Dạ. Em xin đưa bác sĩ bốn mươi phần trăm.

Hắn cười khẩy:

- Rồi anh bớt lại bao nhiêu?

- Dạ, lần này em không dám đâu ạ.

oOo

Nhà hắn giờ đã là một biệt thự lớn nhất nhì trong tỉnh. Nhưng chẳng hiểu sao từ khi gặp lại thằng "ba tỉ", hắn lại luôn mơ thấy khuôn mặt của người đã chết. Một khuôn mặt đầy máu vì tai nạn giao thông. Đáng sợ nhất, khuôn mặt ấy cứ lấp lóa, lấp lóa sau nụ cười ngây thơ của con trai hắn. Hắn kinh hoàng và không dám gần con. Hôm qua thằng bé được đưa vào bệnh viện của hắn cấp cứu vì viêm phổi quá nặng. Các y bác sĩ ngạc nhiên vì sao con một thầy thuốc lại để ra nông nỗi thế. Họ lo cứu chữa mà không thấy người mẹ rã rượi như mất hồn ngồi gục đầu nơi băng ghế. Cô không thể xóa ra khỏi đầu hình ảnh thằng bé bị lột trần truồng tím tái trong phòng ngủ đang mở lạnh đến cô bước vào phát run lập cập.

Hắn về đứng trước biển. Nơi hắn đã sinh ra và lớn lên. Nơi biển đã thay mẹ hắn dang tay chở che ôm ấp và nuôi hắn, chắp đôi cánh ước mơ để hắn đi vào đời… Thế nhưng, đêm nay biển đen kịt. Sóng cuồn cuộn xô vào bờ dữ dội. Gió như trận cuồng phong đổ gãy rạp cả hàng phi lao. Những tia chớp rạch ngang trời đỏ lóe. Tiếng sấm, tiếng sóng như xé nát vụn cả không gian…

Hắn kinh sợ và như cây chuối gãy ngang, gục xuống…

Trần Lan Hương

TRƯƠNG VĂN DÂN

Quê ở Bình Định. Năm 1971 du học ở Italia ngành hoá và công nghệ dược.

Từ 1980 phụ trách về tổng hợp hóa dược và từ 1985, nghiên cứu và phát triển dược phẩm, dùng cho người và cho thú y.

Đã viết, dịch và cộng tác với các tạp chí trong và ngoài nước.

Tác Phẩm đã xuất bản :

- Hành trang ngày trở lại (Tập truyện ngắn, Nhà xuất bản Trẻ, 2007)
- Bàn tay nhỏ dưới mưa (Tiểu thuyết, Cty văn hoá Phương Nam & Nxb Hội Nhà văn (2011)

Tái bản ....

"Mùa Hè tươi đẹp" (Tiểu thuyết, dịch, của Cesare Pavese (Ý), Công ty Văn hóa Phương Nam & Nxb Hội Nhà văn (2011)

- Bóng của ngày (Tập truyện ngắn & Tản văn, dịch của Elena Pucillo Truong và Từ Sâm - Nxb Hội Nhà văn (2012)
- Một phút tự do (Tập truyện ngắn &T ản văn, dịch của Elena Pucillo Truong - Nxb Hội Nhà văn (10-2014)
- Vàng trên Biển đá đen (Tập truyện ngắn &Tản văn, dịch của Elena Pucillo Truong - Nxb Tổng hợp TPHCM (1-2018)
- Milano Sài Gòn, đang về hay sang (tập truyện ngắn & tùy bút - Nxb Tổng hợp TPHCM, 9-2018)

Tác phẩm sắp in :

- Trò chuyện với thiên thần (Tiểu thuyết)
- Những ngày đánh mất (Tập truyện dịch từ tiếng Ý, của Dino Buzzati)
- Cử chỉ cuối cùng (Tiểu thuyết)

HÀNH TRANG NGÀY TRỞ LẠI

Chuyến về Việt nam lần ấy, Quang mang theo trong lòng nhiều nỗi lo âu.

Mấy năm qua tình hình Âu châu đã trải qua rất nhiều chuyển biến. Việc loại bỏ biên giới để liên kết các nước thành viên trong một tổ chức chung đã kéo theo nhiều xáo trộn về kinh tế. Thêm vào đó việc sáp nhập các đại công ty còn làm thặng dư nhân lực. Công nhân bị sa thải, các hãng nhỏ bị phá sản và bóng ma thất nghiệp lâu nay chập chờn ẩn hiện đang dần dần lộ ra rõ nét, trở thành nỗi ám ảnh cho mọi người. Công việc cố định và đời sống bảo đảm, một đặc tính truyền thống lâu đời của nước Ý cũng đang dần dần biến chất. "Tăng di động", tiếng gọi thôi thúc theo mô hình Mỹ đang là một triết lý về phát triển kinh tế ở đây. Nhưng nếp sống của người Mỹ, vốn thờ ơ với nơi sinh trưởng và hời hợt trong quan hệ láng giềng, nay sống tiểu bang này, vài tháng sau lại khăn gói lên đường chạy về tiểu bang khác, không đợi thời gian bén rễ... liệu có dễ thích ứng với những tập quán của mình chăng? Quang suy nghĩ miên man và mấy tháng qua đầu óc anh vô cùng căng thẳng. Công ty anh đang làm có nguy cơ bị sáp nhập vào một tổ chức siêu quốc gia đã và đang thực hiện sự tập trung kinh tế, nhằm bảo đảm độc quyền phân phối trong chiến dịch toàn cầu.

Bởi thế, sau hơn ba mươi năm sống và làm việc ở Âu châu, trong chuyến về thăm nhà lần đầu Quang vừa muốn nghỉ ngơi, vừa muốn tìm một cách nghĩ Á Đông nào đó khả dĩ giúp anh quên đi nỗi ưu tư về một tương lai mù mịt, lâu nay cứ ám ảnh trong hồn.

Ngồi trên máy bay Quang nhớ lại cuộc đối thoại giữa Trung và Hưng vài hôm trước ở nhà mình. Hai người bạn có quan điểm hoàn toàn trái ngược nhau. Khi Trung chỉ trích xã hội hiện tại thì Hưng đã hùng hồn biện hộ:

- Tao thấy không nên phủ nhận xã hội hôm nay. Bọn mày không thấy là điều kiện vật chất đã hoàn toàn tiến bộ trong những thế kỷ sau này sao? Ngày xưa phần lớn trẻ em chết yểu ở những năm đầu và rất nhiều phụ nữ tử vong trong thời kỳ sinh nở. Lúc xã hội còn phôi thai đời sống thực nhọc nhằn và khốn khổ. Người ta sống trong những căn nhà không sưởi ấm, ăn uống thiếu thốn, trẻ em không được học hành và sinh mạng luôn luôn bị đe dọa vì dịch bệnh. Hôm nay tất cả những vấn nạn đó đã được giải quyết nhờ tiến bộ kỹ thuật và phát minh y học. Những việc nặng nề, lặp đi lặp lại hôm nay đã không còn nữa; các phương tiện lưu thông đã thành cực nhanh và trong nhà đâu có thiếu những máy móc giúp chúng ta tiết kiệm thời gian trong những công việc lặt vặt và chán ngấy mà trước đây chúng ta phải bỏ ra hàng giờ mới lo cho xuể. Đừng! Tao mong rằng bọn mầy đừng có luyến tiếc quá khứ, mang nặng cái tinh thần hoài cổ để làm chậm bước tiến hóa của loài người.

Không! Không thể nào sống như quá khứ. Xã hội nhất định không thể đi lùi, nó phải tiến tới và nếu cần, sửa chữa những sai lầm để vươn lên. Tao mong là bọn mày hãy từ bỏ những quan điểm lạc hậu. Còn tao, tao tin là với sự trợ lực của computer, loài người sẽ còn tiến bộ hơn, không phải chỉ để sinh tồn mà còn để sống một cuộc sống tốt đẹp. Bọn mày không thấy là toàn thế giới đã bị "tóm" vào một mạng lưới đó sao? Ngồi thoải mái trong căn nhà ấm cúng mà chúng ta vẫn có thể đi từ thư viện Nữu Ước, Viện Bảo tàng Luân Đôn đến việc viếng thăm một ngôi chùa cổ ở Bắc Kinh trong thời gian thực?

Nhưng lập luận của Trung cũng không kém phần sắc bén:

- Không ai phủ nhận sự tiến bộ kỹ thuật. Nhưng sự tiến bộ ấy dùng để làm gì? Đời sống xã hội chỉ chạy theo vật chất mà bỏ quên con người. Chính vì thế mà nguy cơ tha hóa đã và đang xuất hiện, sự ô nhiễm môi sinh, thất nghiệp lan tràn và những khoảng cách không thể nào lấp nổi giữa những xã hội giàu sang với những nước kém mở mang. Hiện nay trên thế giới có hơn 800 triệu người nghèo đói, và trong đó có khoảng 200 triệu trẻ em dưới 5 tuổi đang thiếu ăn, suy dinh dưỡng. Phương tiện di chuyển tối tân, thông tin nhanh chóng để làm gì, khi những bất công này càng ngày càng trở nên trầm trọng?

Nhưng ngay trong lòng xã hội Tây phương cũng không phải không có những phần tử kém may mắn, bị hất sang bên lề vì không hội nhập được với đời sống mới. Họ lạc lõng và bơ vơ trong một nền văn hoá càng ngày càng sa đọa và chủ nghĩa vật chất đang phát triển đến độ hung hãn nhất. Mày không thấy TV và ciné chỉ thuần chiếu những phim khêu gợi dục tình và bạo lực đó sao? Chúng ta đang hưởng thụ một cách thô bạo và giải trí bằng cách xem giết chóc với sự tàn nhẫn ở mức cao nhất . Xã hội băng hoại này đã phát sinh ra chính trường đầy những kẻ đầu cơ chính trị, tham lam, những bác sĩ chỉ nghĩ đến chuyện kiếm tiền thay vì chữa trị, lớp quan tòa chỉ thích hạch hỏi để biểu thị quyền uy hơn là thi hành công lý, còn hãng xưởng thì đầy rẫy những kẻ kiêu căng, nịnh bợ, đầu óc lúc nào cũng mang một ước mơ tiến thủ và làm sao chèn ép để đè bẹp đồng nghiệp, bạn bè mình.

Thú thực có đôi lúc tao cảm thấy nghi ngờ cái mỹ từ gọi là văn minh tiến bộ. Trên phương diện vật chất chúng ta đã đi một bước khá dài so với những thế kỷ trước nhưng về phương diện tinh thần thì vẫn nghèo như xưa, chả tiến được chút nào; bằng cớ là chúng ta vẫn tiếp tục những sai lầm quá khứ. Những lỗi lầm đó tao thấy càng ngày càng nặng nề thêm, hậu quả tất yếu của hoạt động kỹ nghệ nên chưa bao giờ chúng ta ý thức về sự hiện hữu của đời mình hay đặt lên nghi vấn là tại sao mình mãi làm như thế. Toàn bộ thời gian chúng ta tự giam trong cô độc, xung quanh chỉ toàn máy móc mà vắng bóng con người, để quần quật sản xuất và tích lũy cho nhiều sản phẩm. Rồi với nhịp độ càng ngày càng tăng, một ngày nào đó chúng ta sẽ đồng hóa với nhịp máy, trở thành phẩm vật, để cuối cùng âm thầm biến mất, như hàng triệu đồ vật đã ngày đêm tạo ra hay mua sắm.

Những năm gần đây các cơ quan truyền thanh và báo chí còn không ngừng nhắc đến toàn cầu hóa nhằm thúc đẩy sự tiến đến một nền kinh tế duy nhất trong đó các lục địa sẽ liên kết với nhau qua mạng lưới điện tử. Chưa ai hình dung được xã hội đó sẽ như thế nào, nhưng tao chắc chắn là con người sẽ càng ngày càng ngăn cách nhau hơn, sự *tiếp-xúc-thực-giữa-người-và-người* sẽ giới hạn vì đã được *nối-ảo-với-nhau* trong một *vũ-trụ-siêu-kỹ-thuật.* Con người lúc ấy sẽ biến thành một công cụ kinh tế, ai ai cũng suy nghĩ và hành động giống nhau, cùng cúi đầu vận hành theo những giáo điều có sẵn. Và các sắc dân sẽ vĩnh viễn mất đi bản sắc dân tộc của mình.

Thực là phi lý cái hệ thống kinh tế mà người ta tin là tiến bộ và sẽ cứu thế giới: Nó không đặt căn bản trên tinh thần cộng tác mà chỉ khai thác nguyên lý cạnh tranh, nhằm nâng cao lợi nhuận. Thương trường thành chiến trường, đó là triết lý sống mà xã hội Tây phương đang áp đặt lên toàn thế giới.

Cuộc tranh cãi sôi nổi, và hôm ấy Quang thấy mình thật khó mà tán thưởng bên này hay phản đối bên kia. Ai cũng có lý riêng, nhưng nghĩ kỹ anh thấy mình tâm đắc với những suy nghĩ của Trung hơn. Nhiều lần anh cảm thấy hoang mang về đời sống Tây phương. Không phải anh là loại người mang nặng lòng hoài cổ, nhưng gần đây với sự phát triển ào ạt của computer, đôi lúc anh có cảm giác là đời sống của con người đã bị bỏ quên, dễ dàng bị xóa đi như một file trong bộ nhớ.

Ngày xưa mọi chọn lựa đều có một giới hạn, con người chỉ có một ý nghĩ, một con đường. Hôm nay khả năng chọn lựa có nhiều, nhưng bù lại sẽ làm cho chúng ta mất định hướng và phân vân hơn về ý nghĩa của đời mình. Ngay việc mua sắm chúng ta cũng bị giằng co vì trăm lời mời mọc. Các thầy phù thủy hiện đại, những nhà tiếp thị đã tung bùa hóa phép để phát sinh một thứ Tôn Giáo Tiêu Dùng. Thứ tôn giáo chủ trương tích lũy vật chất, du lịch hàng loạt. Nó không cần nhà thờ hay chùa chiền vì đã có các trung tâm thương mại: để gặp gỡ và sinh hoạt, để trao đổi, bán buôn. Đó là nơi vui chơi, giải trí. Tất cả mọi nơi trên thế giới đều như nhau. Và giống nhau.

Thế giới hiện đại hình như đã đánh mất tất cả những nấc thang giá trị và không còn gì nữa, không còn lý tưởng, không còn niềm tin, không còn điều gì vĩ đại để tin theo, vì xung quanh chỉ có một ước muốn duy nhất: kiếm tiền để thỏa mãn vật chất.

Nhưng quả thật đời người chỉ có một mục đích duy nhất ấy hay sao? Càng nhìn quanh càng thấy đời sống của mình như vô nghĩa. Chúng ta luôn luôn mệt mỏi vì đời sống máy móc, ràng buộc bởi nhiều thứ bổn phận khác nhau. Những chiếc hóa đơn chạy đến dồn dập, đôi khi trả giá cho những nhu cầu *không-thật-sự-cần-thiết.* Trong khi đó mọi quan hệ công việc luôn luôn giả tạo, khó khăn. Chúng ta lúc nào cũng thiếu – hay tưởng mình thiếu thì giờ, nên chẳng bao giờ có lúc dừng chân. Không lúc nào chúng ta không cảm thấy cô độc và bất an, vì những điều này điều nọ phải làm, hóa đơn này, chi phí kia phải trả. Cuộc sống của chúng ta chìm ngập trong âu lo hay trực diện với những tháng ngày buồn nản, đều đều, trống trải, đầy bế tắc. Sau một ngày căng thẳng vì công việc, đêm về với giấc ngủ đầy trăn trở, sáng vừa thức dậy là chúng ta chỉ nghĩ đến chạy. Như một phản xạ. Và tất cả đều chạy. Mà chạy đi đâu? Không ai biết. Nhưng đã có mấy ai bình tĩnh dừng chân? Đổi hướng. Hay can đảm đi tìm một lối sống khác?

Quang về đến Việt Nam ngay giữa thời mở cửa. Thời đại kinh tế thị trường. Ai ai cũng bàn về sự bùng nổ về xây dựng. Những hàng cây trước căn nhà của người anh ở Sài Gòn đã bị đốn ngã để mở rộng lòng đường. Thành phố bắt đầu mọc lên những tòa nhà chọc trời bằng bê tông. Quang chợt nhận ra là càng ngày chúng ta càng sống xa rời thiên nhiên. Hình như Âu châu đang bắt đầu nhận ra sai lầm đó và đang tìm cách cứu vãn trong khi thành phố Sài Gòn lại đang muốn trở thành một thành phố Tây phương, nhập cảng vô tội vạ những mô hình phát triển của người mà không chút đắn đo, gạn lọc. Mỗi năm hàng nghìn người dân quê rời bỏ ruộng vườn… để sống chui rúc trong các khu ổ chuột bên lề thành phố, trong những tòa nhà ciment, trong các chung cư một, hai phòng…

Một buổi chiều khi đi ngang trường cũ Quang trông thấy những đứa bé mình trần trùng trục đang bươi đống rác bên cầu Trương Minh Giảng. Có em bốc bằng tay để tìm những đồ thừa giữa một mùi xú uế bốc lên lợm giọng. Bên cạnh đó, một bà lão khệnh khạng, bước thấp bước cao, tay cầm xị rượu uống từng ngụm, rồi chốc chốc lại cười lên khanh khách.

Quang rồ máy chạy đi, nhưng về phía chợ anh còn thấy một thanh niên cụt cả hai chân, chiếc nón mê đeo trước cổ, vừa lết vừa ca một bài ca não ruột. Phía bên phải, trên lề đường, trước một căn nhà đóng cửa, có hai người nằm ngủ, co ro dưới một mảng thùng giấy rách bươm đắp lên tận cổ. Quang xót xa nhìn những sản phẩm của cuộc chiến chưa được lãng quên và sản phẩm của thời đại kinh tế hôm nay, rồi cảm thấy là cả hai đều có cùng một cường độ tàn ác như nhau.

*

Những ngày đầu sống gần gũi với gia đình thật là vui vẻ. Nhưng, giống như những lần trước, chỉ hơn tuần lễ chung đụng Quang buồn bã nhận ra những va chạm khó thể hàn gắn lại trong gia đình và thân tộc. Không khí có khi căng thẳng nặng nề. Chiến tranh lạnh âm ỉ giữa bà con, cô, chú thì anh có thể phớt lờ, nhưng cuộc tranh cãi khá gay gắt giữa mẹ và chị dâu đã làm anh đứt ruột. Không biết tại sao họ luôn luôn mâu thuẫn với nhau như thế. Nhiều khi anh thấy thực không có gì đáng để xung đột cả. Anh chưa bao giờ bận tâm phân tích để tìm xem ai trái ai phải, vì anh thấy cả hai đều hẹp hòi và cố chấp những điều rất nhỏ nhoi, do những thành kiến bắt nguồn từ thủa xa xưa nào. Nhưng anh thấy mẹ thật tội nghiệp. Dẫu sao bà cũng đã lớn tuổi, thường tủi thân và nhiều nước mắt, cả ngày chỉ biết lên chùa lễ Phật rồi về nhà nặng nhọc leo lên lầu thắp nhang trước bàn thờ người chồng ngắn số. Thời gian còn lại bà lặng lẽ ngồi thu hình ở góc nhà như một cái bóng, không ai gợi chuyện, hỏi han. Anh ứa nước mắt. Nếu một mai mẹ có mệnh hệ gì, chắc cũng chả ai hay!

*

Chán ngán cuộc sống tù túng và không khí ngột ngạt của Sài Gòn nên Quang đã đáp xe lửa về Quy Nhơn sớm hơn dự định. Nhưng ngay hôm vừa đến, cái nóng oi nồng của thành phố đã làm anh uể oải. Buổi chiều, anh lấy xe Honda của em gái chạy dọc theo đường Nguyễn Huệ. Bãi biển lúc ấy khá vắng người. Anh dựng xe trong sân một quán nước và gọi ly chanh muối.

Quang nằm duỗi chân trên ghế bố, gió biển hiu hiu mát nên anh thiêm thiếp. Bỗng một bọn trẻ ở đâu ào tới, vừa văng tục với nhau vừa giành nhau mời anh mua kẹo, mua báo, mua vé số…

- Đi ra chỗ khác!

Bà chủ quán vừa cầm cây chổi vừa tiến tới với bộ dạng đầy hăm dọa. Lũ trẻ chạy tán loạn. Bà nhìn Quang như phân trần:

- Ông coi chừng bọn nhãi này. Vừa làm ồn vừa hay cắp vặt.

Nói xong bà đi cất chổi và trở lại quầy, nhưng sau đó có lẽ thấy vắng khách nên bà đi sang quán bên trò chuyện.

- Mời chú mua…

Một thằng bé chừng 11-12 tuổi đang tiến đến. Không hiểu có phải tại vết thẹo dài trên mắt trái đã làm Quang có ác cảm hay bực mình vì sự yên tĩnh bị quấy rầy. Anh lớn tiếng:

- Không bán mua gì cả! Đi chơi chỗ khác!

Thằng bé nhìn anh sững sờ. Vết thẹo bên mắt trái như nở to hơn nên trông càng đáng ghét. Nhưng lạ thay, giọng nói của em lại vô cùng lễ độ:

- Cháu mời chú, chú không mua thì thôi chứ sao lại mắng cháu?

Quang chưng hửng. Đột nhiên anh thấy mình vô lý. Nhưng giọng lý sự của thằng bé làm anh khó chịu nên anh chỉ yên lặng chứ không mở lời xin lỗi. Mặt anh vẫn còn hầm hầm nhìn nó.

Đó là một thằng bé ốm tong teo, tóc hớt ngắn, mặc một chiếc quần đùi đã bạc và trên người khoác một chiếc áo nhà binh hơi quá khổ. Trông dáng điệu có vẻ xốc xếch nhưng không dơ bẩn.

- Cháu ngồi chỗ kia, không làm phiền chú đâu. Khi nào đói bụng, mời chú mua giùm cho cháu nhé!

Giọng nói lễ phép đã làm nguội nỗi bực dọc của Quang. Nhưng anh không nói gì thêm, quay nhìn ra phía biển rồi lim dim đôi mắt.

Lát sau khi Quang tỉnh ngủ, anh thấy thằng bé vẫn còn ngồi dựa lưng vào một gốc dừa đang chăm chú viết, thúng quà bánh được đậy nắp và bỏ qua một bên.

- Này, em bán gì đấy?

Thằng bé vội xếp sách, ôm thúng quà chạy tới.

- Dạ bắp nấu. Mời chú mua giùm cho cháu. - Vừa nói em vừa lựa một trái đưa cho Quang.

Vừa ăn bắp Quang vừa hỏi chuyện. Cõ lẽ sau khi nghỉ được một lát, tinh thần khoan khoái nên giọng anh ôn hoà:

- Lúc nãy chú thấy cháu viết gì đó?

- Dạ thưa, cháu đang làm bài tập.

- Cháu học lớp mấy?

Mặt em bé hơi sững lại. Quang thấy em buồn buồn.

- Dạ, lớp bảy. - Rồi em hạ thấp giọng và nói tiếp:

- Nhưng hai năm nay cháu không có thời giờ đến trường nữa.

Quang ngạc nhiên.

- Ủa! Không đến trường sao cháu còn làm bài tập?

- Thưa chú, cháu muốn đi học nhưng không có thì giờ đến trường. Cháu mượn tập của bạn để học thêm lúc rảnh.

Quang ồ lên một tiếng. Giờ anh mới vỡ lẽ. Trong một thoáng anh chợt nhớ tới những đứa trẻ cùng tuổi Âu châu, giờ này đang ở trong một căn phòng ấm cúng và đầy đủ tiện nghi, đang say sưa điều khiển những trò chơi điện tử. Chúng không cần chơi với ai và cũng không chịu học.

Trước mắt anh giờ đây là một thằng bé chững chạc, và hoàn toàn khác hẳn những đứa bé thị thành mà anh từng gặp trên đất Ý. Đây là hình ảnh của một người đã trưởng thành, là một thứ *trái-cây-chín-sớm* bởi gió bão cuộc đời .

- Cháu tên gì? - Quang vừa hỏi vừa lựa thêm vài trái bắp nữa bỏ vào túi nylon.

- Dạ, tên Bảo.

Quang đưa tiền cho Bảo. Thấy em đang đếm tiền để thối lại, anh bảo thôi, cứ giữ lấy nhưng Bảo vẫn dúi số tiền đã đếm vào tay anh. Quang hơi bất ngờ, nhưng thấy thằng bé biết tự trọng anh không nài thêm; tuy nhiên, anh nhanh trí mua thêm một trái nữa rồi bỏ hết số tiền thối vào túi Bảo.

- Cám ơn chú. Chiều mai chú xuống tắm nhớ mua dùm cho cháu nhé!

Chiều ấy ở biển về, Quang thấy lòng lâng lâng vui vẻ. Khi đi qua công viên, anh chia bắp cho một bọn trẻ con đang đánh bi dưới bóng cây. Lũ trẻ reo lên mừng rỡ. Quang mỉm cười bước đi và đầu óc anh cứ vương vấn hình ảnh Bảo. Hình như trong trí anh lúc này, chiếc thẹo không những đã không làm cho em xấu xí mà trái lại, nó còn làm nổi lên đôi mắt đầy nghị lực, tự tin ở sức mình và chất chứa trong lòng một niềm tự trọng.

Sáng hôm sau ra biển thì Quang lại gặp Bảo. Lúc này em đang bán báo. Anh mua hai tờ và cũng như hôm trước, khi trả tiền, anh đành phải lấy thêm mấy tờ khác nữa thì Bảo mới chịu nhận lại số tiền thối mà anh đã quyết định chối từ.

*

Suốt một tuần ngày nào cũng thế. Buổi sáng Quang thấy Bảo bán báo và buổi trưa thì bán các thứ quà vặt. Lúc nào anh cũng thấy em vui vẻ và lễ phép. Những lúc rảnh anh để ý thấy em chăm chú đọc sách hay hí hoáy làm bài tập.

*

Một buổi tối sau khi tan buổi trình diễn văn nghệ, Quang vừa bước ra thì thấy Bảo đang ngủ gà ngủ gật trước rạp Trưng Vương. Gần nửa đêm rồi. Gió khuya không lạnh lắm nhưng anh thấy em bé đang run run dưới manh áo mỏng. Quang hỏi:

- Bảo, coi bộ cháu mệt rồi sao không về nghỉ?

- Không. Cháu chưa mệt. Cháu chờ vãn hát để bán cho hết số bánh chưng vì để lâu rất dễ bị hư. Thường thường khi tan hát khán giả sẽ mua hết.

Quang định hỏi thêm, nhưng đông người quá anh thấy không tiện. Làn sóng người đang ào ạt túa ra.

Sáng hôm sau gặp Bảo ở biển. Anh hỏi:

- Chú thấy cháu làm việc nhiều như vậy. Lúc nào chú cũng thấy cháu bán hết thứ này đến thứ khác, từ sáng đến tối. Cháu dành tiền để làm gì?

Anh thấy mặt thằng bé tái đi. Em mở to mắt nhìn Quang, không đáp, rồi quay nhìn ra biển.

Quang hỏi dồn:

- Bộ cháu tính tiêu gì lớn lắm hả? Hay dành tiền mua xe gắn máy?

- Dạ thưa không. Cháu cần rất nhiều tiền, nhưng không phải để tiêu hoang.

Rồi như nghĩ sao em nhìn anh một giây rồi ngập ngừng:

- Dạ, cháu có ý…

Nhưng đột nhiên Quang đọc thấy trong mắt em một cái nhìn ngập ngừng của một kẻ chưa sẵn sàng thổ lộ một tâm sự gì bí ẩn. Anh hơi ân hận, nên vội ngắt lời để em khỏi phải khổ tâm:

- Chú chỉ tò mò vậy thôi. Cháu không bắt buộc phải trả lời!

*

Bẵng đi vài ngày, vì lên Pleiku thăm thân nhân nên Quang đã không còn nghĩ đến thằng bé. Nhưng khi về lại Quy Nhơn thì một buổi sáng anh lại gặp Bảo ở biển.

- Này Bảo, chú sắp đi rồi. Chú có thể giúp cháu được gì không?

Quang thấy nét mặt em hơi buồn, nhưng cuối cùng em lắc đầu, nhìn anh:

- Bấy lâu nay chú mua giùm hàng cho cháu là cũng đã giúp cho cháu nhiều rồi vậy.

Rồi em quay đi. Quang không biết nói gì thêm. Anh yên lặng nhìn theo, và sau đó chỉ còn nghe tiếng rao của em như chìm trong gió biển.

*

Một buổi chiều Chúa nhật lúc Quang lái xe Honda chạy dọc theo bờ biển để hóng mát trước khi rời quê hương thì thấy Bảo. Mới đầu anh định kêu em, nhưng không hiểu sao lại đổi ý. Có lẽ tại Bảo hôm nay rất khác thường. Em mặc một chiếc áo sơ mi trắng, áo bỏ trong chiếc quần Jeans đã bạc màu. Trên tay phải em cầm một gói giấy và tay trái cầm một bó hoa nhỏ. Quang bỗng nổi ý tò mò. Nhất định là chiều nay em không đi làm, và trông bộ dáng tung tăng kia thì chắc là em đang vui lắm. Giữ khoảng cách, anh chậm rãi đi theo, dù trong tâm anh không tin là em bé mới lớn kia đang làm việc gì mờ ám.

Khi đến trước cổng bệnh viện thì Bảo rẽ vào trong. Quang không biết làm sao, nhưng rất nhanh, anh vội vã đi gửi xe Honda rồi hớt hải chạy theo.

Quang vừa đi trên con đường lát gạch vừa quan sát khu bệnh viện. Mấy dãy lầu thấp một tầng, quét vôi vàng trông cũ kỹ và buồn thảm. Đã nhiều năm không tu bổ gì thêm nên bệnh viện Quy Nhơn trông như hoang phế. Anh theo thằng bé bước lên lầu. Vừa đi hết cầu thang, anh đã nghe mùi rượu hòa với mùi thuốc sát trùng xông lên khứu giác. Trên những chiếc giường sơ sài trải chiếu, nhiều người bệnh la liệt nằm tréo đầu lại với nhau. Một số mặc pi-gia-ma trắng, băng bó trên đầu hay tay chân đang đi lại ngoài hành lang. Có vài người chống nạng. Vài cô y tá bưng chiếc khay đã sờn, trên đó nằm loe hoe vài lọ thuốc. Tất cả vẽ nên khung cảnh của một bệnh viện nghèo. Rất nghèo. Quang lần bước đến bên cửa nhìn vào và trông thấy thằng bé đang loay hoay bên một chiếc gường kê ở góc phòng. Trên chiếc bàn con gần đó có một bó hoa cắm trong ly, một đĩa cam sành và vài hộp tân dược. Sát đầu giường anh còn thấy dựng một đôi nạng gỗ. Lúc ấy Bảo đứng một bên, đang xoa bóp cho một người đàn bà có khuôn mặt rất giống em. Bà ta khoảng chừng bốn mươi tuổi. Quang chú mục nhìn vào. Không bao giờ anh quên được đôi mắt của người đàn bà đó. Cái nhìn đầy âu yếm và trên môi đang nở một nụ cười như vừa kiêu hãnh vừa mãn nguyện. Quang biết chắc đó là hai người hạnh phúc nhất trần gian.

Nếu không tự kiềm chế thì có lẽ Quang đã bước vô để góp vào niềm vui của họ, nhưng anh thấy mình không có quyền xen vào để làm rối cuộc họp thân mật của gia đình Bảo. Anh yên lặng đứng nhìn và lòng cũng vui lây.

- Thưa, ông tìm ai ạ?

Quang giật mình, quay lại. Đó là một người đàn bà mặc áo trắng, khuôn mặt hiền từ, đang bước về phía anh. Anh ra dấu để bà ta yên lặng và hạ thấp giọng:

- Dạ, tôi theo một em bé vào đây. - Vừa nói anh vừa ra dấu chỉ vào phòng.

- Ủa, ông có quen với em Bảo hả?

Quang ngạc nhiên. Ở đây người người la liệt, làm sao mà một bà y tá luôn bận rộn lại nhớ cả tên một em bé vô danh như vậy? Anh vắn tắt kể đã quen biết Bảo trong trường hợp nào, và hôm nay vào đây chỉ do một sự tình cờ.

- Đó là một em bé tuyệt vời! - Bà y tá chép miệng.

- Ủa, bà biết em Bảo rõ lắm sao?

- Ở đây ai mà không biết Bảo. Tất cả đều thương mến và cảm phục em.

Thấy Quang trố mắt ngạc nhiên, bà y tá dịu giọng nhìn anh:

- Nếu ông muốn nghe chuyện em Bảo thì mời ông vô đây.

Quang theo bà bước vào phòng. Sau khi cầm phích nước rót trà vào chén để mời Quang, bà cũng hớp một ngụm rồi chậm rãi kể:

Bảo không phải là người Quy Nhơn. Hình như cha mẹ em ở Đồng Phó hay Định Quang gì đó, tôi không còn nhớ rõ. Cha Bảo sinh sống bằng nghề thợ may nhưng hình như vì thời buổi khó khăn, ở quê không ai may vá gì nên khoảng năm 82-83 ông dẫn gia đình về Quy Nhơn sinh sống. Nhà em ở trong khu sáu. Cha Bảo là một thợ may khá lành nghề nên đời sống gia đình tương đối sung túc, Bảo được cha mẹ cho ăn học đường hoàng. Nhưng đầu năm 90, lúc Bảo vừa lên sáu, cha em bỏ đi đâu biệt tích. Có người đồn là ông ta đã đi theo vợ bé vào Sài Gòn, có người nói là ông ta đã bí mật làm hồ sơ để đi bảo lãnh với một tình nhân trẻ tuổi. Thực không ai biết đích xác là chuyện gì đã xảy ra. Tuy đứt ruột nhưng mẹ Bảo vẫn tiếp tục tảo tần nuôi em ăn học, chỉ tiếc là thời gian sau này kinh tế khó khăn, em phải bỏ học để đi làm giúp mẹ.

Nhưng bất hạnh không dừng lại ở đó. Mấy tháng trước mẹ em gánh hàng rong đi bán thì bị xe Honda hất ngã, lưng đập vào lề đường và từ đó một chân bị liệt, không đi đứng gì được nữa. Kinh tế gia đình đang lúc khó khăn giờ lâm vào cảnh vô cùng túng quẫn. Hiện nay em không còn ai là người thân, trừ người mẹ bệnh tật mà ông vừa thấy đó.

Bà y tá rưng rưng nước mắt:

- Không ai tưởng tượng nổi sự can đảm và đức chịu khó của em. Sau khi mang mẹ đến bệnh viện, em phải quần quật làm việc suốt ngày để tự kiếm sống, ngoài ra còn phải thăm nuôi và kiếm tiền để thuốc thang cho mẹ. Một mình cáng đáng mọi việc nhưng lúc nào em cũng vui vẻ, không bao giờ than thân trách phận. Thì giờ rảnh em còn tranh thủ học thêm nên ai thấy cũng đều thán phục. Mỗi chiều chủ nhật em thường đến đây tự tay săn sóc mẹ, và ông biết là từ sau 1975, bệnh viện đâu có kinh phí nhiều, hầu hết thuốc men đều phải mua ngoài. Thuốc tây thì đắt đỏ, vậy mà tuần nào em cũng mua được cho mẹ những toa thuốc cần thiết mà bác sĩ đã ghi. Thời gian gần đây em còn thố lộ với tôi là sẽ cố gắng kiếm nhiều tiền để có thể mang mẹ vào Sài Gòn chữa trị cho chóng khỏi.

Câu chuyện kể đến đây thì cả Quang và bà y tá cùng lặng thinh. Thời gian như ngừng lại và không gian như yên tĩnh lạ thường. Quang mơ hồ như nghe thấy một tiếng chuông chùa từ xa đưa lại và những điều vừa nghe như gợi dậy trong anh một sự hồi sinh. Bỗng dưng Quang xấu hổ nghĩ rằng lâu nay mình đã để cho nỗi thất vọng lôi cuốn và đã đánh mất niềm tin ở con người. Giờ thì anh nhận ra niềm an vui là sống thế nào để có ích cho người khác và dẫu nghèo khổ đến đâu, khi biết yêu thương, người ta sẽ hạnh phúc. Đó là một điều đơn giản. Nhưng lòng anh lâng lâng và thanh thoát như vừa khám phá một chân lý cao siêu.

Cảm xúc lạ lùng và kỳ diệu ấy đã bắt nguồn từ sự hy sinh quên mình của một đứa trẻ.

Quang lấy xe Honda và chạy về phía biển. Anh dựng xe lên bãi cát rồi bước dọc theo mé nước, có khi dừng lại, đứng ngắm một hồi lâu. Trời đã bắt đầu tối, những ngôi sao lấp lánh trên bầu trời và trên mặt biển có những làn hơi nước bốc lên như một làn sương mỏng.

Đêm ấy Quang cứ suy nghĩ mãi. Mình có thể làm gì để có thể đổi thay số phận của nhiều người? Có thể làm gì để gỡ bớt gánh nặng oằn vai của một đứa trẻ đầy phẩm giá? Anh phân vân vô kể. Mấy năm trước anh thường tự hào và tự phụ - là có thể cáng đáng mọi gánh nặng cho những người thân còn sống ở Việt Nam. Nhưng thực tế phũ phàng đã làm anh đứt ruột. Nhiều đêm anh lặng lẽ khóc ray rứt bằng trái tim rướm máu của mình. Thôi! Có lẽ không nên tự cưu mang cho mình những món nợ tinh thần là hay hơn cả. Mỗi người đều có một định mệnh và chỉ có thể sống theo cách của họ mà thôi…

Nhưng buổi sáng trước khi rời Quy Nhơn anh chạy đi tìm Bảo để đưa cho em tất cả số tiền còn lại. Bảo ngơ ngác chưa biết phản ứng ra sao. Khi em cố chạy theo để gọi "Chú ơi, con không dám nhận đâu!" thì Quang đã rồ máy Honda chạy mất. Gió thổi bạt về phía sau, tiếng anh khàn và đục: "Giữ đi cháu, cháu sẽ sử dụng nó một cách xứng đáng hơn chú nhiều!"

Trưa hôm ấy chuyến xe lửa từ ga Diêu Trì mang Quang về thành phố và buổi tối khi ngồi trên máy bay về lại Ý anh thấy lòng thanh thản, như vừa trút xong những lo lắng của mấy tháng vừa qua. Từ chuyến về thăm nhà lần ấy, nếu làm một cán cân kinh tế, Quang thấy anh là người có lợi. Anh chỉ cho Bảo một số tiền nhỏ mà đổi lại, Bảo đã dạy anh một bài học yêu thương, nhân nghĩa, hiếm hoi lắm trong thời đại hôm nay.

Trương Văn Dân
Milano 9-1996

VŨ TRỌNG QUANG

Quê quán: Tam Kỳ, Quảng Nam
Năm sinh 1951 theo giấy khai sinh
Hiện sống tại Sài Gòn
Bút danh: Quít (biếm họa), Nhị Ka, Ngọc, Vũ Thị Phù Sa…
Khởi viết từ 1967
Cộng tác văn học cho một số báo trong nước và trên các trang mạng

Đã ấn hành:
- Những năm tuổi trẻ (1969)
- Nỗi buồn của chúng ta (Nxb Động Đất, 1971)
- Thơ Vũ Trọng Quang (Nxb Động Đất, 1973)
- Đã hết giờ của Lọ Lem (An Giang, 1994)
- Chủ biên Tuyển tập Văn Chương, Văn Tuyển (sau 1975)
- Thơ tự do (Nxb Trẻ, 1999)
- Thơ hôm nay (Nxb Đồng Nai, 2003)
- Hôm qua, hôm nay, hôm sau (Nxb Đà Nẵng, 2006)
- Bông & giấy (Nxb Lao Động, 2010)
- kháT/kháC 18 Tác giả (Nxb Hội Nhà văn, 2019)

(*) Thơ đã được các nhạc sĩ: Lã Văn Cường, Vũ Hoàng, Nguyễn Văn Hiên, v.v chuyển thành ca khúc. Trong đó bài Tiễn em nghìn trùng do ca sĩ Bằng Kiều trình bày và Đã hết giờ của Lọ Lem do ca sĩ diễn viên Cát Tường trình bày khá thành công.

CON ĐƯỜNG THƠ

I. HÀNH TRÌNH TẤT YẾU:

Bước chân bắt đầu từ khởi điểm Octavio Paz *"Giữa im lặng và tiếng nói, đó là thơ"*. Vậy thì im lặng hay lên tiếng, có người nói thơ là tiếng nói, và có người cho vô ngôn là một giá trị.

Khi còn bé tôi rất mê xem phim hoạt hình, từ chú chuột Mickey đến Bambi đến Bạch Tuyết và 7 Chú Lùn, mê tới độ sau này ước ao Việt Nam mình khoảng 30 năm nữa sẽ thực hiện được những bộ phim như vậy. Đến nay khi Bạch Tuyết hoạt hình tổ chức sinh nhật 50 năm, từ hoạt hình phẳng 2D "Vua Sư Tử", v.v. di chuyển bay vào không gian 3D "Đi tìm Nemo", v.v. mình vẫn chưa chạy kịp bước đi của Bambi. Thôi thì thông cảm, kỹ thuật họ tiên tiến, xảo thuật họ linh động, chờ thêm 100 năm biết đâu mình sẽ có thể bơi theo đàn cá nhỏ lòng tong vây quanh Nemo.

Con tôi nói: "Xạo quá ba ơi! Cá cha của Nemo biết đọc chữ". Không xạo đâu con, nó khêu gợi trí tưởng tượng của con đó.

Phải tưởng tượng, liên tưởng, bay bổng.

Phải di chuyển.

Thơ di chuyển như những bước chân, nếu gọi bước chân là hiện thực thì chiếc xe đạp là đôi chân *trên hiện thực* (hay siêu thực), thời gian sẽ gắn cho xe thêm động cơ, không gian sẽ gắn cho bước chân động cơ cánh bay, bay vào và vượt qua khỏi tầng khí quyển. Nếu dừng lại có nghĩa là lùi lại, bước chân mở ra những con đường, từ đường mòn đến đại lộ, nhiều xa lộ giao nhau, từ mặt phẳng đến không gian. Khơi mở, đi và bay mãi. Thơ không dừng lại.

Thơ Mới (còn gọi là thơ Tiền Chiến) bỏ lại sau những Đường thi cổ điển, đi qua những ràng buộc luật lệ khắt khe. Đi như đôi hia bảy dặm, bay như Tôn Ngộ Không cân đầu vân, rực rỡ vô cùng. "Tình già" của Phan Khôi, "Lời kỹ nữ" của Xuân Diệu, mấy bài thơ của TTKH, v.v. Ngày xưa những bài này mẹ tôi hay đọc cho nghe, hồi ấy nó thuộc hàng "Top Ten", nhưng bây giờ nhai lại như kiểu *"Nếu biết rằng tôi đã có chồng. Trời ơi! Người ấy có buồn không?"* hoặc gọi em là "kỹ nữ ơi", " hỡi quý nương" nghe nó sao sao, thì còn là gì nữa, nếu bắt chước con đường Thơ Mới đã đi qua, thì Thơ Mới sẽ buồn lắm, Thơ Mới sẽ cũ đi, như thế có nghĩa ta đắp mồ cho chính thi ca.

Trong thời kỳ này có cuộc hành trình của Xuân Thu Nhã Tập, nhóm này vẫn là dạng phơi mở, đi chưa hết và vẫn tiếp tục (có thể xem như gieo gợi cho dòng thơ hiện đại sau này).

Cuộc sống như một mũi tên lao tới. Có một thời tôi bị thôi thúc bởi những câu thơ Thanh Tâm Tuyền:

Vứt mẩu thuốc cuối cùng xuống dòng sông
mà hồn mình phơi trên kè đá
chiều không xanh không tím không hồng
những ống khói tàu mệt lả.

Sau 1975 khi ở tù ra, người cách mạng thi ca Thanh Tâm Tuyền có in tập Thơ ở đâu xa, ông lùi lại viết đa số theo thể cổ phong, không gây chú ý bằng 2 tập trước là Tôi không còn cô độc và Liên đêm mặt trời tìm thấy.

Mỗi lúc mỗi thời điểm phải khác đi, Nguyễn Trãi vĩ đại, Hồ Xuân Hương vĩ đại, Nguyễn Du vĩ đại. Nhưng không vì thế mà rập khuôn tiếp bước. Sau Đoạn Trường Tân Thanh có nhiều hậu Đoạn Trường Tân Thanh, nhưng như mọi người đều biết tất cả bay theo mây và giá trị để lại vô thanh.

Đến ngã tư, dừng lại một chút, thấy một hành khất thổi còi điều khiển xe cộ qua lại; thi sĩ Bùi Giáng:

Con chim thì ta biết nó bay
con cá thì ta biết nó lội
thằng thi sĩ thì ta biết nó làm thơ
nhưng thơ là gì
thì đó là điều
ta không biết.

Vậy thì càng phải đi tiếp, mênh mông, bát ngát quá. Tìm thơ ở đâu?

Con ruồi sống vài ngày, con rùa sống một hai trăm năm, thời gian phi thời gian nằm trong một hệ quy chiếu, tất cả chỉ là một sát na, tất cả chỉ là chớp mắt. Kim tự tháp có mấy ngàn năm, rồi cũng sẽ tan biến. Mặt trời sẽ tắt, vũ trụ rồi sẽ được hình thành từ sự mất đi của vũ trụ khác. Tôi thích nghệ thuật cận đại: Sắp Đặt (Installation) và Trình Diễn (Performance), được tạo dựng tồn tại khoảnh khắc và tự xóa bỏ.

Từ *hôm qua* đến *hôm nay*, cổ điển đến hiện đại, chạm vào *hôm sau* bức tường Max Jacob *"Thơ hiện đại vượt qua mọi lời giải thích"*, chạm vào mênh mông bức tường Archibald MacLeish *"Một bài thơ không nên có nghĩa. Nhưng là thơ"*.

Nghệ thuật nói chung, thơ nói riêng: Thi ca là bước đi tiến hóa đi tới và sáng tạo vượt qua, đi tới chưa chắc đã hay, nhưng ít nhất tạo được nhúc nhích. (Ai đó nói: Thà làm thơ mới dở còn hơn thơ cũ hay" Tôi không thích điều này, đấy Cao Bát Quát đấy, lúc nào cũng hay). Nhà thơ là kẻ thất bại vận hành chữ trên hành trình từ khởi điểm này đến khởi điểm khác, là kẻ ý thức về đỉnh cao chứ không thể chạm tới đỉnh cao…

II. HIỆN TRẠNG THƠ:

Và thơ đương đại Việt Nam? Một tra vấn về số mạng sứ mạng của thơ.

Có một số nhiều đôi mắt trăm tuổi nhìn thơ hiện đại khai phá và cách tân qua kính lúp không thiện cảm, nhìn thể nghiệm bằng sự dị ứng và chối bỏ. Do vậy từ lâu thơ chạm phải những rào cản lớn, đó là các biên tập viên dè dặt của nhà xuất bản, những người chọn thơ cho báo chí và tạp chí; dĩ nhiên là họ thực hiện theo sự "nhắc nhở" ở trên: Thơ phải có tiêu chí, phải được định hướng, phải xác định rõ ràng. Đối với thơ không có cái gọi xác định, mà nó ám ảnh tình trạng tâm thức phi xác định. Thơ là giấc mơ đời sống tâm linh, không chịu tầng áp bức nào. Thơ ở vị trí của mức thủy ngân trong nhiệt kế, tự nhiên đo lường ý thức tâm hồn nóng lạnh buồn vui của bản ngã, không gì có thể đè mức dao động ấy. Tiếc thay cũng có những người thỏa hiệp, tự biên tập làm cũ chính mình, nép mình vào trong cánh cửa để chữ được phơi bày ra, vì vậy không khó hiểu khi thơ phi thơ được sản sinh vô tính hàng loạt. Trong guồng máy văn chương thi ca quán tính, cũng có một số khuôn mặt đam mê cái mới đam mê cái khác nhưng cũng tự lệ thuộc quanh quẩn trong vòng tròn đã được vẽ sẵn. Bi kịch ở chỗ thơ chống lại thơ ấy vẫn còn tiếp tục và trở thành bi kịch khác. Có người nói nếu anh giỏi thì thơ phải biết lách, Trời ơi! Thơ phải hèn vậy sao?

Nhưng… Thơ chân chính chân thực, Thơ viết hoa, thơ đích thực không cam chịu cư trú trong bốn bức tường, thơ là hơi thở nên cần nơi thông thoáng đầy đủ dưỡng khí. Cuộc cách mạng viễn thông tạo ra lực nam châm thu hút dòng thơ nỗ lực tìm kiếm, tác giả thơ có điều kiện bày tỏ trọn vẹn, sự thể hiện thể nghiệm được chú ý, sự trung thực được đồng tình; các Websites các Blogs và bây giờ là các trang Facebook cá nhân, nơi chốn được thơ tìm đến (Tất nhiên ở đó vẫn có rác, tự do mà, rác thì môi trường nào cũng có); cuộc cách mạng viễn thông đưa thế giới nằm trong lòng bàn tay, biến dàn vi tính trở thành một nhà xuất bản, sách in ra mỹ thuật không thua gì ở những nhà in "chính quy". Những tác giả xuất hiện ở nhà in mini này nhìn thấy "đứa con" được mang khuôn mặt của chính mình mà giá trị là sự hài lòng.

Sự gì tốt, sự ấy thấu thị, chiếm được ưu thế và nhiều ưa chuộng, con đường phát triển không lùi lại của thơ là một xu thế trào dâng trào lưu, chứ không phải những mode thời trang thoáng qua.

Một câu nói rất xưa nhưng luôn đúng: "Thời gian là thước đo". Thi ca nói đơn giản nhẹ nhàng là những mùa mới, những mùa đi tới. Quy luật của văn chương biến dịch đi tới, đi tới về phía trước, đi tới cái Khác.

Vũ Trọng Quang

VY THƯỢNG NGÃ

- Tên thật: **Nguyễn Quốc Vỹ**
- Năm sinh: 1997
- Bút danh: Dạ Vũ Hoài Thi, Nguyễn Vỹ, Vy Thượng Ngã,…
- Bắt đầu sáng tác từ năm 2014 với các thể loại: thơ, truyện ngắn, tản văn, nhận định văn học,…
- Facebook: https://www.facebook.com/quocvy.nguyen.14
- Email: nguyenquocvy617@gmail.com

Tác phẩm chính đã xuất bản:
- Hoa lá ngập ngừng (Thơ, in chung Sỹ Liêm – Nhà Xuất bản Hội Nhà văn, 2016).
- Gom nhặt thành con sông (Thơ, Nhà xuất bản Nhân Ảnh, Hoa Kỳ, 2018).
Có bài đăng trên các trang web trong và ngoài nước. Góp mặt trong nhiều tuyển tập in chung khác.

TRUYỆN CHỚP

Nghĩa trang ký ức

Một ngày tháng Giêng, mép trí nhớ khét nắng.

Hai mươi ba tháng non lùa ký ức nhóm lửa. Kỷ niệm bến đậu nhen hồng tỏa tí tách bừng tai. Ngoài trời, nắng hong khô hàng dài từng chiếc hộp xếp lớp ẩm đục trận mưa lớn bất ngờ đêm qua. Mùi mốc vừa được gột rửa tình cờ. Tôi phủi nhẹ chiếc hộp theo thói quen khi cầm món đồ cũ, vài góc giấy để lộ bên ngoài. Một Mẩu hãy còn chăm chỉ chú tâm trước mắt. Từng đường nét run run bao năm chối khéo năng khiếu, được tôi đề nghị vẽ lưu trữ cho tình bạn. Dòng chữ nắn nót, con con đề dưới góc phải: Thân tặng Thi sĩ – mãi nhớ về tình bạn chúng ta.

Tôi nghe rõ mồn một tiếng động cơ già ho khục khặc. Nhịp xe co giãn bất tuân. Dồn dập. Trì trệ. Gằn. Buông thả. Hai bánh râm ran thở. Tay móc phanh run run đổ lên đường. Mùi khói xe chạy đằng trước quyện cùng bụi vỗ mịn vào má sống động như vừa hôm qua. Tôi miết nhẹ làn da đã sần, rê từ tóc mai xuống cằm, giở kiếm bụi, chụm hai ngón cái và trỏ vân vê. Tôi ưa rứt tóc Một Mẩu, chập đôi, chập ba se se ngoáy sẽ vành tai. Một Mẩu thích chí tựa vai tôi bất cẩn. Tháng Năm thơm nồng ấm áp.

Thời gian chạm lóng lánh rườm rà đường động chạm vô tình vào cô đơn thăm sâu. Mạch nước ngầm trổ hân hoan le lói mát lành dưới đáy vực. Giũ bụi không may đều đều lăn bánh. Chẳng còn lãnh đạo tinh thần đọc tuyên ngôn. Chẳng còn tòa án kết tội. Ở nơi đấy, tôi cô độc kiêu hãnh giữa bát ngát vùng mênh mông mà Một Mẩu là vệt sao từ chân trời lạ mang đến tia sáng khát vọng. Trong khoảnh khắc rồi cũng rời bỏ tôi thật xa. Tôi lỡ khẩn cầu, ước nguyện lạc giọng, thét gào giữa trùng trùng ước ao ngoài kia. Một Mẩu tan biến mang dở dang cuộc người chưa đi đến nửa đoạn. Về đêm, gió thổi lộng. Tôi quần cộc, áo ngắn tay lóng ngóng vô định phương hướng, chớp nhặt mau mắn giây phút Một Mẩu trở lại, để tất cả không phải nương nhờ giấc mơ. Một Mẩu tan vào hư không. Tôi thủy chung dáng ngồi. Sao phong kín tầng trời. Đổi ngôi. Va nhau vỡ vụn. Những bản nhạc bị giam cầm trong não bộ tù túng đang giãy giụa bật tung. Thanh âm Một Mẩu quanh quẩn lũ lượt kéo về. Thời cuộc nhốn nháo, tâm hồn nào bình an. Tôi cứ chạy, Một Mẩu lờ mờ hun hút.

Trên tay, nhân diện người thanh niên trong bức tranh được nhìn từ phía má trái, đôi mắt nhòe hằn vết thâm kéo dài thêm tụ ở đuôi mắt. Nỗi suy tư dần rõ rét. Tôi thôi truy tầm Một Mẩu cảm xúc người thanh niên ra sao, đang nghĩ ngợi gì. Có lẽ Một Mẩu đã sớm phỏng đoán tinh tế phần nào ngọn gió tôi – đến đi tình cờ, bất ngờ chưa hạn định; không loại trừ khả năng Một Mẩu phạm phải điều tối kỵ – điềm gở từ những lời vô phưởng vô phạt qua lời đề tặng – đang trong hạnh phúc, sẽ ít khi nhớ đến, trừ lúc bỏ ra đi. Một Mẩu ghi "mãi nhớ", nên giờ bóng hình Một Mẩu mãi nằm trong luân chuyển ký ức tôi, nương nhờ động thái xung quanh mà tác động lên vùng gợi nhắc chớp nhoáng. Cơn mưa đóng đinh u ẩn tổng thể bức tranh, người thanh niên dần hiện vẻ ưu tư, trầm mặc. Mưa thả đều đều trước khung cửa sổ.

Ngón tay lên cơn mê sảng bóc lớp vỏ món quà lưu niệm nhỏ màu sắc bắt mắt. Lập lòe Một Mẩu dúi tay tôi khúc khích đương nhiên chẳng thể thiếu phần. Thanh củi châm hoài niệm xa, xưa. Tôi xê dịch Một Mẩu hôm qua về Một Mẩu hôm kia, nghe tôi hôm nay cất giọng trách cứ. Cái quá đáng của thời gian là sự xoay chuyển, vén khéo tin hin đổi khác, nối khoảng cách rộng, một lời đùa cũng có thể biến hóa sắc mặt, tạo thời cơ hồng hộc đuổi nhau đuối sức. Chỉ mỗi tôi chưng cất đắng chát gạn chất ngọt uống nuôi mạch sống trổ gai lặng thinh. Một Mẩu từng vỗ về khốn khó tuổi trưởng thành trên mỗi bước đường nặng hình bóng ủi an, đến đâu cũng dày đặc nhắc nhớ. Tôi tự cho phép bản thân nói dối khi kim đồng hồ điểm 0 giờ hơn rạng sáng ngày đầu tháng Tư rồi nhịp sống bận rộn sẽ lấp tất cả. Sự lặng im tôi kéo lưới trùm lầm lỗi Một Mẫu. Cuối năm khăng khít, tháng Giêng vun vén đề phòng oi oi mùa hạ chia cắt và cô quạnh mùa thu dấu hiệu. Tôi đã là con mồi trong tầm ngắm thời gian.

Một ngày tháng Giêng, mép trí nhớ khét nắng.

Hai mươi ba tháng non lùa ký ức nhóm lửa. Tôi đánh bóng hoen ố, lau chùi từng góc cạnh, rãnh tủ sắt; cắt vuông vức mẩu giấy, nắn nót hàng chữ chú giải, cẩn thận chống sự phản bội trí nhớ đã cải biên theo ý muốn; nhẹ nhàng sắp gọn từng chiếc hộp một ngay ngắn nghe điệu thở dài thượt đôi khi.

Trong tầm ngắm

Hắn không ít lần mâu thuẫn với chính mình, phủ nhận chính mình, đạp đổ chính mình, nhổ toẹt vào mặt mình, khinh bỉ mình, bêu rếu mình, dúi người khác ít quà vặt nhờ họ viết bài đả kích mình, hủy hoại mình… Hắn cố tấn công tinh thần mình bằng những bài chỉ trích thậm tệ đập liên tục vào mắt mình. Trái ngược mong mỏi, hắn vẫn bình thản chưa chỏi xúc cảm. Hắn thắp hai ngọn nến trước gương, đánh thức phần vô hình trong thân xác mà hắn cho rằng mình bị ma quỷ xui khiến viết những tác phẩm vô hồn. Hắn khước từ nhìn mặt vài đứa con trong số không nhiều thành quả hắn tạo dựng, hắn bảo hắn chả viết chúng bằng con tim rộn lên nhịp đập đồng điệu, chân thật. Hắn trần hắn trong nước mắt giãy giụa ngày tháng cũ, thời hắn còn yêu đời và có vài cô bạn gái chịu đi với hắn trong những giây phút tệ hại của tuổi trẻ. Vết cắt chằng chịt sau xô trước, trước mở đường vết sau. Hắn thèm được vinh danh. Hắn lại sợ nghe xướng tên. Hắn ghét tù túng với chữ nghĩa. Hắn e dè để đường đi con chữ tự chạy theo hướng nó quyết định an bài. Hắn nhớ từng có người "cảnh báo" hắn cẩn thận, đừng chơi đùa với con chữ. Hắn bất an kiểm dò toàn bộ bản thảo. Hắn vỗ trán, cắn móng tay, run cầm cập. "Ra là nó!". Hắn thì thầm. Hắn tiên đoán không trật những hành động, suy nghĩ ở tương lai với mỗi nhân vật xưng "tôi" hắn tạo dựng. Hắn xâu chuỗi tai ương đằng đẵng kể từ lúc đặt dấu chấm hết câu. Hắn đã vào vai nhân vật ấy, đang chịu sự điều khiển của nhân vật. Thế là hết, hắn bị chính nhân vật mình khai sinh giật dây. Hắn cóc quan tâm. Hắn cần trải hết điều hắn khát khao bộc lộ. Hắn lo lắng điều hắn viết một mai chìm sâu vào huyệt lãng quên. Hắn quật mình dậy. Hắn rón rén dúi tay lão xấp giấy mỏng được đóng thành tập vuông vức. Hắn chờ, im lặng, không dám nhìn vào ngón tay lão đang lần giở. Tiếng giấy sột soạt khe khẽ. Tai hắn ù đi. Sao nay hắn nói về bản thân mình nhiều đến thế? Hắn đổi khác rồi ư…?

Hắn lùng sục biến chuyển, thốt nên bất chợt, chép miệng, thở dài: "Bạn bè nói mình khác lúc trước. Mình sắp không còn là mình nữa rồi". Hắn rùn mình, kéo dây gài áo khoác lên cổ, vừa bước vừa nghêu ngao những câu hát vô vị.

Rất lâu sau hắn mới viết trở lại. Khi cầm bút hay ngồi trước màn hình máy tính sáng lóa, hắn cảm giác nỗi bất lực len lỏi. Văn đông cứng, từ khô hạn. Hắn chỉ cảm mà không thể dàn trải. Ý tưởng lũ lượt từ thượng nguồn chưa kịp đến hạ nguồn đã rẽ vào ngõ cụt. Hắn vò đầu, bứt tóc, khóc… Nước mắt rỉ rỉ nhỏ thành giọt thấm lạnh trang viết, vài chữ nhòe đi. Hắn thổi hồn vào những chữ bất ngờ, thi vị. Hắn nhận lại sự vỗ về yếu ớt, non trẻ sớm thành hình.

Về đêm, sương xuống lạnh. Hắn xoa hai bàn tay tạo hơi ấm, vội vàng tấp vào quán nhỏ ven đường. Lửa từ bếp than nhỏ tỏa hơi nóng dìu dịu. Người đàn bà trạc ngũ tuần quạt đều tay cho lò than đỏ hồng, đun nồi sữa sôi riu riu. Hắn chìa tờ tiền, đón lấy cốc sữa cùng đĩa bánh, chọn góc khuất, tối nhất, nép vào khoảng nhỏ trước nhà người đàn bà bán nhờ. Hắn sẽ có một mối tình đẹp nếu như hôm đó hắn chịu khóa miệng mình, níu tay cô bạn gái ưa trách móc. Hắn cằn nhằn có phải người con gái lúc nào cũng thích hỏi han thường trực, quan tâm nhất cử nhất động mỗi ngày. Hắn thèm cô đơn ngắn ngủi. Hắn tin mình được Thượng đế phó thác sứ mệnh cầm viết, lượm nhặt hình ảnh cuộc đời, rọi lên trang viết đánh thức những con người đang mò mẫm hoài công giữa màn sương. Chỉ cô đơn mới khiến hắn trở nên vĩ đại. Người con gái lắc đầu, đứng phắt dậy, bước nhọc giữa cái lạnh cắt da cắt thịt trở về. Hắn đâu lãng mạn theo trí tưởng mọi người! Hắn chỉ là nạn nhân đáng thương của gieo rắc niềm tin và điều số đông thấy và tin. Một dòng điện chạy qua não bộ hắn rối bời. Hắn tì mũi giày dưới nền xi măng, đối chọi tiết trời đương khắc nghiệt.

Hắn tìm nhà lão trên con phố thưa người. Gác xếp chật nít từng chồng sách được xếp dài bao trọn khoảng trống đập mạnh trí nhớ hắn. Lão mở cửa, thoáng ngạc nhiên, kéo hắn vào nhà vội vàng tránh gió luồn qua khe hở. Khói thuốc bay lơ lửng tô khung cảnh mờ ảo. Lão xếp bằng, rót trà mời hắn, ngước nhìn, lẩm nhẩm:

- Bằng mọi giá, cậu phải cho con mình thấy ánh sáng mặt trời. Có khó khăn, tôi sẵn sàng giúp cậu.

- Nhưng tôi quan tâm chất lượng hơn số lượng. Tôi chỉ viết như một cách thức giải trí, đốt thời gian, không ý định phơi bày cho ai khác ngoài bạn bè thân thiết.

- Cậu đừng đùa với con chữ, nhất là khi phát ngôn. Cậu nên trân trọng điều cậu được ban phát. Cậu hơn hẳn số đông khát khao được bộc lộ tâm tư, tình cảm mình ngoài kia. Cậu nhốt mãi chúng nó như thế, chúng sẽ èo uột theo tư tưởng cậu hiện thời. Tốt hơn hết ném hết thảy chúng ra ngoài hít thở khí trời. Cậu đi ngược hướng chúng nó tìm nhiều điều mới mẻ. Thời gian và người đời sẽ đối đãi chúng công bằng nếu tự thân chúng chịu đủ sức nặng.

- Mà ông đã xuất bản được cuốn sách nào?!

- Cậu không cần quan tâm. Tôi đã bỏ sau lưng cả hoài bão lớn thời trẻ từng ấp ủ. Tôi thích viết và giữ làm của vì tôi tin kiệt tác rồi có người đến chào đón về. Tôi đã chờ hơn nửa thế kỷ. Tôi nhận ra mình sai lầm. Tôi không là ai, chả là cóc khô gì. Tôi muốn thể hiện mà tôi ngại mở lòng đón nhận, tôi kỳ vọng sự im lặng của tôi khiến người khác lưu tâm thúc hối tôi phơi bày tác phẩm… Tôi lười gõ cửa từng nhà xuất bản chỉ vì tôi nghĩ chẳng cần cầu cạnh ai. Không hề. Tôi lầm từ ngày còn trẻ tuổi. Giờ, tôi chỉ mong sức khỏe, tất cả rồi cũng theo chiều phù du.

- Vì sao ông viết?

- Tôi bất tài, tôi thua thiệt. Viết là tôn giáo, là cứu cánh tinh thần, để thấy mình không vô dụng hoàn toàn.

- Vậy văn chương với ông chỉ là tấm lá chắn?!

- Không! Tôi yêu nó thật sự. Tôi trân trọng chữ nghĩa, biết quý thành quả mình dù nó ra đời thiếu tháng, dị dạng,… Tôi có câu chuyện để kể. Tôi mong những ai đọc tôi sẽ thấy phần nào hình bóng mình trong hoàn cảnh đấy, họ sẽ nhận được sự ủi an…

- Văn ông u ám, tăm tối, bi quan thế; liệu chúng có tác động tiêu cực đến người khác?

- Tôi chưa từng nghĩ thế. Tôi tâm niệm bản thân mình vạch ra những dấu hiệu bất an từ tâm mình đi ra, người đọc họ sững người, soi rọi lại mình với những dấu hiệu, biểu hiện ấy. Mỗi tác giả có thể là một tri kỷ của bạn đọc đâu đây. Tôi mong họ tìm được tiếng nói đồng cảm phát nên giữa tối tăm từ cuộc sống xô bồ người người cắm mặt lầm lũi đi.

Từng lời lão xâm chiếm cái nhói nơi góc trái hắn. Hắn run run vấn đáp lão. Lão không lớn như hắn nghĩ. Lão không có cái ngạc nhiên trước câu khen. Lão ngồi thừ, gật gật ra chiều hắn nói những điều thừa thãi. Lão không có tâm hồn con trẻ bột phát nên trong dáng dấp văn sĩ cự phách ẩn dật. Bóng dáng trẻ thơ dường tiêu biến, mất dần gốc tích. Hoặc lão không biết người lớn thật sự bao giờ cũng mang phần hồn đứa trẻ – cái ngô nghê dù ít nhiều giả tạo, hòa chung cuộc vui – lão không có. Lão dửng dưng, cười ý nhị khi hắn tấm tắc một truyện ngắn của lão viết khéo, biết tiết chế, đẩy nhân vật vào tận cùng bi kịch; hắn thích chí cao giọng bình một bài thơ lão chốt hạ vừa đủ. Lão miết nhẹ mấy cọng râu dưới cằm, uống thêm trà. Hắn kết thúc câu chuyện, xin phép ra về.

Không lâu sau, hắn nhận được nhuận bút và báo biếu cho lần cộng tác tháng trước. Liền kề vài trang trên số báo ấy, có bài điểm sách về tác phẩm đầu tay của hắn, tiêu đề in đậm, cỡ chữ lớn: **"NHÀ VĂN X – KẺ THẦM LẶNG VĨ ĐẠI NHẤT THẾ HỆ ANH"**. Hắn cười méo xệch, tựa lưng lên tường, trượt dài. "Khốn nạn! Khốn nạn!" Hắn ôm đầu thét hoảng loạn, nức nở…

Vy Thượng Ngã

ÁNH NGUYỄN

Tên thật: **Nguyễn Thị Ánh**
Nick Facebook: Anh Nguyen
Bút hiệu khác: Cỏ Dại
Mail: ntangoisaovang@gmail.com
Sở Thích: Thơ, văn, đọc sách & du lịch

Tác phẩm đã xuất bản:
- Trăng mòn cỏ dại

* Có tác phẩm in chung trong nhiều tuyển tập.

HẠ ƠI TA NHỚ

Nhìn trời vây úa màu nắng hạ
Trong khóe mắt buồn nỗi nhớ xa
Đang dần ẩn hiện trên cánh phượng
Tiếng ve cộng hưởng thêm vỡ òa

Em muốn giấu hạ vào trong nhớ!
Mực tím, sân trường xao xuyến thay
Tìm trong thầm kín tình vương vấn
Nụ cười bẽn lẽn miền hạ say

Hạ khép theo mùa từ thuở ấy
Mây giăng sợi nhớ khúc tương tư
Anh về nhặt lại trời mưa đổ
Thương đời cỏ dại... ai giẫm nhừ!?

Lối cỏ buồn trông trời miên viễn
Ru tình dẫn lối ở phương nào!?
Để cho đời cỏ xanh xao úa
Ôm trời thương nhớ giữa chênh chao

Buồn vui nếm đủ đời cỏ dại
Ngày qua ngày đợi nắng sương pha
Đi về lối cũ tìm dốc nắng...
Chỉ bóng tà huy... thấp thoáng xa.

Sái Gòn, 15/6/2019

MUỐN HỎI ĐẤT TRỜI

Chiều nay đất trời như bung vỡ
Có lẽ cơn mưa níu hạ về
Để em mê mải thương mùa cũ
Như đời cỏ dại tìm bến mê

Phố vắng trầm tư ôm ký ức
Cuốn theo điệu nhạc tí tách rơi
Làm sao đếm được bao nhiêu giọt
Chìm theo tiếng nấc với sóng đời

Góc khuất trái tim đi về lối
Anh ở nơi đâu gánh tương tư
Trải hồn trong nhớ đâu một nửa?
Một nửa cho đi... một nửa thu!

Nỗi buồn nung chín em ngơ ngẩn
Ập vào cũng đủ lạnh con tim
Mưa trắng trời cao chìm hơi thở
Là lúc nếm cạn bóng cuộc tình

Ngoài kia mưa lạc hồn như chết
Bóng chiều đã khuất mặn nỗi đau
Mưa ơi hãy rửa bao phiền muộn
Để khỏi đau lòng, chuốc tình sâu.

Sài Gòn, 13/6/2019

THÁNG SÁU ƠI

Tháng Sáu phượng nở cháy trời cao
Bạn bè ơi hỡi ở phương nào?
Sân trường đã cũ như thế kỷ!?
Mây trắng ru hồn đến chênh chao

Tuổi thơ tìm kiếm lùi xa lắc
Ẩn trong ký ức khung trời xưa
Ve kêu thảng thốt lòng cháy bỏng
Ùa về nỗi nhớ như bão mùa

Bâng khuâng tháng Sáu lòng rạo rực
Thắp lửa yêu thương với tháng ngày
Em ngẩn ngơ tìm trong thinh lặng
Kỷ niệm xa rồi nối tiếp say

Đêm nay dệt nhớ mưa rơi đầy
Thêm những dư âm đến thật gần
Tháng Sáu là ngày ta dấn bước
Trong chốn gian trần mẹ cha ban

Còn bốn ngày nữa gửi tâm huyết
Cảm ơn cha mẹ tượng hình hài
Cho con được đứng trong trời đất
Làm một con người... như những ai....

Sài Gòn, 04/6/2019

ÔM BUỒN VÀO NẮNG

Ngồi nghe nắng gió tháng Ba
Nghe trong phiêu lãng xót xa ru hồn
Đong đưa lá hát khơi nguồn
Nắng tà nghiêng đổ chiều hôm vỗ về

Qua chưa... nắng chói chang hè
Dệt dòng tâm sự mà nghe bóng mình
Vấn vương một bóng một hình
Dở dang ngày cũ tự tình với thơ

Sẻ chia níu giữ trong mơ
Sáng trưa chiều tối bao giờ tâm yên
Nghiêng chao nỗi nhớ rất hiền
Để nghe nhịp thở vỗ trên thân ngà

Mơ về giấc điệp tháng Ba
Gom phơi tất cả, nắng hoa học trò
Tương tư tan chảy vỗ bờ
Ôm buồn vào nắng vi vô một thời.

Sài Gòn, 19/3/2019

NGUYỄN HỒNG LINH

- Họ và tên: Nguyễn Thị Hồng Linh.
- Sinh nhật: 8/8/1961 tại Phan Thiết.
- Sống tại: Stuttgart, Germany.
- Nick Facebook: Hong Linh Nguyen.
- Email: honglinh8861@yahoo.de.

Tác phẩm in chung:
- Lộc phát Mậu Tuất 2018.

NHỚ MẸ

Ầu ơi… ầu ơi…
Mẹ xa con nhớ mẹ nhiều
Nhớ lời mẹ dạy trăm điều khắc sâu
Vần thơ chưa viết tròn câu
Mẹ đi xa mãi con sầu lệ rơi…
………
Tiếng ru con ầu ơi nhà bên cạnh
Con chạnh lòng nhớ mẹ ngẩn ngơ
Mẹ khuất xa rồi con thương nhớ
Ánh mắt dịu hiền bên võng đong đưa.

Nhớ dáng mẹ gầy dưới nắng ban trưa
Bươn chải cuộc đời nuôi lớn con thơ
Dẫu gian lao mà tim rộng mở
Thương đàn con, mẹ lam lũ một đời.

Mẹ khuất xa rồi… con nhớ quá mẹ ơi!
Con nhớ lắm… tóc mẹ dài óng mượt
Không phấn son không trau chuốt lụa là
Nụ cười hiền với chiếc áo bà ba
Lo cho đàn con… sợ con mình vất vả.

Tuổi thơ con… như gấm hoa lụa vàng
Đi đến trường chân sáo bước hồn nhiên
Mọi ưu phiền bờ vai mẹ gánh nặng
Con trưởng thành… Mẹ đã đi xa rồi…

Stuttgart, 12/4/2017

LỜI TỰ TÌNH TRÊN BIỂN

Em nhớ anh… giấu mình trong vỏ sò nằm yên đó
Cơn sóng nào vô tình xô đẩy mãi bờ xa
Cứ ngỡ rằng… cuộn mình giấu kín nỗi chờ mong
Lòng bình lặng theo đêm dài
lắng đọng.

Dông bão cuốn tình ra biển lớn
Sóng thét gào nỗi nhớ bỗng mênh mông
Tưởng giấu mình… giữa đêm lặng thinh không
Giữa trùng dương thôi nghẹn ngào, thôi dậy sóng…

Vỏ sò ơi!
Sao không đem giấu
Cuộc tình đầy cháy bỏng giữa ngàn khơi
Dã tràng ơi!
Sao xây cát hoài trong vô vọng
Nghìn năm biển động cuốn tình trôi.

Còng gió ơi!
Sao lang thang một mình trên biển vắng
Gửi tình vào cát trắng miên man
Em giấu lời tình tự giữa gió ngàn
Lâu đài cát! Dưới ánh trăng vàng dát bạc.

Phi lao ơi! Xào xạc khúc tình thơ
Biển - cát ru gì? Giữa ngàn sao lấp lánh
Hải âu bay theo cánh buồm trong nhung nhớ
Sóng biển bạc đầu… chim bay mãi tìm ai?

Stuttgart, 17/1/2018

CÒN TA VỚI TA

Ta về lối cũ
Biển sóng như ru
Mưa buồn ủ rũ
Tình đã ngàn thu

Đường phủ rêu phong
Chim hót đêm đông
Sao nghe chạnh lòng
Mộng trần long đong

Chờ mong người về
Tiếng đời lê thê
Vàng phai não nề
Hiu hắt đêm mê

Tái tê tình sầu
Trời đổ giọt châu
Thương mối tình ngâu
Mong manh duyên đầu

Qua cầu ai nhớ
Một thuở tình thơ
Em rất ngu ngơ
Còn anh dại khờ

Đêm mơ gọi hạ
Trăng đã tàn xa
Còn ta với ta
Còn ta với ta…

Stuttgart, 12/7/2018

Nguyễn Hồng Linh

NGUYỄN HÙNG PHONG

- Họ và tên: **Nguyễn Hùng Phong.**
- Sinh năm: 1957.
- Nghề nghiệp: Bác sĩ y khoa.
- Địa chỉ: 204B, Đoàn Hoàng Minh, phường 5, TP. Bến Tre.
- ĐT: 0913 89 15 89.
- Nick Facebook: Nguyễn Hùng Phong.
- Email: nguyenhungphong855@gmail.com.
- Thơ: Đã in chung nhiều tác giả.

CÁNH DIỀU TUỔI THƠ TÔI

Tuổi thơ tôi có cánh diều
Rong chơi trong gió ráng chiều vàng tươi
Mang theo ánh mắt nụ cười
Gửi vào trong ấy một trời yêu thương

Sáo diều réo rắt vấn vương
Gọi người lữ khách tha phương tìm về
Vi vu thoang thoảng đê mê
Như lời trầm bổng mẹ quê ru hời

Diều bay chắp cánh đầu đời
Đi vào cổ tích cái thời hồn nhiên
Có nàng tiên nhỏ diệu hiền
Tung đôi cánh trắng vào miền bình yên

Cánh diều in mãi không quên
Tung tăng lướt gió bông bềnh ngày thơ
Có khi diều đến trong mơ
Ngập tràn điệu nhớ bây giờ xa xôi

Tuổi xanh ngày ấy qua rồi
Đong đầy kỷ niệm bồi hồi trong tôi
Cánh diều theo mãi bên đời
Cùng tôi bay đến khung trời ước mơ!

TÌNH BIỂN

Anh bảo em biển quê mình đẹp lắm
Biển nồng nàn xanh thẳm ngát trùng khơi
Thuyền bềnh bồng lướt sóng cả chơi vơi
Gió rì rào ru êm lời biển hát

Biển quê anh là thơ là khúc nhạc
Có hàng dừa đứng hát dáng lả lơi
Bờ cát xa người tình ơi vẫn đợi
Đưa em về, biển gợi nhớ chiều quê

Biển quê anh từ lâu rồi vẫn thế
Biển bao đời ngạo nghễ đón bão dông
Biển bạc đầu bao đêm ngày trông ngóng
Thuyền quay về biển lặng sóng chờ mong

Biển với thuyền nâng niu nhau để sống
Nếu không thuyền biển bỗng thấy đơn côi
Có đôi khi biển thét gào hờn dỗi
Thuyền chòng chành bối rối sợ biển xa

Anh yêu em như thuyền yêu biển cả
Biển mặn nồng cho tôm cá đầy khoang
Thuyền với biển khúc tình ca lãng mạn
Như em anh năm tháng mãi mong chờ!

QUỲNH HƯƠNG

Chiều buồn sâu lắng tâm tư
Nhớ về quá khứ năm xưa
Giọt sầu rơi xuống đong đưa
Tiếng mưa đu đưa niềm nhớ

Chiều tàn đơn bóng chơ vơ
Đêm tìm hoa nở trong sương
Quỳnh hương một đóa tôi thương
Thoảng nghe dư hương còn đây

Chiều vàng thu gọi ngất ngây
Hương yêu ngày ấy như say
Ngọt ngào tay nắm trong tay
Lá thu thoảng bay ngoài song

Chiều nay gợi nhớ mênh mông
Hương xưa xa không còn nữa
Một mình ta với khúc mưa
Nhớ sao cho vừa người ơi!

Nguyễn Hùng Phong

NGUYỄN MINH TƠ

Tên thật: **Nguyễn Minh Tơ**
Năm sinh 1960
Nick Facebook: Nguyễn Minh Tơ
Thị trấn Đức Hòa, huyện Đức Hòa, tỉnh Long An
Đã học cấp 1, 2, 3 tại Đức Hòa
Trung học Văn thư lưu trữ, Đại học Kinh tế
Sở thích đọc sách, ca nhạc, thơ, du lịch

NỬA MẢNH TRĂNG TÀN

Uống cho
đêm kéo dài thêm
Say trăng vắt vẻo
cành mềm thân đau

Lặng sầu
sao lạc ngàn sao
Buồn thương cho kiếp
má đào truân chuyên.

Say đêm
sóng vỗ mạn thuyền
Rưng rưng từng giọt
nợ duyên bẽ bàng

Trên cao
nửa mảnh trăng tàn
Nửa chung rượu lỡ
muộn màng... cho ai?

8-4-2018

HƯƠNG YÊU

Lá rơi
Lác đác bên sông
Đoạn tình ai tắt
Lửa lòng ngày xưa

Cớ sao
Trời đổ cơn mưa
Hương yêu thuở ấy...
Như vừa đâu đây?

20-5-2018

VỠ ĐÔI

Ngày em
buông vạt nắng chiều
Hoàng hôn tắt lịm
đìu hiu lối về
Như vừa
hắt khỏi cơn mê
Ngỡ ngàng lạc lõng
bên lề yêu đương

Ai gieo
khúc nhạc nghê thường
Từ ta ôm mối
tơ vương đoạ đày
Đêm sầu
chạm đáy men cay
Nghe từ da thịt
tàn phai âm thầm

Tiễn em
theo dấu trăm năm
Đường khuya lối nhỏ
nguyệt cầm vỡ đôi.

30-10-2018

CHỜ NGƯỜI

Mưa tàn
từng hạt ngoài song
Sao nghe nặng trĩu
trong lòng giọt ngâu

Mây giăng
ngỡ kín nỗi sầu
Gió đâu giá buốt
đêm sâu chờ người.

7-6-2019

HƯƠNG CON GÁI

Hương con gái lắng sâu từ thăm thẳm
Ru hồn ta vào giấc mộng thiên thai
Đôi môi quyện nụ hôn đầu nồng ấm
Nghe run từng nhịp đập giữa cơn say.

Ngày em đến mang hương đời rất lạ
Ngỡ như ta quen nhau tự bao giờ
Trong đôi mắt long lanh màu biển cả
Cánh buồm ta nghiêng ngả khúc tình thơ.

Ta lần bước giữa rừng đêm hoang dại
Vọng theo về từng khúc nhạc du dương
Hương bất tận trong vòng tay ân ái
Những giọt đời lan tỏa giữa đêm sương.

Xin cho được bên em ngàn năm nữa
Để mỗi ngày như những phút đầu tiên
Cho sống trọn trong biển đời rực lửa
Trên con đường đầy hạnh phúc bình yên.

16-3-2019

CUỐI NẺO HOÀNG HÔN

Ta lặng lẽ giữa đôi vầng nhật nguyệt
Nhặt tháng ngày gom góp những yêu thương
Nỗi thương nhớ đêm từng đêm tha thiết
Mơ bóng người trong hư ảo mờ sương.

Em bước đi... hai phương trời xa vắng
Mùa xuân về lạc lõng cánh hoàng mai
Những kỷ niệm của một thời sâu nặng
Chỉ ảo mờ trong giấc mộng thiên thai.

Mang thương nhớ tưởng chừng vùi quên lãng
Trong tâm hồn đã chai sạn ước mơ
Ai biết được chuyện tình trong dĩ vãng
Cứ hiện về từng đêm tối bơ vơ.

Xa mới thấu nỗi đau tình ly biệt
Cả trời yêu sâu lắng tận tâm hồn
Những vết cứa trong tim còn rên xiết
Theo ta về... nơi cuối nẻo hoàng hôn.

18-2-2019

TÌNH SI

Nghe thổn thức tiếng chiều trôi thanh vắng
Chầm chậm thôi những hạt nắng cuối ngày
Ta sợ lắm giữa màn đêm tĩnh lặng
Gọi ta về vùng ký ức không phai.

Cánh chim nhỏ đang theo bầy về tổ
Xót cho ta một số kiếp tha phương
Mai thân xác sẽ vùi nơi huyệt mộ
Còn ai đưa về phía cuối con đường.

Người đã bỏ ra đi mùa đông lạnh
Góc sương mù trơ trọi chỉ mình ta
Vui duyên mới từng bước chân kêu hãnh
Còn lại gì những kỷ niệm đã xa.

Cây đa cũ vẫn mang oằn nỗi nhớ
Bến đò xưa mãi đợi một người đi
Hàng liễu rủ vẫn cúi đầu nức nở
Khóc cho người... vương vấn cuộc tình si.

12-2-2019

Nguyễn Minh Tơ

NGUYỄN THỊ THU HẰNG

- Họ tên: Nguyễn Thị Thu Hằng.
- Bút danh: Hang Nguyen – Plauen.
- Nick Facebook: Lan Lam Long.
- Từng sinh sống ở Hà Nội.
- Hiện định cư tại Cộng hòa Liên bang Đức.

Tác phẩm đã in:
- Dưới bầu trời lạ.

CÓ MỘT BÀI THƠ
(Một bài thơ cũ...)

Có một bài thơ em viết cho anh
Giữa đêm về bàng hoàng tỉnh thức
Giấu nỗi buồn sâu vào đáy mắt
Bài thơ không gửi nào dám tỏ lời…

Hồn chơi vơi nơi chốn biển khơi
Chẳng kim chỉ nam em lạc lối
Có một bài thơ đọc lên rất tội
Mơ ước ngày lành ta sẽ gặp nhau.

Biển ầm ào bão vần vũ trên đầu
Em ngập sâu vào lòng biển cả
Nước mặn chát sao cứ tuôn lã chã
Giữa trùng dương chẳng thể cặp bến bờ.

Có một bài thơ viết trong nỗi khắc khoải đợi chờ
Giữa đêm và ngày sao lạc lối…?
Bài thơ viết xong nào đâu dám gửi
Đọc cho mình nghe nước mắt ngậm ngùi rơi…

15/02/2019

HƯƠNG BƯỞI MUỘN

Em
Xa
Biền biệt
Mất rồi…
Vương
Nơi vai lạnh
Bờ môi úa tàn.

Đông qua
Xuân đến
Vội vàng
Mình
Đà lỡ hẹn
Muộn màng
Trách ai…!

Trên
Đường vắng
Buổi ban mai
Thoáng
Trong
Tĩnh lặng
Tiếng ai thở dài.

Thơm
Hương bưởi muộn
Sương tàn
Mua đi
Ủ
Lại
Nồng nàn khăn tay.

Ấm lòng
Xa cách
Nhau đây
Mang hương
Về
Chốn trời Tây
Tuyết dày…

13/04/2019

CHỈ LÀ MỘT GIẤC MƠ THÔI

Bây giờ xa cách nửa phương trời
Dẫu biết chẳng còn kịp nữa rồi
Bàng hoàng tôi hai hàng lệ ứa
Nghĩ chuyện xưa… nước mắt thầm rơi.

Dẫu là
Một giấc mơ thôi
Sao tôi lại thấy
Bồi hồi tim đau
Lệ đà
Ngừng chảy đã lâu
Chỉ còn thoảng chút
Nhớ nhau… khuya về.

Đêm sâu
Lạnh lẽo tái tê
Xuân về bỏ lại
Sơn khê úa tàn
Người đi từ độ thu sang…
Tôi còn mơ nữa lệ tràn ướt mi.

Thôi thì duyên nợ mãi chi
Người xa biền biệt còn gì mà mong
Tạ từ một giấc mơ suông
Bừng tôi tỉnh giấc đắng lòng cách xa…

12/04/2019

Nguyễn Thị Thu Hằng

PHẠM HIỀN MÂY

- Tên thật **Phạm Thị Thu Thủy**, sinh ngày 15 tháng 9 năm 1972 tại Sài Gòn.
- Giáo chức, dạy văn tại các trường trung học Ngô Chí Quốc (Thủ Đức), trường trung học Nguyễn Việt Hồng (quận 3).
- Chuyển sang lĩnh vực kinh doanh từ năm 2008. Cũng từ năm này, thơ bắt đầu được đăng trên các diễn đàn văn học như Hùng Vương (Đà Lạt), Tống Phước Hiệp (Vĩnh Long), và ở ngoài nước: Vuông Chiếu, Tương Tri, Bản Sắc Việt, Văn Nghệ Boston, ...

Tác phẩm đã xuất bản:
- Lục bát Phạm Hiền Mây (thơ, Nhân Ảnh, Hoa Kỳ, 2018).
- Sẽ sóng mãi trăm năm (thơ, Nhân Ảnh, Hoa Kỳ, 2018).
- Bất tương phùng, không tin (thơ, Nhân Ảnh, Hoa Kỳ, 2018).
- Đáng đời (thơ, Nhân Ảnh, Hoa Kỳ, 2018).

CHI CHI CHÀNH CHÀNH...

phù du tình ái quẩn quanh
trò chơi lận đận cho nhanh tuổi giời
cho nhanh cả những đã đời
sớm khuya bèo nước rã rời mỏi mê

xa gần bèo nước chán chê
phù du tình ái lê thê khói buồn
trò chơi lận đận tự nguồn
đến nay diễn vẫn nguyên tuồng có không

đến nay vẫn rất mênh mông
khôn vơi lòng lá phong đông kín mùa
phù du tình ái trêu đùa
trò chơi lận đận gió lùa rêu hiên

trò chơi lận đận muôn niên
giấc thao thức trở khê miên bến sầu
miên khê lạnh bến giang đầu
phù du tình ái trăng lầu hoàng hoa

phù du tình ái chóng qua
trò chơi lận đận í a khóc thầm
thịt da thương nhớ ôm chầm
bóng đêm sương giọt xuống bầm long lanh

chi chi tình ái em anh
trò chơi lận đận
chành chành
phù du...

NHƯ EM CỎ BỜ XANH...

như ngọn cỏ chẳng ai trồng cũng mọc
em yêu anh chẳng lý trấu lý gio
yêu anh rồi yêu cả quạt thầy mo
ngày bão tố đêm đầy cơn mộng tưởng

ngày lũng thấp đêm dông đời vay mượn
như hạc vàng biệt mãi cuối trời tây
lối mưa hoàng hoa cội úa hàng cây
chiều gió cuốn nhớ thương mù lên thắp

chiều gió cuốn nhớ thương mình hôm gặp
khói bềnh bồng trắng gọi nỗi ngàn khơi
như cuộc tình mây nước xóa người ơi
nhòa nẻo khuất trần gian hoài ngăn cách

nhòa nẻo lấp dấu xưa hoài chân khách
lữ bộn bề mê mải cõi sầu vây
bến trăng thề cố xứ lũy thành xây
nghiêng đợi bóng rêu giăng mờ như thế

nghiêng đợi úa lá khô tàn như thể
mái hiên nằm chim sáo ngóng niềm thu
hẹn hò mùa ân ái biếc phù du
muôn trùng sóng thuyền xa dòng nhọn cọc

nghìn trùng dẫu bọt tung buồn ngang dọc
yêu anh chờ
như em cỏ
bờ xanh…

KHÍT MỘT VÒNG ÔM…

khi ôm em vòng ôm anh rực tối
ngực vồng trăng trái chín lửng tay trời
với tìm nhau trọn vẹn lối mê đời
ngàn lấp lánh sao rơi hồ sâu núi

ngàn lấp lánh sao rơi lưng anh dụi
khi ôm em ấm nóng nụ môi nồng
cái hôn mai chắc cũng chẳng bềnh bồng
như ngọt lịm anh vào em hôm ấy

như chết lịm sông nguồn anh em lấy
đỉnh thiên thai đánh cắp lũng mây đồi
khi ôm em hàng lá cũng bồi hồi
hoa ngã xuống lót anh nằm mơ giấc

em ngã xuống giật mình đêm cỏ nấc
dỗi hờn a cổ tích được anh tề
tóc mùa đông và vai ướt thu kề
thần thoại quá anh ôm em hồ phải

thần thoại buổi anh ôm em hồ mãi
chiêm bao xin khoảnh khắc chút êm đềm
rót thêm giây tận hiến phút thân mềm
mùa ân ái ong cong bầu mật xối

anh ôm em trần gian hoài bất hối
ngọn lách lùa
se khít
một vòng ôm…

Phạm Hiền Mây

SƯƠNG MAI

Tên thật: **Nguyễn Thị Sương**
Sinh năm 1968
Sống tại Lâm Hà, Lâm Đồng
Nghề nghiệp: Kinh doanh

Tham gia nhiều tác phẩm in chung.

GÓC TÌNH

Ngồi buồn gửi gió dệt vần thơ
Mãi mãi tim yêu vẫn dại khờ
Lạnh lẽo duyên hờn không kẻ nhớ
Âm thầm phận khóc chẳng người mơ
Hoài đau phút đợi thuyền xa bến
Mãi xót giờ thương sóng lặng bờ
Mộng vắng sầu giăng tình vội lỡ
Thôi đành ngoảnh mặt để làm ngơ.

ĐỪNG NHÉ ANH

Đừng nói lời yêu em
Khi bên thềm lỗi hẹn
Hoa tình yêu bẽn lẽn
Đừng đừng vội cách xa

Đừng gieo giấc mơ hoa
Trong bao la tĩnh lặng
Đừng giống như hoa nắng
Vừa thắm đã vội phai

Anh đừng hứa một mai
Cho tim em thao thức
Anh đừng là ký ức
Mà hãy là tương lai

Anh đừng để nhạt phai
Cuộc tình mình anh nhé
Dù đời là dâu bể
Hãy sống để yêu em

Đừng anh nhé đừng quên
Nụ hôn yêu ngày tháng
Tình không là dĩ vãng
Mà mãi là thương yêu

Đừng quên nhé dấu yêu
Mỗi chiều ta hò hẹn
Đừng quên ngàn lưu luyến
Khi mình gần bên nhau

Đừng mang đến nỗi sầu
Cho tình đau anh nhé!

GỬI ANH... VUI CUỐI TUẦN.

Em gửi cho anh sợi tóc thề
Dù không ước hẹn chuyện sơn khê
Dù không thề hứa lời dâu bể
Sợi tóc thay em hẹn lối về

Em gửi tặng anh sợi tóc dài
Cùng lời thương nhớ viết đêm nay
Dù không hứa hẹn lời tơ tóc
Sợi tóc. Này anh nhớ giữ hoài

Em gửi cho anh sợi tóc buồn
Là lời trao gửi mối tơ vương
Dù em không nói câu thề ước
Sợi tóc. Và anh: chung bước đường

Em gửi cho anh sợi tóc em
Là thương. Là nhớ của từng đêm
Là tim em đó anh yêu dấu
Sợi tóc này mang cả nỗi niềm

Em gửi cho anh sợi tóc mây
Với lòng yêu mến mãi không phai
Gửi anh một chút mùi hương tóc
Là cả ân tình anh có hay?

TẠ TỪ MÙA HẠ

Ngày mai em lấy chồng
Thôi không chờ anh nữa
Ai đã quên lời hứa
Tháng Tư buồn mênh mông

Rồi mai em cưới chồng
Có khoảng trời hoa mộng
Chôn cuộc tình cháy bỏng
Có ai buồn hay không?

Mai em đi theo chồng
Con đường xưa cuối phố
Lá vàng bay vương đổ
Lạc lõng chiều cuối đông

Anh ơi em lấy chồng
Thôi không chờ nhau nữa
Anh đã quên lời hứa
Gót hạ buồn mênh mông...

Sương Mai

THANH TRẮC NGUYỄN VĂN

Tên thật: Nguyễn Văn Tạo
Bút hiệu: Thanh Trắc Nguyễn Văn
Giáo viên Trường THPT Võ Thị Sáu,
Địa chỉ: 59/1 Huỳnh Tịnh Của, phường 8, quận 3, TP.HCM
ĐT: 0913115094

CHIA TAY

Cuộc tình
Đôi mắt đôi nơi…

Mỏi mòn
Vô vọng
Toàn lời đắng cay.

Giương buồm
Thả cánh chim bay.

Thuyền đi
Thả
Mảnh trăng gầy
Cuối thôn...

HUYỀN THOẠI NGƯỜI LÁI ĐÒ

Sáu mươi năm tuổi đời
Thầy về hưu với những giấc mơ bạc trắng
Con đò ngang rệu rã
Cùng bao lớp học trò đã lũ lượt qua sông
Có những ánh mắt thân thương
Cũng có những giọng cười bất nghĩa
Dòng sông chữ bây giờ không còn hiền hòa
Cứ chập chờn sóng dữ.

Các quan chức giáo dục đứng trên gò cao
Thét gào
Hô hào
Hò hét
Hãy truyền lửa cho học sinh
Truyền trong từng tiết học!
Hãy truyền lửa cho học sinh
Truyền trong từng bài giảng!
Nhưng lửa ở đâu?
Lửa ở đâu?

Lấp ló quanh trường
Hết bão đen rồi lại nước mắt
Lũ sát thủ tuổi teen
Những băng cướp áo trắng
Clip sex học trò
Bạo lực học đường...
Ngày ngày vây quanh
Ngày ngày gầm gừ
Ngày ngày rình rập
Thầy từng đêm vò đầu thức trắng
Lửa ở đâu?
Lửa ở đâu?

Người lớn nói "có":
- Dù có tiêu cực
Dù có ném "phao"
Dù có nâng điểm
Nhưng kết quả thi vẫn thành công tốt đẹp!
(nói "có" có nghĩa là "không"?)
Người lớn nói "không":
- Hãy nói không với bệnh thành tích
Hãy nói không với gian lận thi cử
Nhưng thi tốt nghiệp vẫn không được rớt nhiều!
(nói "không" cũng là "có"?)
Các bài giảng đạo đức bỗng rụt đầu xấu hổ
Các con số đậu trăm phần trăm cứ lăn lộn mãi vì cười
Học trò nhìn nhau ngơ ngác
Lửa ở đâu?
Lửa ở đâu?

Học trò về thăm bến sông xưa
Con đò ngang vắng bóng...
Có em nói thầy đã đi tìm lửa phương xa
Có em đoán thuyền thầy đang ra khơi vượt biển lớn
Có em vớt được những mảnh vỡ của thuyền
Khóc...

Thanh Trắc Nguyễn Văn

THAO LE

Tên thật: **Lê Hoàng Thao**
Sinh ngày 10/5/1968
Từ tháng 9/1990 định cư tại California
Bút danh: Thao Le
Làm việc ở Kingston Technology Company từ 27/9/1991 cho đến nay (hơn 24 năm).

In chung trong nhiều tác phẩm.

THÁNG SÁU VỀ

Em có bao giờ còn nhớ tình xưa?
Nhớ lá me bay và chuyện tình buồn...
Có nhớ ngày nào mình cùng chung bước
Mà giờ xa xôi, ngày ấy đâu rồi?
Em có còn mong hay còn trông ngóng
Có còn nhớ ngày em nói yêu anh
Có còn vui cười nhí nhảnh trên cầu
Hay quên mất rồi... chia ly tháng Sáu
Em có còn mơ cuộc tình thơ mộng
Tháng Sáu về rồi anh vẫn hoài mong
Yêu mãi tình em một thời thơ rộng
Mong ngày gặp lại tình mãi chung lòng.

California, 6/9/2019

BÀI THƠ CHO CON
(Viết cho con gái nhân ngày tốt nghiệp đại học)

Nhìn nét mặt rạng rỡ
Trong buổi lễ ra trường
Con gái rượu yêu thương
Tương lai đầy phía trước

Cố lên, con gái nhé
Cả cuộc đời của ba
Và tình thương của má
Ngày mai... đường còn xa

Mới ngày nào bé xíu
Ba ẵm bế trong tay
Rồi theo tháng cùng ngày
Lòng ba vui biết mấy

Ngày ra trường hôm nay
Nụ cười con rạng ngời
Mong nhiều niềm vui mới
Cho con gái yêu thôi...

California, 19/5/2019

PHÔI PHAI

Một thời ngày đó đã phôi phai
Thời gian loáng thoáng... tháng ngày qua
Có gì cho nhau... ngồi nhớ lại
Cuộc tình xưa ấy... mãi xa bay
Một thời mới đó mà đã xa
Ba mươi năm rồi, ngỡ hôm qua
Ngồi nhấp chén trà... miên man nhớ
Ngày cùng nhau ngắm... ánh trăng tà
Một thời đã lỡ cách xa nhau
Hôm nay hạ về... tiếng ve sầu
Em còn vấn vương khi hè tới
Riêng tôi yêu mãi... lá phượng rơi.

California, 4/25/2019

Thao Le

THƯƠNG VĂN NGUYÊN

- Tên thật: **Nguyễn Thưởng**
- Bút danh: Thương Văn Nguyên
- Ngày tháng năm sinh: 20/3/1954.
- Công tác hiện nay: Giáo viên hưu trí.
- Trình độ văn hóa: Tốt nghiệp khoa Ngữ văn Đại học Sư phạm Huế.
- Cư trú tại: Khối phố Ngọc Nam, phường An Phú, thành phố Tam Kỳ, tỉnh Quảng Nam.
- Địa chỉ liên lạc: Trường THCS Nguyễn Khuyến, thành phố Tam Kỳ, tỉnh Quảng Nam.
- Email: nguyenthuongnk@gmail.com
- ĐT: 0905950700

TA XA NHAU MỘT NGÀY

Một ngày anh xa em
Bóng đêm về chệnh choạng
Sầu rơi trong dĩ vãng
Nhặt từng hạt trăng tan

Một ngày anh xa em
Gió lan tràn cửa sổ
Hoa thôi ngừng nở rộ
Mùi hương bay muộn màng

Một ngày anh xa em
Tiếng ve sầu than thở
Giọt tình rơi bơ vơ
Hồn anh bay thẫn thờ

Một ngày anh xa em
Tim lẻ loi cồn cào
Thời gian như vạn lý
Đất trời bỗng chênh chao

Một ngày anh xa em
Như xa nhau vạn ngày
Một ngày anh xa em!
Lệ buồn đẫm bàn tay.

SẦU ĐÔNG

Đông về sập cửa thu vàng
Đi gom lá úa nhuốm vàng gió đông
Rớt rơi câu hát trên đồng
Tiếng thu lỡ nhịp còn không kịp về

Mặt trời xiêu vẹo ven đê
Mây đen lấp ló bốn bề lạnh căm
Ngẩn ngơ nhớ độ trăng rằm
Hắt hiu tắt lịm bên song đợi chờ

Giọt buồn đẫm ướt câu thơ
Lắng trên nỗi nhớ tiếng tơ dây chùng
Cung đàn lỡ nhịp nhạc rung
Bóng ai lạc lõng rơi cùng gió đông

Nghe như đông ở trong lòng
Sắt se giá buốt lạnh căm tiếng lòng
Đông về cóng nỗi chờ mong
Ấp iu sợi nhớ nối vòng xuân sang.

HÔN CÁI BÓNG HÌNH

Anh về giữa phố hoa sưa
Tìm em năm ấy tóc vừa chấm vai
Nhấp nhô vần sáng trang đài
Vàng sưa rơi rụng bóng ai nhập nhòa

Thẫn thờ nhặt cánh vàng hoa
Rơi trong nỗi nhớ như là chiêm bao
Yêu em từ thuở năm nào
Vàng sưa rơi rụng lạc vào trống không

Nghe như thổn thức trong lòng
Xa xăm nơi ấy theo dòng khói mây
Em đi giấc ngủ mộng say
Ôm hôn hình bóng dáng ai xa mờ

Anh về ghép lại vần thơ
Hoa sưa năm ấy bây giờ cứ rơi
Nhặt màu hoa rụng rơi rơi
Cài lên nhung nhớ chơi vơi bóng hình.

Thương Văn Nguyên

TITI DANG

- Tên thật: **Nguyễn Lê Thanh Trước**
- Nick Facebook: TiTi Đang
- Bút danh: Thanh Trước
- Năm sinh: 1964
- Địa chỉ: Mönchengladbach, Germany

Tác phẩm đã xuất bản:
In riêng:
- Nhặt lá sao rơi
- Gót trần (đồng tác giả với Trúc Hàn)

In chung:
- Muôn dặm đường tình
- Tự tình 1 & 2

SÓNG

Sóng biếc mênh mông biển cuộn cuồn
Sóng dào dạt vướng mạn thuyền buôn
Sóng xô ghềnh vắng buông lời thảm
Sóng vỗ bờ êm đọng điệu buồn
Sóng cảm ru câu người biệt xứ
Sóng than hát khúc kẻ xa nguồn
Sóng yên lặng tưởng đời lưu lạc
Sóng thét thương ai gió quyện luồn…

22.05.2018

BẾN VẮNG HOÀNG HÔN

Hoàng hôn
rũ xuống chân mây
Gió lay sóng biếc
chiều vây bóng chiều
Thuyền neo
bến vắng quạnh hiu
Lạc loài cánh nhạn
cô liêu cuối ghềnh

Đâu đây
trống vắng buồn tênh
Quyện hòa sương khói
lênh đênh biển trời
Gởi hồn
vào chốn trùng khơi
Ngàn cơn sóng vỗ
chơi vơi mộng tình…

25.05.2018

BIỂN TÌNH

Đại dương
sóng biếc mênh mông
Thuyền ai vượt biển
giữa dòng ra khơi

Gió gào
rung điệu gọi mời
Ru câu viễn xứ
chơi vơi bạt ngàn

Hoàng hôn
tím rũ quan san
Mây giăng đỉnh núi
chập chờn mờ sương

Nhạc chiều
quyện luyến lời thương
Đưa hồn ghé bến bờ vương mộng tình…

31.05.2018

GỌI TÌNH

Biển
Luyến trời
Dậy trùng khơi
Thuyền rời bến mộng

Sóng
Vọng vang
Cát trải vàng
Chiều hoang lạc ngõ

Gió
Trở mình
Giữa lặng thinh
Gọi tình khản tiếng…

03.06.2018

VỌNG TƯỞNG

Bâng khuâng lặng ngắm áng mây chiều
Lãng đãng đưa hồn cõi bạt phiêu
Lạc chốn mơ xa hờ hững gọi
Rơi vùng mộng ảo thẫn thờ kêu
Triều dâng quạnh quẽ ru ghềnh đá
Sóng vỗ ơ hờ phủ khóm rêu
Khắc khoải người đi buồm lộng gió
Âm thầm tưởng nhớ bến bờ yêu…

26.05.2018

BIỂN RU

Thì thầm giọt nắng
Bến vắng mong chờ
Bóng chiều lạc lõng hồn thơ
Mây vương góc núi gió hờ hững bay

Sóng lay thuyền nhỏ
Nhịp vỗ rì rào
Duyên đời trôi giạt phương nao
Dư âm vừa vọng xôn xao cõi lòng

Môi hồng phai nhạt
Tóc bạc sương mai
Hải âu xoải cánh vươn dài
Tiếng kêu gọi bạn lạc loài chơi vơi

Xa khơi lãng đãng
Một thoáng hương xưa
Lao xao triều gợn bãi thưa
Một bờ cát trắng ru đưa tình hờ.

27.05.2018

Titi Dang

TỐNG NGỌC NGA

Tên thật: **Tống Ngọc Nga**
Sinh năm: 1961
Bút danh: Tống Ngọc Nga
Nick Facebook: Tống Ngọc Nga
Học Trung học Long Thành
Đến với thơ muộn 2011.

Tác phẩm đã xuất bản:
- Hãy ở lại cùng em (NXB Văn hóa - Văn nghệ - 2019)

v ấ p

một hôm tôi vấp bóng mình
nằm lăn ra khóc tại mình
dung dăng
nửa đêm tôi vấp ánh trăng
chú Cuội đòi vạ đúng năm,
ru hời...

sang đông tôi vấp tim người
ngồi than... ớ bậu,
nỡ rời
bỏ tôi...?
tìm người mỏi bước hụt hơi

tôi về
vấp phải
... một trời,
nhớ thương...

bùa yêu

ngồi buồn con ốc sên bùa
con nhện chăm chỉ thêu thùa
lưới yêu
riêng em ngồi ngóng bao chiều
từ xa cách ấy... tiêu điều dấu xưa

một rằng: thưa,
hai rằng
- chưa...

rằng như đâu đó ta vừa của nhau
ngồi buồn
con ốc tô màu
trên chiếc lá noãn thuộc làu chữ YÊU.

đ i ệ u r u h o à n g h ô n

tôi gom bán nửa cái buồn
nửa thương nửa nhớ nửa vương
hơi người
nửa cuộc tình, tan tác rơi
nửa phiên chợ tạnh à ơi... bước về

bán nguyên một ánh trăng thề

một tôi đơn lẻ,
ngồi vê điếu sầu

ru khô môi, tóc trắng màu
màu hoàng hôn đọng lạc vào
dấu rêu
tôi đi tìm nửa vần yêu

trên cây chót vót giáo điều:
thủy chung

Tống Ngọc Nga

TỐNG THU NGÂN

Tống Thu Ngân
Bút hiệu: Mimosa Tím
Lớn lên ở Sài Gòn, hiện định cư tại Mỹ.
Cựu giảng viên trường Đại học Sư phạm TP. Hồ Chí Minh
Email: thungantong@yahoo.com

Tác phẩm đã xuất bản:
♠ Mùa thu tím (NXB Văn học - 2017)
♠ Chiều nghiêng nắng quái (NXB Nhân Ảnh - 2018)
♠ Thương nhớ quê nhà (NXB Văn hóa - Văn nghệ - 2018)
♠ Cái bẫy chuột và miếng phô mai (NXB Nhân Ảnh - 2018)
♠ Ngụ ngôn tình (NXB Nhân Ảnh - 2018)

AI ĐEM SEN XUỐNG PHA HỒN LẠNH

Ai đem sen xuống pha hồn lạnh
Một nẻo mơ hồ với gió trăng
Ai đem sương xuống màu băng giá
Lỡ một cung đàn mãi ăn năn

Ai bước chân về thôi hết yêu
Cành sen thanh khiết nói bao điều
Áo em mỏng quá chiều sương khói
Bàn chân giá lạnh đến khôn cùng

Đêm hoang em đến trong giấc ngủ
Mùi hương thanh khiết tựa hư không
Ai đem sương xuống pha màu áo
Thấy đã nâu sổng nét cô liêu

Chiều đưa sen nhẹ vào trong ấy
Dấu mắt môi cười gởi gió đông
Ta rửa chân rồi một gót sen
Chẳng còn đâu nữa dấu bùn lem

Ai đem sen xuống pha hồn lạnh
Lạnh lắm hồn sen gởi gió trăng
Ngàn năm thôi chừng đã băn khoăn
Gửi hồn sen lạnh xuống hồ trầm...

HÁI VỘI NHÁNH ĐỜI 1
(Ngụ Ngôn Tình)

Tay hái vội nhánh đời mưa hay nắng
Nhánh vui buồn, nhánh mặn nhạt, đớn đau
Tay hái vội những vì sao đi lạc
Những tinh cầu lấp lánh ở xa xôi

Tay hái vội chùm hoa mùa thạch thảo
Của núi rừng lồng lộng gió bốn phương
Tay hái vội những chùm phong lan đẹp
Của đất trời bạn tặng, của riêng ta

Tay hái vội niềm vui vừa chợt đến
Để mai kia không kịp mấy xuân thì
Tay hái vội, tay ôm ghì
Bởi cuộc đời đi qua không trở lại

Tay hái vội trái mơ vừa chín mọng
Ôm vào lòng cất giữ mãi trong tim
Tay hái vội, tay đi tìm
Chút nắng vàng của mùa thu vừa đã cũ

Tay hái vội giấc mơ buồn hội tụ
Gói vào tim và quẳng mãi ra sông
Giữ làm chi cho bận trong lòng
Tay đón gió thinh không lùa ra biển

Ta quay ngược dòng sông từng hiện diện
Dòng sông đời có quay ngược được đâu
Treo trái tim trên đỉnh tình sầu
Hái nhánh buồn ta quẳng xuống vực sâu...

HÁI VỘI NHÁNH ĐỜI 2
(Ngụ ngôn tình)

Hái vội nhánh đời, vội không anh
Hái vội nhánh đời, hái nhanh nhanh
Kẻo không kịp với xuân thì nữa
Hái vội nhánh đời xanh - rất xanh

Dang tay em hái vội nhánh đời
Một triền lá thấp cứ gọi mời
Một trời hoa nở - ơi hoa nở
Một mối tình duyên rất tuyệt vời

Đừng bảo em rằng vội chi em
Dòng sông, con suối quá êm đềm
Nhánh đời xanh mượt em đừng hái
Hãy để cho đời háo hức thêm

Áo mộng vàng mơ hái nhánh đời
Gom hết vào tim những chiều rơi
Đời là mộng ảo - tình hư ảo
Em hái làm chi những chơi vơi

Hái vội nhánh đời - ta hái thôi
Kẻo gió đêm nay trở lạnh rồi
Chong đèn ngồi nhớ - em ngồi nhớ
Nhớ những nụ đời cứ lả lơi...

CHUYẾN TÀU HOÀNG HÔN
(Ngụ ngôn tình)

Người về... về... trên chuyến tàu hoàng hôn
Còi tàu giục giã xé tâm hồn
Bao năm viễn xứ lìa cố quốc
Lạc bước tìm ai giữa hoàng hôn

Từng bước chân âm thầm... âm thầm qua lối cũ
Ánh đèn khuya mờ tỏ áo ai khâu
Cho kẻ xa nhà đêm lạnh... lạnh tìm nhau
Còi tàu đêm xé nát... nát tâm hồn

Mấy chục năm rồi... mấy chục năm
Mắt buồn ai cứ ngóng xa xăm
Chinh nhân lai đáo hồn thu cũ
Dạ bất tương giang sóng bạc đầu

Còi tàu xé nát lòng chinh phụ
Đèn khuya héo hắt đợi chinh phu
Gió réo từng cơn sầu quạnh quẽ
Ai về sương trắng phủ hoàng hôn

Còi tàu trong sương đêm... sương đêm
Tắc dạ chinh phu, hoài cô phụ
Cuống quýt tìm nhau giữa đêm thu
Thảng thốt đèn khuya lồng bóng nguyệt

Ai về nở trắng đóa quỳnh hương
Ai về nở trắng đóa quỳnh hương
Chén ngọc đêm nay ta cùng uống
Say ngát hương tình ngất... ngất ngây...

Ai về... ai về trên chuyến tàu hoàng hôn
Nhớ thương... thương nhớ đã dập dồn
Còi tàu xé nát lòng lữ thứ
Có một đêm về lỗi nụ hôn...

KHÚC TƯƠNG TƯ

Biển ngoài kia vẫn dạt dào
Sóng ôm bờ vỗ rì rào trăm năm
Tương tư từ thuở trăng rằm
Tình treo chuông gió, dạ thầm nhớ nhau

Bao mùa ta vẫn chiêm bao
Bao nhiêu lá rụng gom vào thinh không
Bay vào một cõi mênh mông
Gom tình vào hết dòng sông đợi chờ

Tiếng yêu là những vần thơ
Cõi tình hư ảo mây mờ ngàn khơi
Tương tư có thật trên đời
Sáng, trưa, chiều, tối đứng ngồi không yên

Tương tư có phải là duyên
Anh ôm một nửa, một miền riêng anh
Mùa thu là của đôi mình
Thu riêng là để ủ tình cho nhau

Tương tư như vẫn hôm nao
Hẹn chi một nửa... chiêm bao tình cờ
Thu em nay tím mịt mờ
Thu anh ôm cả bầu trời trong em...

MAI MƯA AI ĐƯA EM SANG SÔNG

Ngày mai ai đưa em sang sông
Trời mưa giăng giăng... giăng trong lòng
Giọt buồn tê tái... ơi tê tái
Mai em sang sông... về với chồng

Mai mưa ai che em má hồng
Gió rét từng cơn lạnh trong lòng
Mai em lên thuyền về viễn xứ
Vẫn biết ngoài kia có kẻ mong

Ngày mai héo úa cánh hoa hồng
Tuyết rơi khắp nẻo với bão dông
Ai sẽ đón đưa em từng buổi
Ai sẽ hôn em má thắm hồng

Ngày mai có người phải sang sông
Đi về vô định với mênh mông
Tình yêu đâu phải ai cũng trọn
Một chút hoàng hôn cũng chạnh lòng

Ai đem con sáo... sáo sang sông
Ai đem con sáo nhốt trong lồng
Lồng son không thể nên hạnh phúc
Con sáo sổ lồng... đời mênh mông

Ngày mai ai đưa em sang sông
Một mối tình duyên để trong lòng
Một bước chân ngoan ơi... chim sáo
Trời mưa giăng mắc ở trong lòng...

Tống Thu Ngân

TRẦN HẠ VI

Sinh năm 1979
Trước đây sống tại An Giang, Việt Nam
Hiện đang định cư tại Canada
Nghề nghiệp: Tài chính
Sở thích: Văn thơ, đọc sách, du lịch
Bản thân: Chân thật, hài hước, giản dị

Tác phẩm đã xuất bản:
- Lật tung miền ký ức (NXB Hội Nhà văn - 2017)

Cùng góp mặt trong nhiều tác phẩm in chung trong nước và hải ngoại.

EM VẪN CÒN YÊU ANH ĐẾN THẾ SAO?

Em vẫn còn yêu anh đến thế sao?
Lơ lửng đôi vần buông lời thăm hỏi
Thần giao cách cảm ở đâu làm em bối rối
Anh lẳng lặng chui vào giấc mơ em nửa khoảng lưng chừng...
Lưng chừng nhớ và quên
hư và thực
trắng và đen
bàng bạc mông lung
Em lại trần lòng ra yêu trần lòng ra nhớ
Đã bỏ qua bao lâu rồi mà cứ ngỡ
Nhất cử nhất động vẫn còn oan nghiệt buộc một sợi duyên!
Em nói em cười huyên thuyên
Gạt bỏ anh ra ngoài vùng ký ức
Đã gắn mác "quá khứ" bỏ vào kho "không hồi phục"
Sao lại lan man lòng chỉ bởi mấy dòng thơ?
Chẳng lẽ em còn yêu anh sâu đậm đến bây giờ?
Ừ, chắc em tưởng tượng ra nhiều như thế
Đã quyết dứt lòng ném cuộc người dâu bể
Em sẽ không trở về... dẫu có nhớ có thương!
Dẫu quắt quay mơ thấy anh trong mỗi đêm trường
Dẫu vẫn xáo động mỗi khi tâm anh xao động
Cái sợi duyên vướng víu vượt trăm ngàn bước sóng
Nối anh nối em giữa những đầu đại dương bạc bạc lớp lớp sóng tình
Đêm cuối năm trời trở rét cho xa cách thêm điêu linh
Không phải chuyện linh tinh...
chỉ anh chỉ em biết là nó có thật
Cái liên kết ngầm ấy vẫn chưa chấm dứt
Em vẫn còn yêu anh đến thế sao?

31.12.2016

TÌNH YÊU LỬA ĐÔI

Anh vật vờ
Quằn quại giằng xé
Nguyên lý thánh hiền ngàn xưa nên nhẽ
Chí khí ngút trời đáng bậc nam nhi

Em cười khì:
Chẳng có đạo đức nào cứu nổi anh đâu!

Trái táo Eva ăn ngày xưa có một con sâu
Thủy tổ loài người không vượt qua cám dỗ
Máu còn nóng, tim còn nồng nhịp thở
Làm sao anh chạy khỏi lưới tình

Ma mị mông lung
Em không phải hiện thân quỷ dữ
Môi mắt ngọc ngà dâng hiến một lần yêu

Đêm đẫm tràn tình ái phiêu phiêu
Em là lửa
đốt linh hồn anh bất tận
Em là nửa mảnh hồn lang thang lận đận
Tiếng réo rắt sục sôi quấn kéo mãi nhau về

Em phất gọi ngọn lửa đam mê
tim em thành bó đuốc
dẫn trong anh một lưỡi lửa dài man dại
Rừng rực trời yêu
nhấn chìm nhau trong biển mê loạn

Yêu đi anh
đến tan nát hình hài
đến bể dâu tan hoang
... khi tỉnh giấc sẽ thấy em cười ngồi nhặt nắng

Ngày mai mặt trời vẫn mọc vẫn hồng tươi tắn
Nửa phần con vẫn chung sống nửa phần người...
Hai lưỡi lửa song đôi...

Em nói rồi:
Chẳng có đạo đức nào cứu nổi anh đâu!

20.05.2018

EM LẲNG LẶNG NGỒI ĐỢI ANH

Em lẳng lặng ngồi đợi anh

Anh vật vã trăm ngàn giằng xé
những đêm đông dài cô đơn quạnh quẽ
Nhớ em
lại chẳng thốt nên lời

Đôi mắt biết cười lấp lánh gọi mời
chỉ cách anh một dòng tin nhắn
... mà ngàn trùng xa!

Luân lý ngàn xưa không thể đổi dời
Gánh đạo đức anh mang gập ghềnh trĩu nặng
Anh tự trói mình từng đêm từng đêm vắng
Là anh bảo vệ mình hay bảo vệ em?

Bản năng vùng vẫy tiếng nói khát thèm
Con tim cồn cào nhức nhối
Ngày đếm ngày...
được vài phút nhắn tin cho em vàng vội
rồi thả mình vào miên viễn đơn côi

Khát yêu chao chát sục sôi
Anh gói anh buộc bằng xích xiềng giáo lý
Những xung chấn hồng hoang nguyên thủy
như nước cứ mãi tràn bờ...

Em lẳng lặng ngồi đợi anh...
sánh bước cùng em!

24.02.2018

YÊU EM ĐI

Yêu em đi
cuộc hư vô rạn vỡ
Nhân thế luân hồi đâu đã biết lai sinh
Yêu em đi ta sẽ ở bên mình
Lồng ngực trẻ đón từng cơn xung chấn
Yêu nhau đi cho đất trời loạn bấn
Vũ khúc mê cuồng thất sắc tinh vân
Yêu nhau đi gột rửa những si sân
Tắm gội trong chói lòa muôn triệu vì tinh tú
Hằng hà mê vũ
Đọa sa kiếp người
Yêu nhau đi thiêu cháy cả đất trời
Những dòng sông, con đường và khát vọng
Quyện tâm tưởng gửi trao trong ước mộng
Ta người hơn - và ta thật ta hơn!
Yêu em đi - man khúc đại cuồng...

27.01.2018

Trần Hạ Vi

TRẦN NGỌC VUI

Sinh ngày: 20-03-1960 tại Cần Thơ. Nguyên quán: Bình Minh, Vĩnh Long.
Cựu học sinh Trường Trung học Phan Thanh Giản – Cần Thơ.
Tốt nghiệp đại học ngành sư phạm tiếng Anh năm 1982 – Đại học Cần Thơ.
Công việc đã trải qua: dạy học, viết báo, phiên dịch…
Bút danh đã ký: Trần Ngọc Vui, Trần Quang Khánh, Quang Trần Khánh (làm thơ);
Trần Ngọc Vui, Thăng Tiến, Trần Quang Duy (viết báo).
Hiện nay dạy tiếng Anh tại thành phố Cần Thơ.
* Email: tranngocvuicantho@gmail.com
* Facebook.com/ngocvui.tran.12
facebook.com/thotranngocvuicantho

Tác phẩm in chung:
- Muôn dặm đường tình
- Một góc đời
- Tự tình 1
- Tự tình 2
- Ký ức mùa hạ

VIÊN PHẤN SẦU ĐÊM NAY

Viên phấn sầu đêm nay
Cửa lớp khép lại rồi
Thương bóng thầy chơi vơi
Lát cắt sâu tâm hồn.

Ngoài kia đèn vẫn sáng
Người đi tìm giới hạn
Những điểm chấm miên man
Kết sao thành đường thẳng?

Lời giảng ngã quỵ đau
Chữ nghĩa rơi phân mảnh
Đầu ngón tay buốt thầm
Kim đồng hồ quay nhanh.

Bước từng bậc cầu thang
Lên xuống khó cân bằng
Nghiêng chao chiều suy nghĩ
Chia không đều giá băng.

Viên phấn sầu đêm nay
Có méo mó hình hài
Khắc khoải giữa canh dài
Hệ lụy – khô ý tưởng!

29-7-2018

BẬT CƯỜI!

một gã nhìn xuống đất
một gã ngó lên trời
góc đời
hiện hữu mỹ nhân
mai vàng nở
cảm xúc lâng lâng
ai đứng đó, sao lơ ngơ
hơi thở, cõi nhân gian, bâng khuâng

ta bật cười
nhìn theo ngón tay em
có lẽ, gió đang bay
tóc em mềm
êm đềm
dường như, sợi mây hồng lung lay

vì ta vốn hiếu kỳ
nên con mắt biết đi
theo vạn vật chuyển động, xa hơn, xa hơn
gió
phút giây này, mơn trớn, đùa giỡn
mái đầu bạc xám, vẫn nghĩ suy tự do

sắc màu
liên tưởng
chuỗi biến đổi, dằn vặt, theo thời gian
trải nghiệm mức độ hình thái yêu thương
tơ vương
từ độ
ngát xanh
trong lành

lại bật cười
không gian thực tại
đợi mong những gì quay lại
tháng năm trôi
đôi lúc, ngẩn ngơ, chưa tin vào sự thật
xác thân đã cằn cỗi
chiếc bóng, muôn kiếp, lặng im
nắng ban mai bên thềm
khả năng chuyển hóa, phải chăng là hữu hạn!

15-2-2019

CẢM HỨNG SỐNG

Nếu đớn đau tự nhận đã hằn sâu
Thì không gian chuyển đổi cũng bằng thừa
Lên núi cao hay tìm vào hang động
Vùi trong mơ nhức nhối về chốn xưa.

Cảm hứng sống, giản đơn, chưa biến dạng
Chiếc ổ khóa nằm kia là thử thách
Vẫn bâng khuâng, soi lòng dạ, thênh thang
Nghe rung động, loài chim làm nhịp phách.

Dưới bầu trời muôn điểm sáng tự nhiên
Nghiêng tâm hồn giao cảm vơi ưu phiền
Kiếp con người, sướng khổ, vòng luân phiên
Khi ngoảnh lại, chặng đường qua, thầm nhắc.

Thanh âm vướng, sáng nay vừa mới biết
Có thể gần, có thể quá xa xôi
Giọt lệ rơi, ai thấu, đắng trên môi
Như phản xạ, chúc ngày trôi đổi mới.

Tình thế nhân, so sánh sẽ được gì
Cả vũ trụ, nhập nhằng, khúc biệt ly
Đêm sương xuống, lạnh bờ vai, ngẫm nghĩ
Tính chắt lọc, riêng tư duy, phát hiện?

17.1.2019

Trần Ngọc Vui

TRẦN THỊ HỒNG CHÂU

- Sinh năm 1957
- Nơi ở: Germany
- Email: hongt4368@gmail.com

HỨNG

Giơ tay
Hứng giọt mưa rơi
Để nghe hạ gọi à ơi thu vàng Dõi nhìn
Hứng bóng người sang
Để theo chân vội lang thang thuở nào Mở lòng
Hứng những xôn xao
Để tâm tĩnh lặng, hồn ao ước chờ!

Dresden, 22/09/2018

LỠ ĐÒ

Còn đáy nước lặng
Tôi khoắng lên nhìn
Với đám mây lạnh trăng in
Ngẩn lòng quờ quạng niềm tin đâu rồi?

Ngơ ngồi một bóng
Buồn gióng trống làng
Chuyến đời dự tính sang ngang
Đò nơi bến đậu mất tan dạng hình

Ngày rinh ngon ngọt
Ấy một thâm tình
Đi đâu nhất dạ đinh ninh
Luôn ôm canh cánh chuyện mình dài lâu

Chẳng dầu ta xấu
Về giấu đau sầu
CÒN TÔI VỚI NGẨN NGƠ BUỒN
CHUYẾN ĐÒ NGÀY ẤY ĐI LUÔN CHẲNG VỀ.

27/11/2018

QUAY VỀ

Tháng Mười Một lời hẹn về đến ngõ
Giục tình quê soi tỏ bóng cội nguồn
Lời ru xưa gom cả đống chuyện buồn
Ngân thánh thót trào tuôn cùng mắt lệ

Tháng Mười Một tiếng chổi khua khe khẽ
Quét hoa tàn tung tóe mảnh vườn con
Nắng xế chiều muốn gom cả héo hon
Trút vào hố tuổi mòn trong ngõ nhỏ

Tháng Mười Một vàng khô rồi ngọn cỏ
Tiếng kinh cầu mõ gõ gọi hồn ai
Chẳng thời gian xa ngái giấc mơ dài
Buông bỏ cả khứ lai mau về lại

Tháng Mười Một gọi ta về hiện tại
Đừng ngu ngơ si dại mãi trần ai.

03/11/2018

NƯỚC MẮT TỘI TÌNH
(Viết cho ngày phụ nữ 20/10)

Mẹ ơi nước mắt lăn dài
Lăn dài đến tận tháng ngày đời con
Đời con nước mắt vo tròn
Vo tròn con nuốt thật ngon chính mình
Chính mình nước mắt bị khinh
Bị khinh bởi tại mắt mình không xinh
Không xinh cái lỗi phụ mình
Phụ mình nước mắt tội tình gì rơi!

Dresden, 20/10/2018

GỌI YÊU VỀ

Em rũ thuở xưa xanh xanh thắm
Trải lại thời nay xám vàng dương
Có thể có thương, thương còn đậm
Anh gọi yêu về, yêu có thương

Em bỏ hiền hòa, mơ màng lặng
Mang về chảnh chọe vật chất vin
Anh lại có tin, tin thật nặng
Anh gọi yêu về, yêu có tin

Em xóa chân tình, quê mộc mạc
Tô vào giả dối, chỉn chu sang
Anh có chuộng chiều, chiều chuộng nhắc
Hãy gọi yêu về, yêu chiều mang

Rồi đó anh yêu! Ngày xưa xửa
Em biến dạng rồi, sạch sành sanh
Đến em chả nhận ra em nữa
Sao gọi yêu về lại rõ nhanh?

Dresden, 07/10/2018

THAN VAN

Than Ông đó! Trời già còn xấu tính
Thả mặc con luýnh quýnh chốn trần gian
Ông đi chơi thả sức với mây ngàn
Đem xành sạch cơ hàn còn sót lại

Quyết chơi xấu phải chăng vì bởi tại
Con ngày xưa Ông dạy chẳng chịu nghe
Cứ cứng lòng một kiếp nữa Ông đe
Thả xuống hố cùng dê beo cọp rắn

Ông Trời hỡi nếu có hư Ông mắng
Đừng bỏ con giữa nắng chói chang hành
Tìm đâu ra cây trái quả ngọt lành
Để mà ráng mong manh chờ Ông đến

Than Ông đó! Sao chơi ham tới bến
Sắp tàn rồi ngọn nến đợi Ông đây.

Dresden, 27/09/2018

Trần Thị Hồng Châu

TRẦN THỊ KIM DUNG

Sinh năm: 1954
Quê quán: xã Thạnh Phú,
huyện Châu Thành, tỉnh Tiền Giang.
Hiện nay cư trú xã Tân Phú,
huyện Châu Thành, tỉnh Bến Tre.
ĐT: 0982608673

Tác phẩm đã xuất bản:
- Đi qua mùa đông (NXB Hội Nhà văn - 2018)

Đã tham gia nhiều tập thơ như:
- Sen đất tháp
- Hương cát
- Ai tri âm đó
- Gió mới...V..V...

CỘT MỐC BIÊN CƯƠNG

Tôi chưa chạm vào cột mốc biên cương
Chỉ được biết qua từng trang lịch sử
Đường biên cương cũng là đường sinh tử
Của những người con đi canh giữ quê hương

Dân tộc Việt Nam bé nhỏ hùng cường
Yêu chuộng hòa bình văn minh hiếu khách
Quên sao được từng chiến công hiển hách
Đuổi ngoại xâm giành độc lập tự do

Xưa Ngọc Hồi, Xoài Mút, Đống Đa
Nay Nậm Cúm, Nậm Na, Phù Sang, Phong Thổ
Quyết giữ gìn từng rừng cây thảm cỏ
Cột mốc biên cương là dòng suối, rẫy nương

Những người con giáp mặt với đại dương
Đối đầu cùng bão dông, sóng dữ
Trường Sa ơi! Sinh Tồn hay Song Tử
Vẫn hiên ngang bám biển kiên cường

Cột mốc biên cương là sức mạnh phi thường
Là trái tim nhiệt tình tuổi trẻ
Là vần thơ sắt son lòng mẹ
Chảy vào con dòng máu đỏ Việt Nam.

EM LÀ BÓNG DÁNG QUÊ HƯƠNG

Anh về thăm xứ cù lao
Đàn dây văng tít trời cao gọi mời
Sông đầy sóng nước chơi vơi
Ngó qua Cồn Phụng bồi hồi con tim

Nhớ em cô gái dịu hiền
Chuyến về năm ấy cười duyên mắt tình
Qua cầu chân bước gập ghình
Anh dang tay đón cho mình thân nhau

Nắng lên ửng má hồng đào
Chiếc xuồng ba lá chênh chao mái dầm
Đôi bờ cây xõa bóng râm
Gió đưa hoa trái âm thầm tỏa hương

Yêu sao cô gái miệt vườn
Nụ cười duyên dáng chân phương thiệt thà
Gọn gàng chiếc áo bà ba
Phớt màu tim tím cánh hoa lục bình

Che nghiêng vành nón lá xinh
Cho người viễn khách nặng tình vấn vương
Em là bóng dáng quê hương
Để người xa xứ nhớ thương quê nhà

Ngọt ngào như khúc dân ca
Như câu vọng cổ thiết tha ân tình.

HỎI XUÂN

Với tay níu lấy cành xuân
Hỏi xem mấy mùa mai nở
Trăm năm mặn nồng duyên nợ
Bao mùa lẻ bóng đơn côi

Thuyền đời nước ngược dòng trôi
Có mong nhớ về quê cũ
Mong đêm bình yên giấc ngủ
Cho em vẫn nụ cười tươi

Mong xuân vẫn ở bên đời
Hương xuân ngọt ngào rót mật
Tình xuân nồng nàn ngây ngất
Điệu đàng nâng bước chân vui

Cung đàn réo rắt chơi vơi
Dìu nhau qua miền nhung nhớ
Dường như ta còn nặng nợ
Gọi thầm xuân ơi xuân ơi!

TIỄN ĐƯA

Thôi em khóc mà chi
Nuối tiếc nữa làm gì
Trách cứ thêm buồn khổ
Yên lòng bước chân đi

Mình không về chung lối
Hờ hững khép bờ mi
Kỷ niệm tìm quên lãng
Nghẹn ngào phút chia ly

Từ đây cách xa nhau
Vết cắt mãi còn đau
Nỗi niềm này ai thấu
Triều dâng sóng dạt dào

Mai về qua lối cũ
Tìm lại bóng người xưa
Chỉ thấy thềm rêu phủ
Nhớ nhung mấy cho vừa.

CÂY PHONG BA

Đất trời vẫn còn xuân
Sao bỗng nhiên nổi gió
Hàng hoa mai trước nhà
Rụng vàng trên lối cỏ

Chiều bập bùng bếp lửa
Mẹ ngồi nhớ con xa
Im lìm nơi bậc cửa
Đếm mùa xuân trôi qua

Biết rằng nơi đảo xa
Đối đầu cùng bảo tố
Con như cây phong ba
Giữ biển trời tổ quốc

Lòng mẹ như lòng biển
Ôm ấp đàn con yêu
Sinh Tồn hay Mộ Gió
Lời ru vọng biển chiều.

Trần Thị Kim Dung

TRẦN XUÂN MỸ

Sinh ngày 27/11/1956
Quê quán: Quận 3 Sài Gòn
Hiện làm CTV TT Công tác xã hội Ánh Dương và Ủy ban Phòng chống
AIDS TP HCM

LỜI DẶN

Sẽ tới ngày con khoác áo cô dâu
Con hãy nhớ ghi sâu lời mẹ dặn
Nhà người ta sinh hoạt gì cũng khác
Từ lời ăn tiếng nói phải giữ gìn

Chớ buông thả nói trống không xấu lắm
Chớ làm bừa dọn ẩu chả hay đâu
Dù có bực cũng đừng cau có nhé
Lời dịu dàng rất dễ được cảm thông

Phận làm dâu cay đắng lắm biết không
Nên cố gắng dung hòa cho mọi việc
Đừng mải mê với những trò phù phiếm
Đừng bon chen quên bổn phận của mình.

Xem mẹ chồng cũng giống mẹ mình thôi
Công dưỡng dục sanh thành đều khó nhọc
Nên đôi lúc thấy con yêu người khác
Chút tủi thân lo sợ khiến gato

Con đừng buồn cứ an ủi bà ta
Để bà hiểu tình yêu mẹ chỉ một
Còn yêu vợ là tình duyên đôi lứa
Hai thứ ấy rạch ròi chả liên quan

Hãy dặn chồng đừng quấn quýt một bên
Khi có mẹ chồng đang gần nơi đấy
Đừng để bà ngứa tai và gai mắt
Vì con trai mê vợ bỏ rơi bà

Với họ hàng bên nhà chồng cũng vậy
Giữ lời ăn tiếng nói thật ngọt ngào
Nhưng cũng đừng quá vội tin ai nhá
Lời bá láp họ đem ra dẫn chuyện

Mắc công mình đôi chối mệt lắm con...

NHÀ TÔI ĐẤY

Nhà tôi đấy... mái tranh nghèo xơ xác
Cửa mở toang chẳng khép lại bao giờ
Gian chính phụ tất thảy đều thông tuốt
Khách ghé vào tôi sẽ giở chiếu hoa

Ngồi quây quần nghe kể chuyện đường xa
Bên tách trà còn thoảng bay làn khói
Nhà tôi đấy... nhỏ thôi không mái ngói
Chẳng cần chi khách sáo với thị phi

Chỉ mong người đã làm bạn cố tri
Vui tâm sự quên bao điều gian khó
Nhà tôi đấy... chân quê còn sót lại
Vài liếp rau... giàn đậu với dây cà

Dưa quanh năm... thi thoảng thịt con gà
Đem đãi khách để tỏ lòng thơm thảo
Nào có đâu sơn hào cùng hải vị
Rôm rả đưa cay rượu đế quê nhà

Nhưng ngặt nỗi đời nghèo nên vắng ngắt
Bao năm rồi chẳng thấy bạn ghé thăm.

ƯỚC MƠ THÔI

Hạnh phúc đơn sơ lắm người ơi
Chỉ cần chung lối với nhau thôi
Bàn tay níu nhẹ... bàn tay giữ
Nâng bước nhau qua những gập ghềnh

Tôi muốn vô cùng có người nghe
Những điều tâm sự... chớ im re
Làm sao người hiểu điều suy nghĩ
Lo lắng quan tâm đến muộn phiền

Tôi muốn khi mình chớm lao đao
Bờ vai người đấy sẽ dựa vào
Tự nói... à đây còn vững chắc
Mình chẳng cô đơn... chả lẻ loi

Tôi ước cho mình... ước để vui
Chứ người xa ngát cuối chân trời
Bàn tay giờ đã thành sương khói
Lấy gì cho đủ ấm thân côi.

Hạnh phúc với tôi rất nhỏ nhoi
Nhưng đó chỉ là... ước mơ thôi
Cây si già cỗi rồi cũng chết
Há dễ tình si sống trọn đời...

Trần Xuân Mỹ

TUYẾT BĂNG

Tên thật: **Nguyễn Thị Tuyết**
Phường 8, quận Tân Bình, TP HCM

Tác phẩm đã xuất bản:
- Rượu tình
- Đi qua mùa trăng
- Phía sau nụ cười.

Tác phẩm in chung:
- Hương đời đất trẻ
- Đi qua mùa bão nổi
Và một số tuyển tập toàn quốc.

GIẬN HỜN

Ta về
Chiều rủ đông sang.
Hoàng lan gom nắng cho vàng cánh hoa.
Ngớ ra
Ta lại mình ta
Dại khờ ngồi đếm chưa qua nỗi buồn.

Bỏ người.
Vào đáy quả tim
Thế rồi một kiếp đi tìm chữ yêu.
Chuộc ngây thơ
Chuộc mỹ miều
Chuộc ngày tàn tạ
Với nhiều mộng mơ.

Đã qua mấy bụi thu thơ
Đã qua đông lạnh
Đã qua xuân nồng.
Đã qua tóc chẳng còn xanh
Đã qua ngọt dịu
Đã qua chát gừng.

Đành thôi
Khoác mảnh phong trần
Đêm đêm ngửa mặt uống dần trăng tan.

RƯỢU TÌNH
PHÚT CUỒNG SI

Một chén thù
Một chén tạc cho ta
Cứ uống đi cho môi ngà tê dại.
Chén rượu cay với vầng trăng hoang dại
Nhớ tay chàng
ve vuốt những đêm mơ.

Nhớ môi hôn cuồng dại ngu ngơ
Nhớ ánh mắt lời yêu thì thào rót
Nhớ ái ân nồng quay thật ngọt.
Để đêm này em uống mãi chẳng say.

Hợp rồi tan hạnh phúc qua tay
Đời là thế biết bao là dâu bể
Uống đi rồi nghe nỗi lòng ta kể

Rót cho đầy cho thỏa hận cơn say
Như kẻ điên lệ đắng mi cay.
Rồi ngày mai em của em trở lại.
Như ngày xưa chưa bao giờ tồn tại
Em đêm này uống cho cạn mê say.

EM!

Không có em
Ta hóa đời đơn độc
Từng ngày dài từng tháng ngự sầu đau
Thuở yêu em khâm liệm mối tình đầu
Vành môi vụng em trao ta vẫn mới.

Không có em ta hóa đời cằn cỗi
Như đông tàn thèm khát nắng thanh tân
Hương quỳnh khoe ngỡ da dẻ trắng ngần
Trong thương nhớ hồn ta tha thiết gọi.

Có phải em về từ trong gió mới
Dáng kiêu xa tóc buông xõa mây bồng
Đưa tay với em hóa thành sương khói
Ta dại khờ nên hoa lá xôn xao.

Đời vẫn thế hay bởi lòng ta thế
Cứ mơ em thao thức
Mỗi đêm về
Và mai này hồn có bạc nhàu đi
Không có em ta còn gì yêu dấu.

Tuyết Băng

TUYẾT DUNG DẠ KHÚC

Tên: **Lâm Thị Tuyết Dung**
Bút danh: Tuyết Dung Dạ Khúc
Sinh năm: 1977
Địa chỉ: 37/62/4B Hồ Văn Long, KP1, phường Bình Hưng Hòa B, quận Bình Tân, TP. Hồ Chí Minh
SĐT: 0966842748

Tác phẩm đã xuất bản:
- Đi tìm giấc mơ (NXB Hội Nhà Văn - 2019)

GIỌT NHỚ

Lặng ngắm sông quê giữa buổi chiều
Mây vờn mặt nước thoảng buồn thiu
Thuyền ghe chẳng nhớ về neo đậu
Mạ cấy đồng xa nặng gánh nhiều

Lối cũ còn đâu tiếng nói cười
Từ ngày ước hẹn nhạt màu tươi
Hoa cài mái tóc lồng đôi nhẫn
Bỏ lại tình thương của mọi người

Thuở ấy bên nhau ấm áp đời
Ngỡ rằng hạnh phúc sẽ đầy vơi
Vần thơ thắm mượt lưu hồi ký
Quyện cả hồn say chẳng đổi dời

Ngỏ ý cầm tay đẹp má hồng
Không ngờ bão tố đẫm trời đông
Bèo trôi sóng cuộn về phương lạ
Trở gót mùa sang chạnh nỗi lòng

Nán lại mong tìm chút nghĩa xưa
Bỗng nghe vương vấn mối duyên thừa
Ngồi đây thả mộng theo dòng nước
Trỗi dậy trong lòng giọt nhớ đưa.

NẮM

Từng quả bóng bay cao
Nghe dạt dào xao xuyến
Sắc màu hoa hòa quyện
Tung cánh luyện trời xanh

Vẽ cung bậc ngọt dành
Gửi về anh mỗi tối
Rộn ràng như ngày hội
Cuộn ấm gói trầu yêu

Là khát vọng bao điều
Cuốn hồn phiêu mầu nhiệm
Hai phương trời tìm kiếm
Tha thiết điểm bờ duyên

Lấp lánh tựa trăng huyền
Đẹp vẹn nguyên ngày tháng
Trái tim hồng tỏa rạng
Tay nắm vạn niềm tin.

TIẾNG LÒNG

Rời quê cũ trở lên thành phố
Chuyến xe chiều nắng đổ buồn tênh
Gió đưa sóng cuộn ghập ghềnh
Bao ngày thỏa nguyện được bên mẹ hiền

Thấy mẹ khỏe muộn phiền qua hết
Thấy mẹ cười mỏi mệt chóng tan
Con vui hạnh phúc ngập tràn
Cầu mong mẹ mãi bình an tháng ngày

Dẫu nhung gấm chẳng thay tình mẹ
Dẫu phồn hoa chẳng vẽ nên quê
Cánh diều ruộng lúa bờ đê
Mò cua bắt ốc tìm về tuổi thơ

Chẳng đâu đẹp bằng nơi mẹ ở
Là mầm xanh nhịp thở tim con
Là hoa là sữa thơm giòn
Tình quê nghĩa mẹ sắt son một đời.

Tuyết Dung Dạ Khúc.

TRẦN THỊ HỒNG CHÂU

CẢM SÁCH
HƠI ẤM TÌNH QUÊ
(Đôi dòng cảm nhận khi đọc tập thơ "Đi qua mùa đông" của nhà thơ Trần Thị Kim Dung)

Một lần tôi cùng mấy người bạn về Bến Tre, một tỉnh miền Tây Nam Bộ, vào giữa tháng Mười Hai. Hà Nội đã là đông mà nơi đây trời trong, nắng ấm. Hai bên đường là vườn dừa, dừa hàng hàng ngút ngàn, những vườn cây trĩu quả rọi bóng xuống những dòng kênh xanh ngăn ngắt…

Mấy chị em thấy ham, say sưa lội chợ, sà vô hàng này, qua hàng khác. Trái cây đã tươi, lại rẻ, người bán còn luôn bốc thêm, bốc thêm cho không chúng tôi… Một cảm xúc ấm áp dâng trào trong tôi.

Đến khi gặp bạn bè Facebook thì khỏi nói, tôi xúc động thực sự. Họ bỏ công, bỏ chuyện, bỏ buôn, bỏ bán chạy tới không những cho ăn, cho nhậu, còn cho mang về một đống quà tặng đặc sản. Trong đó có cả thơ…

Chính cái nơi vô cùng ấm áp này, tôi lại nhận được tập thơ "Đi qua mùa đông" của nữ thi sĩ Trần Thị Kim Dung

Mùa đông là lạnh. Lạnh do trời do đất, do nhân tình thế thái đem lại. Lạnh cũng từ cô đơn, buồn, thảm… từ trong ta mà ra.

Trong cuộc đời mỗi con người chúng ta, ai cũng đã từng có những mùa đông như thế… Tác giả tất nhiên cũng không ngoại lệ.

Những thứ tượng trưng cho cái lạnh đông mà nữ thi sĩ này cảm nhận được có đủ cả. Nhưng bất kể dù từ đâu đến - thiên nhiên, hay con người thì Trần Thị Kim Dung vẫn đem cái ấm áp của con người Bến Tre ra làm lộ phí, làm liều thuốc bổ cho mình trong những năm tháng đời người.

Khi đến những nơi có mùa đông - Đà Lạt mùa đông tác giả mong

...

Muộn phiền nhân gian xin chìm trong quên lãng
Để trái tim hồng ấm lại những mùa đông.

Rồi cứ mùa đông, tác giả nhớ lại mối tình xưa. Lấy những kỷ niệm đầu làm ấm lòng mỗi khi lạnh về:

Từ độ thuyền hoa tách bến sông
Yêu thương ngày cũ giấu trong lòng
Chiều nay gió trở trời se lạnh
Đông đã về đây có phải không?

Hay đến đông tháng Ba là ngày sinh nhật con. Đứa con sinh vào mùa đông làm ấm cả nhà:

Con sinh vào tháng Ba
Ngày ấy không có hoa hồng tặng con và mẹ
Chi có nụ cười rạng rỡ của cha
Trên cánh đồng mùa gặt

...
Con chào đời
Không ồn ào, không lời chúc tụng
Ấm áp và hạnh phúc
Trong vòng tay yêu thương...

Và cứ vậy, tác giả cho chúng ta thấy những hình ảnh quê nhà, nơi đó có mẹ, có cha, có những kỷ niệm rất ấm áp tình làng nghĩa xóm.

Anh có về thăm quê hương Bến Tre
Ba dãy cù lao ngút ngàn dừa xanh bóng mát
Dòng nước êm trôi xuôi về biển biếc
Nơi có những chuyến tàu huyền thoại năm xưa...
Bến Tre hôm nay bạn bè yêu mến
Lễ hội dừa hội tụ lắm tinh hoa...

Cũng chính nơi đây - Bến Tre - đã sinh ra, đã tạo nên những con người nồng ấm, trong đó có nhà thơ tác giả.

Và tôi hiểu tại sao Đi Qua Mùa Đông rất nhẹ nhàng, rất thanh thoát, vì trên từng chặng đường đông lạnh nhà thơ đều có hơi ấm tình quê... Bên mình.

Đi Qua Mùa Đông - tập thơ thật ấm. Xin giới thiệu đến bạn đọc.

18/03/2019
Trần Thị Hồng Châu

NGUYỄN THÀNH

Tên: **Nguyễn Văn Thành**
Sinh năm: 1958
Hiện ngụ tại: TP. Hồ Chí Minh
Nick Facebook: Nguyễn Thành
Bút hiệu: Rose, Nguyễn Thành
Email: rose61187@yahoo.com

Tác phẩm đã xuất bản:
- Hồn thôi mưa tạnh

Tác phẩm in chung:
- Mùa thu gõ cửa
- Đôi bờ ảo thực (1,2,3,4,5,6)
- Tìm lại dấu rêu
- Tình thơ nửa vòng trái đất
- Lật chiều nắng thổi

NHÂN DUYÊN

Tôi tin cuộc đời mỗi người gặp gỡ là nhân duyên, có khi phớt qua rồi quên mất, có khi chỉ một lần đối diện đã thành tri kỷ, bạn hữu, anh chị em thân thiết hoặc đôi khi lại là tiền đề của một chuỗi phiền toái,... tất cả ràng buộc trong chữ nợ!

Nợ cũng có nợ xấu, nợ tốt như những khoản nợ trong ngân hàng thường dùng để phân biệt khách hàng vậy. Còn nợ nhân duyên là nghiệp quả, còn tùy thuộc căn của mỗi người để được hưởng phúc hoặc gặp khổ nạn...

Tôi gặp thầy lương y Nguyễn Đăng Xiêng (nick Facebook: Xieng Nguyen Dang) thật tình cờ không phải vì tiếng tăm của thầy. Đầu tiên tôi kết bạn với nhà văn Mac Dung (Mac Dung là anh vợ của một người em trai kết nghĩa), anh giới thiệu tôi với chị Thu Cúc (Cuc Đô) là cô giáo của anh, rồi chị Thu Cúc giới thiệu tôi đến gặp thầy lương y Nguyễn Đăng Xiêng để giao lưu thơ văn và in thơ của thầy, từ đấy tôi mới biết thầy Nguyễn Đăng Xiêng là một lương y danh tiếng. Ngay từ buổi gặp gỡ đầu tiên thầy đã giúp cho cuộc đời tôi khởi sắc, tôi chưa dám khẳng định là phúc phần hay là may mắn của tôi, nhưng có thể nói từ lúc ấy tôi nghiệm ra nhiều điều…

Chắc các bạn còn nhớ, năm 2016 tôi gặp nhiều tai nạn liên tục, cấp cứu mấy lần nhưng đều thoát chết và phục hồi. Nhưng di căn của bệnh phổi, của chấn động nặng nề từ tai nạn giao thông ảnh hưởng đến xương, gân cốt, thần kinh… vẫn làm tôi ho tức ngực mỗi đêm và phải chịu đựng những cơn đau nhức âm ỉ trong người. Cánh tay phải của tôi đau buốt khi đưa ra đằng sau và không thể với tới lưng dù ở phía dưới thấp. Tôi phải dùng thuốc Tây thường xuyên cho bệnh xương khớp và phổi, tệ hại nhất là phải dùng thuốc giảm đau nhiều gây biến chứng đau dạ dày không ăn uống được…

Cuộc sống tôi không được dư giả, tôi vẫn phải lo toan làm việc và canh cánh trong lòng những nỗi lo tài chính cùng với sức khỏe càng lúc càng nảy sinh nhiều tác hại. Vì vậy mà tôi luôn làm việc trong một trạng thái uể oải, thiếu sinh khí, đôi lúc mệt, chán nản tôi muốn buông bỏ tất cả nhưng không thể…

Hôm tôi gặp thầy Nguyễn Đăng Xiêng, thầy nhìn qua sắc diện tôi đã biết trong người tôi có bệnh và quan tâm hỏi thăm bệnh tình rồi tiến hành chữa bệnh cho tôi. Với phương pháp hoàn toàn mới mẻ, thầy dùng súng xung điện do thầy tự sáng chế và được cấp bản quyền, bắn luồng xung điện vào những huyệt trên tay và đầu của tôi. Thật là kỳ diệu, ngay đêm đó tôi không còn bị những cơn ho hành hạ nữa, qua ngày hôm sau tôi cảm thấy rõ rệt các cơn đau nhức trong người giảm hẳn, tinh thần thật phấn chấn yêu đời hơn và hồ hởi với công việc của mình. Thêm ba-bốn lần điều trị nữa, cánh tay phải của tôi đã đưa ra đằng sau với tới được giữa lưng chỉ còn một chút nhoi nhói ở chỗ đau chỗ khớp vai phải…

Đến nay, qua vài lần điều trị, chẳng phải uống thuốc nhiều, có thể nói sức khỏe đã khá ổn định, mười phần đã giảm đến bảy-tám phần, rất khả quan. Cuộc đời tôi nhiều sóng gió, hao tổn sức lực và tinh thần gần như kiệt quệ, vì vậy có thể tôi cần thời gian nhiều hơn những người khác để phục hồi và khỏe hẳn. Tuy vậy, lúc này tôi làm việc tinh thần tích cực hơn ngày trước nhiều, đầu óc minh mẫn hơn và hiệu quả hơn…

Mặt khác, được dịp tâm sự trò chuyện với thầy tôi ngộ được nhiều điều trong cuộc sống vô thường, nhìn lại bản thân mình và sửa sai không để bản ngã lụy phiền làm ảnh hưởng đến tinh thần. Tuy nhiên, chắc phải cần thời gian vì còn sân si nhiều quá…!

Đời người phúc phần được nhận, nếu không phải của riêng mình thì phải biết chia sẻ, nên tôi mới có bài viết này gởi mọi người cùng biết để khi hữu sự chăm lo sức khỏe cho mình. Sức khỏe mỗi người là điều quan trọng nhất, không có sức khỏe thì mọi thứ chỉ là phù du…

Địa chỉ khám chữa bệnh: 490/55 Nguyễn Tri Phương, phường 9, quận 10, TP.HCM. Tối thứ Ba và thứ Năm hàng tuần từ 19giờ30 cho đến khi hết bệnh nhân.

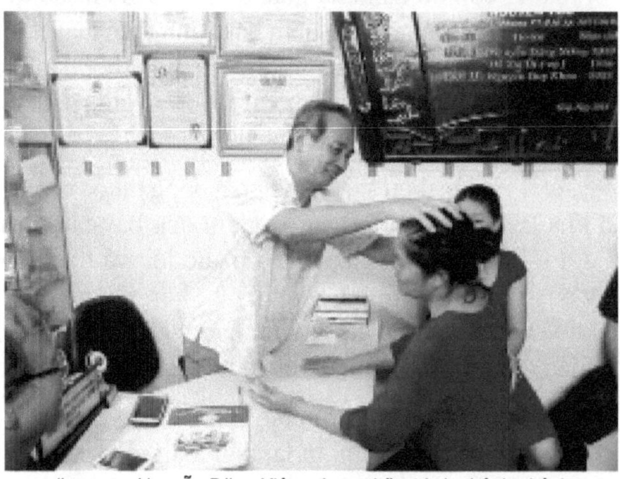

(Lương y Nguyễn Đăng Xiêng đang chữa trị cho bệnh nhân)

Với tất cả lòng biết ơn và tri ân, xin được gởi tặng thầy lương y Nguyễn Đăng Xiêng bài thơ:

Gặp thầy là phúc là duyên
Câu thơ ra ngõ nối miền tri âm
Vô thường tạp niệm si sân
Tịnh tâm vô ngã đêm vần vũ trôi

Đời theo nhân quả luân hồi
Trước gieo ác nghiệp sau thời khổ đau
Lụy người, mình cũng lao đao
Ba sinh chốn trọ bể dâu nhãn tiền

Biết buông bỏ để an nhiên
Ngoảnh đầu nhìn lại thấy liền bến vui
Lại thêm phần phúc ngọt bùi
Thầy Xiêng dùng súng bắn lùi bệnh ngay

Đơn giản mà thật là hay
Cứ như sống lại lần hai trong đời
Ghi ân xin viết vài lời
Chúc thầy vui khỏe sáng ngời nghiệp danh.

Sài Gòn, 24-10-2017
Nguyễn Thành

NGÔ HỒ ANH KHÔI

Chuyên viên nghiên cứu khảo cổ Unescom.

ĐƯỜNG ĐỜI TRONG GƯƠNG hay
CÂU CHUYỆN NHÌN SAU của RAMETTE

Hồi tháng Mười Một này, có dịp đi ngang qua thành phố Annecy, ghé qua lâu đài và bảo tàng Annecy tham quan. Đặc biệt ấn tượng với tác phẩm này, nhìn ngắm một hồi lâu vẫn chưa thỏa mãn, nên tôi chụp hình lại thông tin để viết. Đây là tác phẩm "Objet à voir le chemin parcouru" (tạm dịch Dụng cụ quan sát con đường đã đi) của Philippe Ramette, một nghệ sĩ đương đại nổi tiếng của Pháp. Trước hết thì giới thiệu qua cái thành phố Annecy, lâu đài và bảo tàng đương đại; sau nữa sẽ giới thiệu tác giả rồi tác phẩm để.

Annecy là một thành phố thơ mộng của Pháp, được mệnh danh là Venise của nước Pháp (tôi thì cho là nó đẹp hơn cả Venise, nhưng khổ nỗi quy mô nhỏ quá). Nằm ở phía đông nam nước Pháp, trên dãy Alpes, nằm ngay nhánh sông Thiou chảy vào hồ Annecy, đây là một nơi danh thắng nổi tiếng du lịch. Lâu đài Annecy, vốn là nơi ở của quận công Geneva từ thế kỷ 12, sau một quãng dài bị quên lãng, được phục hồi vào giữa thế kỷ 20, cuối cùng trở thành bảo tàng nghệ thuật đại chúng [1].

Tác phẩm "Traversée du Miroir, image arrêtée"

Philippe Ramette, sinh 1961 ở Yonne, Pháp, là một nhà điêu khắc và nhiếp ảnh gia đương đại. Ông chủ yếu dùng chất liệu nhựa tạo nên các đối tượng khá kỳ quặc với mục đích rõ rệt hướng đến ý tưởng thể hiện. Tác phẩm của ông thường được thể hiện thông qua một ảnh chụp bởi nhiếp ảnh gia Marc Domage. Các chủ đề mà ông khơi gợi dựa trên trí tưởng tượng, sự chuyển hướng cảm xúc và thay đổi trong nhận thức. Ông đặc biệt ưa thích sự phản chiếu của gương, có lẽ ông cho rằng nó gợi được nhiều xúc tác trong việc khơi gợi nội tâm của người xem, "chơi với ý nghĩa nước đôi của từ ngữ, giữa sự phản chiếu của thị giác và các quá trình tâm linh." như ông nói về tác phẩm "La Traversée du Miroir, image arrêtée" (tạm dịch Bước qua gương, ảnh bị chặn) của ông [2].

Vật thể chính trong tác phẩm này chính là cái kính đặc biệt. Được thiết kế sao cho người dùng chỉ nhìn được duy nhất ở phía sau. Đây không phải là lần đầu tiên Ramette chế tạo những dụng cụ kỳ dị dạng này. Trong "Objet à voir le monde en détail" (tạm dịch Dụng cụ nhìn thế giới chi tiết) là một cái hộp phóng đại chi tiết của một phần cảnh vật thành một cái lỗ nhỏ xíu. Trong "Point de vue individuel portable" (Cái nhìn cá nhân mang theo) là một dụng cụ cố định cái nhìn. Trong "Socles à reflexion - Utilisation" (tạm dịch Đế phản chiếu) là một đôi giày mang gương, phản chiếu ánh sáng mặt trời. Một lần khác là "Miroir rationnel" (tạm dịch Gương hợp lý), một cái gương biến dị với các lỗ trống. Tất cả dụng cụ đó chỉ là một công cụ hình thức để ông gợi mở cho người xem một trải nghiệm, một cảm giác, một tư tưởng mà ông không để lộ rõ ra. Điểm thú vị nhất là ở chỗ đó. Tất cả chỉ là trải nghiệm, không có một bài học luân lý cao siêu nào được đưa ra, trừ sự cao siêu của chính nó qua trải nghiệm của người xem. Tất cả dụng cụ đó là giấy nháp, khi đã phác thảo xong cái tư tưởng sau thể nghiệm, tờ giấy nháp đó bị vứt bỏ. Bản thân tờ giấy nháp đó không có một tư tưởng gì, giống như đống dụng cụ kỳ dị của ông. Nó là một bản nháp thể nghiệm, đừng coi trọng nó. Ông nói về nó: "Tất cả đồ vật của tôi đều là những quá trình suy tư, chí ít thì cũng làm để thử hơn là thật. Nó hoạt động như tấm gương của tâm hồn"[3].

Tác phẩm "Wanderer above the Sea of Fog" của Caspar David Friedrich.

Tác phẩm "Point de vue individuel portable - Utilisation" với dụng cụ cố định góc nhìn.

Tác phẩm "Socles à reflexion - Utilisation"

Tác phẩm "Balcon 2 - Hong Kong"

Cách bố trí nhân vật khiến ta nhớ đến một tác phẩm nổi tiếng của họa sĩ người Đức Caspar David Friedrich là "Wanderer above the Sea of Fog" (tên gốc tiếng Đức "Der Wanderer über dem Nebelmeer", tạm dịch tiếng Việt là Lang thang trên biển sương mù) [4] với cùng cách thể hiện tư tưởng (xem bên trên). Hình ảnh phóng tầm mắt từ trên cao, với một không gian rộng và thoáng, nhân vật nam mặc áo khoác xanh, tay cầm gậy phóng tầm mắt về dãy núi xa và đám sương mù dày đặc bao phủ cảnh vật bên dưới. Tác phẩm là một phép ẩn dụ về "tương lai bất định"[5], bất khả tri và hoàn toàn thụ động. Nó cũng là sự tự phản ánh nội tâm của tác giả về một thế giới đầy bất trắc, ẩn giấu sự nguy hiểm, đầy mơ hồ và bí mật. Cảm giác của bất kỳ ai khi đặt trong hoàn cảnh này cũng đều tương tự nhau: sự nhỏ bé của con người so với sự to lớn của thế giới [6]. Sự choáng ngợp đó được tăng thêm bởi sự bao phủ của mây, bởi những con gió mạnh tốc mái, bởi sự chông chênh của vị trí đứng. Nó buộc người ta phải suy nghĩ về số phận con người, về cuộc đời, về sự sống. Một cảm giác triết được gợi ra một cách dễ dàng. Không phải tự nhiên mà tôi gợi ý về tác phẩm này của Caspar. Quan sát hầu hết các tác phẩm của Ramette, ta đều thấy một phong cách chông chênh và đầy suy tư trong các tư thế gần như giống hệt với bức tranh này của Caspar như "Socles à reflexion - Utilisation",

"Balcon 2 - Hong Kong", "Point de vue individuel portable - Utilisation", "Exploration rationnelle des fondssous-marins : l'ascension" ... Tác phẩm "Objet à voir le chemin parcouru" (Dụng cụ quan sát con đường đã đi) này cũng không ngoại lệ.

Tác giả chụp trước tác phẩm "Objet à voir le chemin parcouru" của Phillipe Ramette

Quay lại với bối cảnh của đối tượng, đây là hình ảnh vùng núi tuyết, tư thế đối tượng hơi căng cứng, có lẽ đang đón gió lạnh tạt về sau. Một chân bước lên khối đá cao hơn, đây có lẽ là bước cuối cùng để lên đến đỉnh núi. Một tay buông thõng, một tay đặt lên đùi, đối tượng không còn bước thêm chút nào nữa vì đây là điểm cuối cùng. Cái dừng chân này thật lạ: cảm xúc khi người ta đạt đến đỉnh cao, một bước nữa là được, thế mà lại dừng lại. Đây là cảm xúc có thật với bất kỳ ai có kinh nghiệm chinh phục điều gì đó, người ta thường dừng lại, nhìn lại một chút về quãng đường đã qua, khi ở bước cuối cùng. Đối tượng mặc vest công sở, chứ không phải áo leo núi hay thể thao, đây là một biếm họa dành cho giới cổ cồn trắng.

Bố cục của tác phẩm cũng hết sức tinh tế. Người đàn ông ở vị trí một phần ba truyền thống, ngay vị trí vàng. Không gian được chia làm ba khoảng không đều nhau. Thấp nhất là tầng đất, chân người đạp lên, là cái đã biết, là cái khả tri, chiếm diện tích nhỏ gọn, và lại rất chông chênh. To hơn chút nữa là tầng núi tuyết, rộng và trắng xóa, khoảng nghi ngờ, khoảng do dự, khoảng cân nhắc. Ngoài tầng núi tuyết đó là tầng trời, rộng bạt ngàn, xanh ngắt một màu, thoáng đãng đến rợn người, hoàn toàn vô định, hoàn toàn lạc lõng. Nếu ở Caspar chỉ có hai tầng: một tầng đất khả tri và một tầng trời nhập nhằng vô định thì ở trong Ramette là ba tầng. Mà nói là ba tầng chứ "khả tri" nhỏ nhoi quá lại chông chênh, chỉ có "bất khả tri" là mông lung, rộng đến vô cùng. Đời là thế ư?

Ramette có thật sự muốn chúng ta nhìn thấy ảo tưởng chung của cả xã hội và tìm cách chỉnh sửa các "dị tật bẩm sinh" đó của loài người hay không? [7] Có thể coi đó là một câu hỏi của Ramette đối với Caspar: so với việc nhìn thấy toàn bộ cảnh đẹp vô định và hư ảo, có hay ho gì khi chỉ nhìn thấy đoạn đường chông chênh mình đã đi qua mà không bén mảng gì tới cảnh đẹp tuyệt vời của thiên nhiên ở trên đường đi và của đích đến - trong cái xã hội mà mọi người bị cuốn theo một con đường nhất định, bám theo những cái có sẵn, một định hướng duy nhất như con đường mà người đàn ông thấy. Người đàn ông chỉ nhìn thấy con đường mình đã qua để vạch ra lộ trình cho con đường sắp đến, hoàn toàn không chú ý gì đến mọi thứ xung quanh: cảnh vật, môi trường. Đó là một xã hội mà mỗi người trở nên biệt lập với cái khung không gian của họ, còn những người xung quanh như một hiện thực bị che giấu, dù nó sờ sờ ra đó, chỉ vì một cái "mắt kính" của nhận thức, dụng cụ mà người đàn ông đang đeo. Đó là một nghịch lý: Chúng ta hướng tới cái chúng ta muốn hướng tới mà chẳng phải thứ chúng ta muốn hướng tới thật sự. Hậu quả là gì: một cú té núi chăng? [8]

Đeo mắt kính chỉ thấy được phía sau, một dụng cụ giống như hal-lucinoscope [9]: mắt kính điên rồ. Nó là công cụ của những kẻ mơ tưởng, những người muốn đi trên mây. Đó là một mắt kính "siêu thực" có thực. Nó là công cụ khám phá cái tôi kỳ dị và cái tâm hồn triết học của bản thân. Đó là điều biểu hiện y hệt trong tranh của Caspar: điều vô định, bất khả tri. Có điều, ở Ramette, nó được nâng lên một cách cao hơn, rõ rệt hơn. Bằng sự vô định, vượt qua nguy hiểm, người đàn ông đã leo lên đến bước cuối cùng. Vậy khi leo đến bước cuối cùng, cũng là sự vô định đó, người đàn ông nghĩ gì?

Rút cuộc, chỉ những kẻ từng chinh phục với hoàn cảnh tương tự mới biết. Tất cả những gian nan đã qua? Tất cả những thứ hạnh phúc đã bỏ lại ? Không biết. Nó khiến tôi nhớ đến một câu nói nổi tiếng: "Không có con đường nào dẫn đến hạnh phúc, hạnh phúc là con đường"[10]. Ramette muốn nói điều này chăng? Không biết. Tôi lại nhớ đến một câu nói khác của người xưa: "Thiên kim nan mãi nhất hồi đầu" (ngàn vàng không mua được một cái quay đầu lại). Ramette muốn nói điều này chăng? Không biết. Vậy ai biết? Tôi ngờ là chính Ramette cũng không biết. Nhưng người đeo cái kính ấy, leo đỉnh núi ấy, trong khoảng khắc đặt biệt ấy, thì biết. Chỉ duy người ấy biết thôi.

Ngô Hồ Anh Khôi

Ghi chú:

[1] Trang chính thức của bảo tàng: http://musees.agglo-annecy.fr

[2] Nguyên văn: "Mon désir d'utiliser le miroir est ancien et né de l'idée de jouer avec le double sens du mot, entre la réflexion visuelle et le processus mental. Le langage est souvent pour moi le point de départ d'un travail, à travers un jeu de mots ou une expression, comme tirer sur la corde, le fil du rasoir, etc. "

[3] Nguyên văn: "Tous mes objets sont des processus de pensée. [...] Il faut moins [les] tester que s'y projeter. Ils fonctionnent comme des miroirs pour l'âme" (Philippe Ramette).

[4] Lang thang trên biển Sương mù (tiếng Đức: Der Wanderer über dem Nebelmeer) là một bức tranh sơn dầu sáng tác vào năm 1818 bởi nghệ sĩ thuộc trường phái Lãng Mạn người Đức Caspar David Friedrich hiện được trưng bài trong cung điện Hamburg Kunsthalle ở Hamburg, Đức.

[5] "tương lai bất định" lời của Ron Dembo trong The Rules of Risk, Nhà Xuất bản John Wiley and Sons năm 2001.

[6] Nguyên văn "is contradictory, suggesting at once mastery over a landscape and the insignificance of the individual within it." trong cuốn The Landscape of History của John Lewis Gaddis, nhà xuất bản Oxford University Press.

[7] Hallucinoscope là một cái kính gây ảo giác, với một mặt kính phản chiếu lên trên. Nó được sáng tạo bởi Gérard Faier, còn được biết dưới tên Gérard Majax là một trong những nhà ảo giác học nổi tiếng nhất của Pháp.

[8] Lấy từ bình luận của Christian Bernard trong "Pourquoi on aime Philippe Ramette", Tạp chí nghệ thuật 2001. Nguyên văn "L'Homme de Ramette est moral, il se sait faible et mortel, il connaît les illusions communes et s'attache à corriger certains de ses défauts innés."

[9] Lấy từ giới thiệu tác phẩm. Nguyên văn: "Monter toujours plus haut pour finalement ne voir que le chemin déjà parcouru et non plus la beauté de la nature qui s'offre et se découvre. Ce serait comme une mise en scène paradoxale de l'absurdité de "l'effort -en-soi" qui ne s'ouvre pas à la beauté mais se contemple. C'est à la fois drôle et dérisoire, on pourrait imaginer l'image suivante :une chute dans le vide, à la B.Keaton .. C'est en marchant qu'on trace son chemin .."

[10] Câu này vốn có gốc là từ Paul H.Dunn, được dịch thoát nghĩa rồi lưu truyền sai đến bây giờ. Nguyên văn đúng là "Happiness is a journey, not a destination; happiness is to be found along the way not at the end of the road, for then the journey is over and it's too late. The time for happiness is today not tomorrow.".

ĐÂU CHỈ LÀ SÂN CHƠI
TRẦN THỊ HỒNG CHÂU

Tôi hỏi nhà thơ Nguyễn Thành về sự ra đời trang Văn Học Unescom mà anh đang phụ trách tại Việt Nam. Anh kể: Đó là ý tưởng có được một sân chơi vừa ảo, vừa thực thật lành mạnh, bổ ích mà nhà thơ Sỹ Liêm ấp ủ từ lâu, nhưng mãi đến ngày sinh nhật của mình (10/04) khi anh em bạn bè quây quần, với nét mặt rất nghiêm trang và đầy xúc cảm, khác hẳn với nét mặt cà rỡn thường ngày Sỹ Liêm mới nói ra. Biết đây là mơ ước lớn của bạn, nên anh cũng thấy háo hức lắm! Nhưng cũng vô cùng lo lắng.

Thế là ngày 17/04/2017 cùng sát cánh với các hoạt động phục vụ cộng đồng nhân sinh xã hội của Unescom, trang Văn học Unescom chính thức được ra đời. Với các tiêu chí:

- Văn học Unescom là một sân chơi thật trang nghiêm, lành mạnh… cho những người yêu văn thơ tìm tri âm, tri kỷ.

- Văn học Unescom chỉ ước ao qua các cuộc thi chiêu mộ được nhiều nhân tài thơ văn từ mọi tầng lớp có nỗi niềm riêng, rồi đưa họ đến gần với bạn đọc hơn, giúp họ vươn xa hơn...

- Văn học Unescom cố gắng qua việc in ấn làm thỏa mãn ước mơ của các tác giả có được những tác phẩm thật đẹp, thật chỉn chu cho riêng mình, để làm kỷ vật sau này dành cho con cháu...

Chỉ mới có hơn hai năm, với nhà thơ Nguyễn Thành trong nước, nhà thơ Sỹ Liêm ngoài nước nhịp nhàng dẫn dắt Văn học Unescom không ngừng lớn mạnh.

Trong khuôn khổ bài viết này tôi chỉ xin giới thiệu một số tác phẩm rất ấn tượng, có được tiếng vang khá tốt do Văn học Unescom biên soạn và ấn hành gần đây:

TÁNG TẬN LƯƠNG TÂM - tác giả Lê Nguyệt - truyện tâm lý xã hội rất gay cấn, hấp dẫn được ấn hành bởi Nhà xuất bản Hội Nhà văn-2019 và Nhà xuất bản Nhân Ảnh (Hoa Kỳ) tái bản-2019. Là một câu chuyện xã hội được dàn dựng qua sự sắp xếp tài tình của nhà văn Lê Nguyệt với những nhân vật phản diện trong mọi bối cảnh của đời sống, nhiều tình tiết thắt mở ly kỳ hấp dẫn và một cái kết mà bất cứ độc giả nào đã xem cũng đều hả lòng, hả dạ…

TÁNG TẬN LƯƠNG TÂM là một thông điệp rõ ràng đầy tính nhân văn hướng con người đến một cuộc sống tốt đẹp hơn trong thế giới cộng sinh mà mọi người tương tác với nhau trong mọi hoàn cảnh đều phải chân thành, cống hiến, đoàn kết… để tồn tại. Ai cũng có cuộc sống riêng, lối đi riêng của mình nhưng phải tôn trọng cái chuẩn mực chung bằng cách nâng cao ý thức để hòa mình với đồng loại và cùng tiến lên.

Nhân vật chính Lang Bạt là một người luôn sống với thủ đoạn cùng lòng đố kỵ và luôn tự kỷ cho những người chung quanh đều thua kém mình. Thái độ bảo thủ, ganh ghét, phủi ơn cùng lòng thù hận vô cớ… đã đẩy anh ta trượt dài trên đường đời kéo theo nhiều số phận đau khổ và cuối cùng đã phải nhận lấy trả giá đích đáng "quả báo nhãn tiền", cũng là một hồi chuông cảnh báo cho những con người trong cuộc sống thật đang dần đánh mất lương tri, không lượng sức mình mù quáng chạy theo cuộc sống xa hoa, hư ảo…

Liên hệ tác giả, nick Facebook: Lê Nguyệt hay điện thoại: 01258356710

CHO NHAU CHO NGƯỜI - tập thơ, tác giả Phan Văn Hi. Được ấn hành bởi Nhà Xuất bản Văn hóa – Văn Nghệ-2019 và Nhà Xuất bản Nhân Ảnh (Hoa Kỳ) tái bản-2019.

Là những bài học rất bổ ích cho chúng ta, về cách sống và về cách làm người. Chẳng phải ngẫu nhiên mà thi phẩm lại có tên CHO NHAU CHO NGƯỜI, cái tên tự nó đã tỏa sáng triết lý nhân sinh và tâm hồn quảng đại. CHO không đơn giản chỉ là vật chất, tiền tài danh vọng, theo thời gian vật đổi sao dời thì nó chỉ là hư ảo. Ta cho người kinh nghiệm sống, cho điều hay lẽ phải, cho những tình cảm tốt đẹp, cho người ta nhận thức và cơ hội để vươn lên… Đó cũng là một cách tự cho mình để cuộc sống đẹp hơn, cao cả hơn. CHO còn bao hàm ý BUÔNG BỎ, là sẵn sàng tha thứ, lấy cái tâm nhân ái rộng lượng mở lòng để hướng những tâm hồn lạc lối thấy được nẻo ngay mà về, những điều đó mới trường tồn mãi với thời gian và là chân lý bất định.

Liên hệ tác giả, nick Facebook: Phan Văn Hi hay điện thoại: 0818911745

GÓT TRẦN - tập thơ hai tác giả Titi Dang và Trúc Hàn. Được ấn hành bởi Nhà Xuất bản Văn hóa – Văn Nghệ-2019 và Nhà Xuất bản Nhân Ảnh (Hoa Kỳ) tái bản-2019.

Thơ tình rất liêu trai, mộng mị... Chắc cái duyên ngàn năm mới gặp, đã cho kẻ ở chân mây, người nơi góc bể bị hút về phía nhau, cùng đồng thanh tương ứng, cùng túy lúy giải sầu. Người này một câu, kẻ kia một khúc chắp lại thành những áng thơ đằm thắm thiết tha, da diết mặn nồng, ân ân ái ái... như cặp tình nhân đắm đuối mê, đắm đuối yêu ăn ý nhau từ dấu chấm, dấu phẩy, đến ngữ nghĩa, vần điệu cứ xoắn xuýt, quấn quyện sít sìn sịt...

Liên hệ tác giả, nick Facebook: Titi Dang.

- TỰ TÌNH 1, TỰ TÌNH 2 - thơ của nhiều tác giả - là những góc nhìn, những xúc cảm đa chiều của các nhà thơ về cuộc sống, con người... do Văn học Unescom biên soạn và ấn hành bởi Nhà Xuất bản Văn hóa – Văn Nghệ-2017 để kỷ niệm trang.

- ĐỂ CON VỀ HỎI MÁ - Tác giả Diễm Thuyên - người đoạt giải nhất cuộc thi thơ lần 1 do Văn học Unescom tổ chức 2017. Được ấn hành do Nhà xuất bản Văn hóa – Văn Nghệ-2017

- NGƯỜI ĐÀN BÀ NHẶT CHỮ NUÔI THƠ - tác giả Đinh Lan - người đoạt giải nhất cuộc thi thơ lần tứ hai do Văn học Unescom tổ chức 2018. Được ấn hành bởi Nhà Xuất bản Văn hóa – Văn Nghệ-2018

QUA CỬA THẦN PHÙ, Quán Văn số 65. Số đặc biệt tháng 6/2019 được ấn hành bởi Nhà xuất bản Hội Nhà văn – 2019.

- Vĩnh biệt nhà văn Hoàng Ngọc Biên (1938-2019) và nhà thơ Tô Thùy Yên (1938-2019) những cây cổ thụ của văn học Việt Nam.

Chân dung văn học nhà văn, nhà thơ Đoàn Văn Khánh.

Cùng với sự góp mặt của nhiều tác giả tên tuổi qua những tản văn, thơ, truyện ngắn, truyện dài… với nội dung phong phú đa sắc màu về cuộc sống.

Liên hệ Quán Văn 80/3 Nguyễn Văn Công, phường 3, quận Gò Vấp, TP. Hồ Chí Minh.

*

Ngoài ra, Văn học Unescom vẫn còn nhiều tác phẩm nữa mà tôi không thể nhớ hết được. Thực sự Văn học Unescom đã được bạn văn thơ yêu mến, đã tin cậy giao phó những đứa con tinh thần của mình. Vì họ biết dù là một tập thơ riêng, hay một tuyển tập thơ chung thì những đứa con tinh thần của họ cũng luôn được cố gắng chăm sóc một cách chu đáo nhất.

Rất mong vào lần tới, tôi lại được giới thiệu nốt những tác phẩm còn lại và thêm nhiều tác phẩm mới nữa...

Dresden, 15/06/2019

Hong Tran - Trần Thị Hồng Châu

TRÂN TRỌNG GIỚI THIỆU ĐẾN QUÍ ĐỘC GIẢ
SÁCH ẤN HÀNH TRONG NĂM 2018 & 2019. DO NHÀ XUẤT BẢN VĂN HỌC MỚI
MỌI IN ẤN HAY MUA SÁCH
XIN LIÊN LẠC NXB VĂN HỌC MỚI:

hanguyendu@gmail.com
vanhocmoi68@gmail.com

Sách có bán trên hệ thống toàn cầu AMAZON

https://www.amazon.com/s?k=VAN+HOC+MOI&ref=nb_sb_noss_2

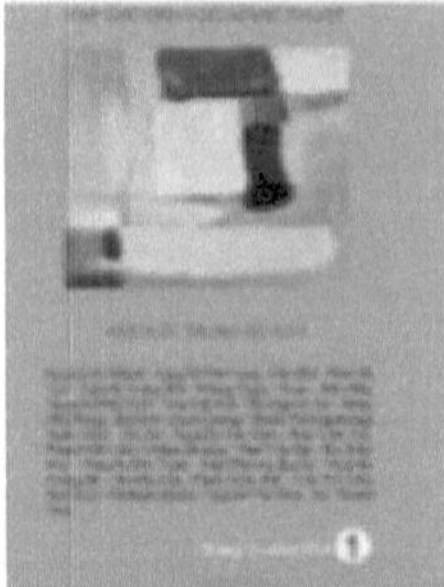

TRẦN VĂN NAM

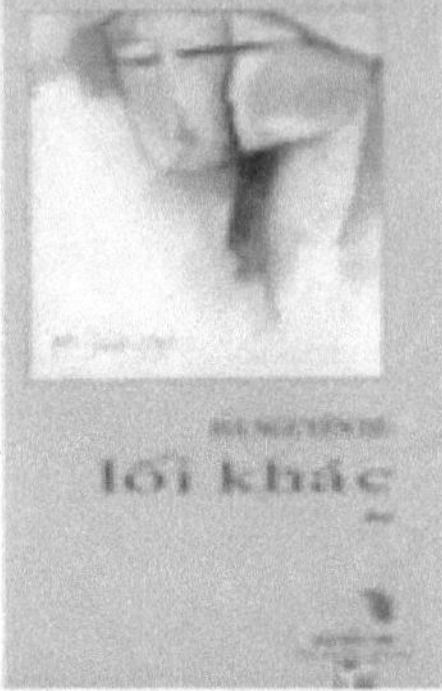

lối khác

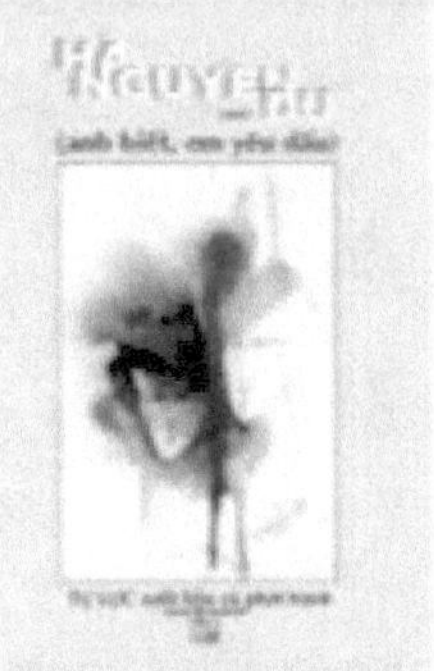

NGUYỄN DU

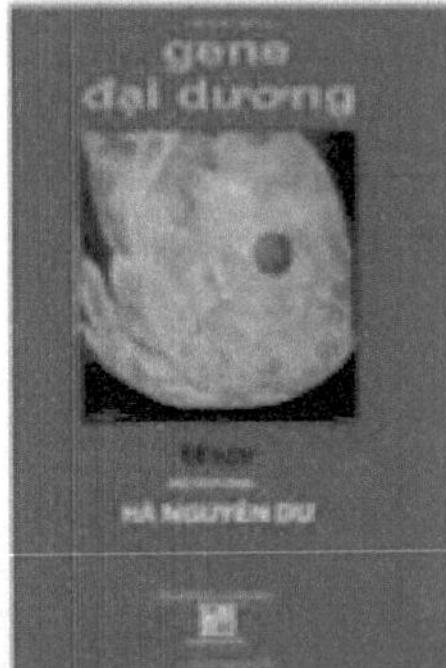

gene
đại dương
HÀ NGUYÊN DU

HÀ NGUYÊN DU

BÀI CA
TÂN CỔ
GIAO DUYÊN

PHAN NI TẤN
CÓ MỘT THỜI
Ở QUÊ HƯƠNG TÔI

CON SUỐI
KHÔN LÌA

ĐĂNG
PHÙ
PHANG

Liên lạc Nhà xuất bản
Nhân Ảnh
han.le3359@gmail.com
(408) 722-5626